"जोना लेहरर यांचं विज्ञानाचं ज्ञान अनेक वैज्ञानिकांच्या ज्ञानापेक्षा जास्त आहे आणि लिखाणाची जाण अनेक लेखकांच्या जाणिवेपेक्षा जास्त आहे... त्यांच्या चाहत्यांना माहीत असलेल्या या गोष्टींवर या पुस्तकानं शिक्कामोर्तबच केलं आहे."

– माल्कम ग्लॅडवेल

'द टिपिंग पॉइंट' आणि 'आउटलिअर्स'चे लेखक

"विज्ञानाची भाषा समजावून सांगण्यात जोना लेहरर हे आपल्यामधले सर्वांत प्रतिभाशाली आहेत. क्रिएटिव्हिटी आणि तिच्या स्रोतांविषयीच्या या खिळवून ठेवणाऱ्या अभ्यासामुळे 'इमॅजिन' हे त्यांचं आजवरचं सर्वोत्तम पुस्तक ठरलं आहे."

– जोशुआ फोर

'मूनवॉकिंग विथ आइन्स्टाईन'चे लेखक

'Imagine' या इंग्रजी पुस्तकाचा अनुवाद

प्रतिभेचा इंद्रधनू

जोना लेहरर

अनुवाद
डॉ. अजेय हर्डीकर

मेहता पब्लिशिंग हाऊस

✆ +91 020-24476924 / 24460313 / Mob. No. 9545000513
Email : production@mehtapublishinghouse.com
Website : www.mehtapublishinghouse.com

IMAGINE by JONAH LEHRER

Translated into Marathi Language by Dr. Ajey Hardikar

प्रतिभेचा इंद्रधनू / मार्गदर्शनपर

अनुवाद : डॉ. अजेय हर्डीकर
Email : author@mehtapublishinghouse.com

प्रकाशक : सुनील अनिल मेहता, मेहता पब्लिशिंग हाऊस,
१९४१, सदाशिव पेठ, माडीवाले कॉलनी, पुणे - ३०.

मुद्रक : ट्रिनिटी ॲकॅडमी फॉर कॉर्पोरेट ट्रेनिंग लिमिटेड,
नऱ्हे इंडस्ट्रिअल एरिया, झील कॉलेज रोड, नऱ्हे, पुणे – ४१.

मुखपृष्ठ : फाल्गुन ग्राफिक्स

प्रथमावृत्ती : डिसेंबर, २०१९

किंमत : ₹ २५०

P Book ISBN 9789353173609

‘सारा आणि रोझकरिता...’

Hell is a Place where nothing connects with nothing

T. S. Eliot, Introduction to Dante's Inferno

प्रस्तावना

'प्रॉक्टर अ‍ॅन्ड गॅंबल'पुढे प्रश्नचिन्ह उभं होतं. त्यांना फरश्या साफ करणारं एखादं नवं द्रव्य बाजारात आणायचं होतं. घरगुती वापरासाठी एकापाठोपाठ एक अशी असंख्य उत्पादनं त्यांनी १९८० च्या दशकात बाजारात आणली होती. यामध्ये चड्डीसारखे चढवून घालायचे डायपर्स ते अँटीडँड्रफ शाम्पूपर्यंत अनेकविध प्रकार होते. कपड्यांचा रंग न घालविणारा डिटर्जंट होता, ८५% पर्यंत अधिक पाणी शोषून घेणारा पेपर टॉवेल होता. इतके नवनवीन प्रकार काही योगायोगाने तयार झाले नव्हते. संशोधनात कंपनी प्रचंड गुंतवणूक करत होती. त्या वेळी एम.आय.टी., यू-सी. बर्कले आणि हार्वर्ड या तीनही विद्यापीठांकडे मिळून जेवढे पीएच.डी. होते, त्यापेक्षा जास्त शास्त्रज्ञ या कंपनीत कामाला होते.

पण घरगुती स्वच्छतेसंबंधित उत्पादनांवर काम करणाऱ्या शास्त्रज्ञांना जमीन स्वच्छ करण्यासाठी एकही नवं रसायन प्रयत्न करूनही सापडत नव्हतं. कंपनी अजूनही तेच ते लिंबाच्या वासाचं डिटर्जण्ट आणि कापडं (मॉप्स) विकत होती. घरोघरी लोक अजूनही लाकडी खराटे आणि पत्र्याची सुपडी वापरत होते. असं कशामुळे होत होतं? जमीन स्वच्छ करणारी द्रव्यं जर अधिक शक्तिशाली बनवली, तर त्यामुळे जमीन खराब होण्याची भीती असते. विविध प्रकारचे नवे साबण तयार करण्यावर कंपनीने लाखो डॉलर खर्च केले होते; पण चाचणीमध्ये बहुतेक सर्व साबण 'नापास' व्हायचे. जमिनीवरचं वॉर्निश तरी खराब व्हायचं किंवा वापरणाऱ्याच्या त्वचेची आग व्हायची. इथून पुढे हवं तसं रसायन आता मिळणं अशक्य आहे, अशा निष्कर्षाला ते पोचले होते.

मग 'प्रॉक्टर अ‍ॅन्ड गॅंबल'नं एक वेगळी शक्कल लढवली. त्यांनी कंपनीची संशोधनाची कामं 'कंटीन्यूअम' नामक डिझाइन फर्मकडे सुपूर्त केली. या फर्मच्या शाखा बॉस्टन आणि लॉस एंजलिसमध्ये होत्या. तिथल्या साबण विभागाचे अधिकारी (आणि आता सी.ई.ओ.) हॅरी वेस्ट म्हणतात, "पी. अँड जी. आमच्याकडे आले, कारण त्यांच्या शास्त्रज्ञांनी हात टेकले होते. मग त्यांनी आम्हाला 'वेड लागेपर्यंत विचार करा आणि आमचे लोक करू शकले नाहीत ते तुम्ही करून दाखवा,' असं सांगितलं."

कंटीन्यूअमच्या डिझायनर्सनी रसायनशास्त्र आणि मॉलेक्यूल्सपासून सुरुवात

केली नाही, ते प्रयोगशाळेत डोकेफोड करत बसले नाहीत; उलट, अनेक लोकांच्या घरी जाऊन ते लोक जमीन कशी स्वच्छ करतात, ते त्यांनी नीट पाहिलं. स्वयंपाकघराची झाडलोट आणि कार्पेटच्या व्हॅक्यूमिंगची निरीक्षणं केली. तेही पुरलं नाही, तेव्हा लोकांच्या घरात कॅमेरे लावून व्हिडिओ शूटिंगही केलं. झाडण्या-पुसण्याची फिल्म तासन्तास बघणं, हे वेस्ट आणि त्यांच्या सहकाऱ्यांना अतिशय कंटाळवाणं झालं; पण तरीही हे करणं जरुरीचं होतं. कुठलेही पूर्वग्रह मनात न ठेवता, स्वच्छतेची प्रक्रिया त्यांना काळजीपूर्वक अभ्यासायची होती- जणू काही ते परग्रहावरून पृथ्वीवर अवतरून नव्यानं सर्व गोष्टी बघत होते.

अनेक महिन्यांच्या निरीक्षणांनंतर (याला ते 'अँथ्रोपॉलॉजिस्ट फेज' म्हणतात) त्यांना पहिली 'इनसाईट' मिळाली. त्यांनी एका बाईला पोछाचं फडकं बाथटबमध्ये धुताना पाहिलं. वेस्टना वाटलं, 'काय कमालीचं घाणेरडं काम आहे हे! ती लांब काठी... माती आणि घाण टिपून घेण्यासाठीच जे निर्माण केलं आहे, ते फडकं... पुनःपुन्हा घाण पाण्यात घुसळत राहायचं.' किंबहुना, कंटीन्यूअमच्या टीमनं जेव्हा त्या फिल्म्स बघितल्या, तेव्हा त्यांच्या लक्षात आलं की, जमीन पुसायला जेवढा वेळ लागतो, त्यापेक्षा जास्त वेळ घाण फडकं धुण्यात जातोय. त्या पोछानं काम सोपं होण्याऐवजी उलट अवघड होतंय! "हे एकदा माझ्या लक्षात आल्यावर मला जमीन पुसण्याच्या कामात रस निर्माण झाला," वेस्ट सांगतात. "जगाला चांगल्या पोछाची गरज नव्हती; पोछाला- त्या बिनकामाच्या वस्तूला- बाद करणं जरुरीचं होतं."

पण दुर्दैवानं कंटीन्यूअमच्या डिझायनर्सना स्वच्छता करण्याची अधिक चांगली पद्धत सापडली नाही. हे आव्हान अशक्य वाटू लागलं. कदाचित, जमीन पुसणं म्हणजे असंच असायच, असा त्यांचा समज झाला.

शेवटचा उपाय म्हणून पुन्हा एकवार घरोघरी भेटी द्यायचं ठरलं. एके दिवशी एका घरात एक वयस्क स्त्री जमिनीवर सांडलेले कॉफीचे कण वेचू पाहत होती. तिनं कुंच्यानं ते कण गोळा करून सुपडीत भरले. हे करून झाल्यावर तिनं एक टॉवेल ओला केला आणि त्यानं कॉफीचे उरलेले कण टिपून घेतले. त्या टीममधल्या प्रत्येकानं हेच काम स्वतःच्या घरी शेकडो वेळा केलेलं होतं, तरी त्या दिवशी मात्र तो विशिष्ट ओला टॉवेल पाहून त्यांना 'साक्षात्कार' झाला.

कंटीन्यूअमच्या डिझायनर्सना त्या ओल्या टॉवेलमध्ये स्वच्छ करण्यासाठी एक डिस्पोजेबल 'सर्फेस' दिसलं. कंटीन्यूअमचे उपाध्यक्ष डॉन बुखनर म्हणतात, "काय करायला पाहिजे, हे आम्हाला एकदम कळून चुकलं- फेकून देता येण्याजोगा 'स्पॉट क्लीनर'. आता फडकं धुणं नको, खाली वाकणं नको आणि घाण पाण्याच्या बादल्यासुद्धा नकोत- ही आम्हाला सुचलेली एकदम महत्त्वाची कल्पना." काही

आठवड्यांतच त्यांनी पहिला 'प्रोटोटाइप' बनवला. तो अगदी साधा होता. एक प्लॅस्टिकची काठी आणि त्याला जोडलेला 'वेल्क्रो'चा चौकोन. या चौकोनाला 'इलेक्ट्रोस्टॅटिक' टिश्यूचे डिस्पोजेबल तुकडे लावलेले होते. या काठीतच स्प्रे यंत्रणा होती, जिच्यातून जमिनीवर पाण्याचा फवारा मारता यायचा. त्यामुळे पुसण्यापूर्वी जमीन ओली करता येणार होती. (खरं तर साबणाची गरज नव्हती, पण साबणामुळे चांगला वास यायचा.) जमीन वरच्यावर पुसता येत असेल, तर उगीच घाण पाण्यात फडकी बुचकळत का बसायचं? आणि शिवाय, ते फडकं नंतर धुवायचं? कागदी टॉवेलसारखं ते फेकून का नाही देता येत?

.पण पी. अँड जी.ला मात्र ही कल्पना अजिबात पटली नाही. इतकी वर्षं अत्याधुनिक साबण आणि पुसायच्या फडक्यांची अब्जावधी डॉलर्सची बाजारपेठ त्यांच्या ताब्यात होती; तिच्या जागी एक अनोळखी प्रॉडक्ट आणायचं? पहिल्या 'फोकस ग्रुप्स'नंसुद्धा या शंकेला दुजोराच दिला. पी. ॲन्ड जी.ने जेव्हा संभाव्य ग्राहकांना या यंत्राची चित्रं दाखविली, तेव्हा बहुतेकांनी ती 'रिजेक्ट' केली. एक तर लोकांना आपली फडकी फेकून द्यायची नव्हती आणि शिवाय काठीला लावलेल्या छोट्या टिश्यूचा भरवसा वाटत नव्हता. त्यांना डिस्पोजेबल फडक्यांची कल्पनाही रुचली नाही; तसंच ओल्या तुकड्याला धूळ चिकटेल, हेही पटलं नाही. म्हणून ही कल्पना बासनात गुंडाळून ठेवली गेली. कोणालाही नको असलेल्या एका क्रांतिकारी कल्पनेसाठी पी. अँड जी. आपल्या 'मार्केट शेअर'वर जुगार खेळायला तयार नव्हती.

दुसरीकडे कंटीन्यूअमचे डिझायनर्स हार मानायला तयार नव्हते. आपण भविष्यकाळाला साजेसा 'मॉप' बनविला आहे, याबद्दल त्यांना खात्री होती. पी. अँड जी.च्या मागे लागून लागून शेवटी एखाद्या 'फोकस ग्रुप'ला हे प्रॉडक्ट दाखविण्यासंबंधी त्यांनी पटवलं. नुसतंच वर्णन वाचण्याऐवजी प्रत्यक्षात लोकांना ही वस्तू हाताळू देणं गरजेचं होतं. अखेर या युक्तीमुळे काम झालं. लोक प्रभावित झाले. किंबहुना, पी. अँड जी.नं आतापर्यंत जी-जी अशी प्रॉडक्ट्स 'टेस्ट' केली होती, त्या सर्वांपेक्षा या प्रॉडक्टनं अधिक गुण मिळविले. बुखनर म्हणाले, ''सुरुवातीला ही एक कल्पना म्हणून दाखविल्यावर ज्या लोकांनी साफ मान वळविली होती, त्याच लोकांना आता हे प्रॉडक्ट आपल्या घरी न्यायचं होतं.'' आणखी चाचण्या केल्यावर असं आढळलं की, कुठल्याही पद्धतीच्या तुलनेत या प्रॉडक्टनं जमीन अधिक स्वच्छ होत आहे. जमीन स्वच्छ करण्यासाठी आतापर्यंत बनविल्या गेलेल्या कुठल्याही वस्तूपेक्षा ही 'टिश्यू ऑन अ स्टिक' सरस होती. सन १९९७ मध्ये, म्हणजे वेस्ट आणि त्यांच्या डिझायनर्सनी व्हिडिओ टेप्स बनवायला सुरुवात केल्याला तीन वर्षं झाली तेव्हा, पी. अँड जी.नं अमेरिकेत या प्रॉडक्टसाठी पेटंटचा अर्ज दाखल केला.

सन १९९९ च्या वसंत ऋतूच्या सुरुवातीला हे नवं स्वच्छतासाधन देशभराच्या सुपर मार्केट्समध्ये दाखल झालं. एक वर्ष संपायच्या आत ५०० दशलक्ष डॉलर्स किमतीच्या प्रॉडक्टची विक्री झाली. त्यानंतर या स्वच्छतासाधनासारखी अनेक साधनं बाजारात आली; पण या मूळ वस्तूची घोडदौड अव्याहत चालू आहे. या वस्तूचं नाव आहे 'स्विफर'.

स्विफरच्या शोधाची कथा म्हणजे सर्जनशीलतेची कथा. एका स्त्रीला जमिनीवरून कॉफीचे कण गोळा करताना पाहून काही इंजिनिअर्सना स्वच्छता करण्यासाठी एक सम्पूर्णपणे नवं साधन बनवता आलं, त्याची ही कथा आहे. त्या एका क्षणी हॅरी वेस्ट आणि त्याच्या टीमला आपण सारे जी गोष्ट रोज करत असतो, त्या गोष्टीबद्दल वेगळा विचार करता आला. जग जसं असतं- कटकटीच्या कामांनी भरलेल- तसं त्यांना दिसलं. या जाणिवेतून, 'जगणं अधिक सुकर कसं करता येईल' याची ते कल्पना करू शकले. त्या इनसाईटमुळे 'जमीन पुसणं' या कामाचं स्वरूप कायमचं बदलून गेलं.

असे क्षण कसे आणि कुठून अवतरतात, याबद्दलचं हे पुस्तक आहे. हा पैलू, ही शक्ती आपण गृहीत धरून चालतो; पण खरं म्हणजे हीच आपल्या आयुष्याला आकार देत असते. रेडिओवरचं पॉप गाणं, तुमच्या खिशातलं गॅजेट, भिंतीवरचं चित्र, खिडकीतला ए.सी., औषधं, हे पुस्तक, तुम्ही बसले आहात ती खुर्ची– या सर्व गोष्टी याच मानवी गुणामुळे शक्य झाल्या आहेत.

जरी आपण निर्माण केलेल्या विविध वस्तू आपल्या सभोवताली असल्या, तरी सर्जनशीलतेची प्रक्रिया मात्र अजूनही आपल्याला गूढ वाटते. हॅरी वेस्टचं बघा- तोही स्वतःच्या घरातली जमीन रोज साफ करतच होता, तरी त्या दिवशी असं काय घडलं की, ज्यामुळे त्याला 'स्विफर'ची कल्पना सुचली? ''मी अजिबात सांगू शकणार नाही,'' तो म्हणतोय. ''ती कल्पना सुचली, याबद्दल मला इतकी कृतज्ञता वाटत होती की, ती कशी सुचली याचा फार खोलात जाऊन मी विचारच केला नाही.'' नवी कल्पना, इनसाइट या गोष्टी चोरपावलांनी आपल्या मनात शिरतात. त्या केव्हा, का आणि कशा शिरतात, हेही आपल्याला कळत नाही. यामुळे बहुतेक वेळा आपण त्यांचा संबंध बाह्य गोष्टींशी जोडतो. किंबहुना, 'एन्लायटनमेंट'च्या कालखंडापर्यंत 'कल्पना' आणि 'दैवी शक्ती' हे तसे समानार्थी शब्दच होते, असं म्हणायला हरकत नाही. सर्जनशील असणं म्हणजे दैवी आवाज व्यक्त करणं, असाच समज होता. सध्याच्या भाषेत कल्पनाशक्ती ही मानवानं 'आऊटसोर्स' केलेली गोष्ट होती.

या गूढरम्यतेमुळे शास्त्रज्ञसुद्धा या विषयाला जरा बिचकूनच होते. एक वेळ दृष्टीची यंत्रणा किंवा मज्जातंतूंचा 'रिॲक्शन टाइम' मोजणं शक्य होतं, पण

कल्पनाशक्ती कशी काय मोजणार? यामुळे संशोधकांनी या विषयाकडे दुर्लक्षच केलं. सन १९५० ते २०००च्या कालावधीत मानसशास्त्रविषयक जे काही शोधनिबंध प्रकाशित झाले, त्यांत सर्जनशीलतेचा अभ्यास करणारे जेमतेम १% ही नव्हते. ही शक्ती उत्क्रांतीत कशी विकसित झाली, हेदेखील बुचकळ्यात पाडणारं होतं. बहुतेक 'कॉग्निटिव्ह स्किल्स'च्या बाबतीत आपल्याला निश्चित जीवशास्त्रीय धागेदोरे सापडतात. काळानुरूप त्यांची उत्क्रांती कशी झाली याचाही अभ्यास करता येतो. पण सर्जनशीलतेच्या बाबतीत मानवी इतिहासात काहीच अवशेष सापडत नाहीत. प्रतिभेचा कोणताही 'मोड्यूल' मेंदूत वाढलेला दिसत नाही. तसेच, माकडांमध्येही ती आढळून येत नाही. माकडांना चित्रं रंगविता येत नाहीत, चिम्पांझींना कविता करता येत नाहीत. 'न्यू कॅलेडोनियन क्रो'सारखा एखादा अपवादात्मक प्राणी/पक्षी असतो. त्याच्यात अगदी ढोबळ स्वरूपात का होईना, पण 'प्रॉब्लेमसॉल्व्हिंग' क्षमतेची चिन्हं दिसतात. म्हणजेच सर्जनशीलतेचा जन्मदेखील इनसाईटप्रमाणेच अचानक कुठून तरी झाला, असं दिसतंय.

पण याचा अर्थ असा नव्हे की, त्याचा अभ्यास करताच येणार नाही. जोपर्यंत नवे विचार आणि कल्पना निर्माण होण्यामागच्या मानसिक घडामोडी आपल्याला ज्ञात होत नाहीत, तोपर्यंत मानवजात कशामुळे वैशिष्ट्यपूर्ण झाली आहे, ते आपल्याला कळणार नाही. म्हणून या सगळ्याला कारणीभूत असणाऱ्या कल्पनाशक्तीच्या स्रोताकडे- तीन पौंड मांसाच्या गोळ्याकडे- म्हणजेच आपल्या मेंदूकडे हे पुस्तक तुम्हाला नेतं.

'एखाद्या मोठ्या भांड्यामध्ये रटारटा शिजणाऱ्या, उकळणाऱ्या पदार्थासारखी सर्जनशीलतेची प्रक्रिया असते,' असं वर्णन विल्यम जेम्सनं केलं आहे. ज्यामध्ये इकडून तिकडे विद्युत संदेश पाठविणाऱ्या मज्जापेशींचं (न्यूरॉन्स) महाजाल पसरलं आहे, अशा भांड्यामध्ये आता प्रथमच आपल्याला डोकावून बघता येणार आहे. या पेशी सतत एकमेकींबरोबर नवनवे संबंध जोडत असतात, जुन्या कल्पनांचं नव्यांशी नातं जोडत असतात. आज आपल्याला ब्रेन स्कॅनरच्या मदतीनं विचारांचे 'स्नॅपशॉट' घेता येतात आणि उत्तर सापडायच्या जवळ येऊन ठेपलेल्या न्यूरॉन्समधली खळबळ मोजता येते. कल्पनाशक्ती म्हणजे जड वस्तूनं केलेल्या जादूसारखी वाटली; तरी ही जादू कशी केली जाते, हे आपल्याला थोडं का होईना, कळू लागलं आहे.

आजपर्यंत आपण सर्जनशीलतेची जी व्याख्या करत आलो होतो, ती चुकीची होती, ही नव्यानं लक्षात आलेली पहिली गोष्ट. अगदी ग्रीक लोकांच्या काळापासून आपण गृहीत धरलं होतं की, कल्पनाशक्ती ही इतर प्रकारच्या 'कॉग्निशन'पेक्षा वेगळी आहे. पण आधुनिक विज्ञानानुसार, हा आपला गैरसमज होता. खरं म्हणजे, अनेक वेगवेगळ्या वैचारिक प्रक्रियांपासून सर्जनशीलता निर्माण होते. (आपला मेंदू

कृत्रिम विभागण्या किंवा वर्गीकरण जाणत नाही.) आता स्विफरच्या निर्मितीमागे किती गोष्टी होत्या, ते पाहू. पहिली पायरी म्हणजे- नऊ महिने चाललेल्या व्हिडिओ टेपिंग आणि निरीक्षणाची 'अँथ्रॉपॉलॉजिस्ट फेज'. जरी यातून नवी कल्पना जन्माला आली नसली, तरी जुनं सर्व विसरण्याकरता ही पायरी आवश्यक होती. यामुळे समस्येचं नेमकं स्वरूप स्पष्ट झालं. मग जेव्हा वेस्टनं त्या स्त्रीला ज़मिनीवरची कॉफी टिपून घेताना पाहिलं, तेव्हा टिपिकल इनसाइटचा क्षण त्यानं अनुभवला. पण प्रक्रिया इथं थांबत नाही. डिझायनर्स आणि इंजिनिअर्सना ते डिझाइन निर्दोष करायला अनेक वर्षं लागली. संकल्पना सुचणं ही केवळ पहिली पायरी असते; खरे कष्ट त्यानंतरच सुरू होतात. कारण ती कल्पना आपल्याला वास्तवात उतरवायची असते.

एवंच, स्विफरच्या निर्मितीत अनेक प्रकारची 'क्रिएटिव्हिटी' कामी आली, हे समजावून घ्यायला आपल्याला आधुनिक विज्ञानाची मदत होते. 'क्रिएटिव्हिटी'च्या प्रत्येक पैलूशी निगडित असलेले मेंदूत घडणारे बदल आज आपण अभ्यासू शकतो. म्हणजे त्यात अतींद्रिय असं काही नसून, मेंदूतल्या लहरींशी त्याचा संबंध असतो. एकदा का आपल्याला 'क्रिएटिव्हिटी' म्हणजे काय हे कळलं, की आपण तिच्या विविध पैलूंचं वर्गीकरण करू शकतो. शिवाय, कोणत्या परिस्थितीत कोणता पैलू अधिक उपयुक्त आहे, हेही आपण ठरवू शकतो. काही कल्पना गर्दीच्या कॅफेमध्येही सहज सुचू शकतील, तर काहींसाठी कोचावर लोळत बिअरचे घोट घेणं अधिक उपयुक्त असेल. कधी कधी स्वतःला झोकून देत 'इम्प्रूव्हाइज' करणं बरं, तर कधी दुसऱ्यांची मदत घेतलेली बरी. असं झालं म्हणजे आपल्या 'क्रिएटिव्हिटी'चा आपण पाहिजे तसा वापर करू शकू.

एवढं असूनही, 'क्रिएटिव्हिटी'चं नेमकं गुपित काय आहे, हे आपल्याला कळलं आहे, असं आपण अजून म्हणू शकत नाही. म्हणूनच हा विषय इतका रंजक आहे. प्रत्येकाचा मेंदू एका विशिष्ट सांस्कृतिक आणि सामाजिक संदर्भांच्या चौकटीत काम करत असतो. त्यामुळे आपल्याला मानसशास्त्र, समाजशास्त्र या दोहोंचाही एकत्रित विचार करावा लागतो. या पुस्तकाची सुरुवात जरी न्यूरॉन्सच्या स्पंदनांनी होत असली, तरी आपल्या भोवतालच्या परिस्थितीचाही यात विचार केला आहे. काही शहरांमध्येच 'क्रिएटिव्हिटी'ला एवढा ऊत आलेला का दिसतो; शाळेच्या वर्गात कोणतं तंत्र वापरलं तर सर्जनशीलता वाढते; इंटरनेटमुळे आपण अधिक क्रिएटिव्ह बनत आहोत की उलट परिणाम होत आहे; वरकरणी 'क्रिएटिव्हिटी'शी काहीही संबंध नसलेल्या गोष्टींचा तिच्यावर कसा प्रभाव पडतो, (उदा. भिंतींचा रंग किंवा विश्रामखोलीची जागा) हेसुद्धा आपण बघणार आहोत.

कित्येकदा नवनिर्मितीच्या प्रक्रियेला अनेकांचा हातभार लागतो. त्यामुळे 'टीम'मध्ये

योग्य प्रकारे काम कसं करावं, हेही आपल्याला ठाऊक हवं. पुस्तकाच्या पहिल्या भागात वैयक्तिक पातळीवर आढळणाऱ्या क्रिएटिव्हिटीचा ऊहापोह केला आहे. लोक एकत्र आले तर- मग ते रस्त्यांवर असोत किंवा ऑफिसच्या लॉबीत असोत- काय काय घडू शकतं, या सर्वांचं दुसऱ्या भागात वर्णन केलं आहे. या विषयात अतिशय रंजक संशोधन झालं आहे; चालू आहे. ब्रॉडवेमधील हजारो संगीत नाटकांचा अभ्यास करून, माणसं जिथं जिथं एकत्र येतात, तिथल्या परिस्थितीचं विश्लेषण केलं गेल्यामुळे आपल्याला काही कंपन्या किंवा टीम्स अधिक सर्जनशील का असतात, हे आता थोडं कळू लागलंय. त्यांचं यश हा अपघात नसतो.

मानवी इतिहासाकडे पाहिलं, तर बहुतेक काळांत कल्पकतेला दैवी देणगीच मानलं गेलं आहे. या पार्श्वभूमीमुळे तिच्याबद्दल आपल्या मनात अनेक गैरसमज आजही आहेत. या गैरसमजांमुळे आपली दिशाभूल होते; इतकंच नाही, तर आपल्या कल्पनाशक्तीलाही त्यामुळे अडथळा निर्माण होतो. आपण काही सुबक वैज्ञानिक प्रयोग आणि अभ्यासांकडे बघणार आहोत, शिवाय वास्तव जगात पडणारे क्रिएटिव्हिटीचे पडसादही तपासणार आहोत. बॉब डिलनची लिखाणाची पद्धत आणि कवींच्या अमली पदार्थांच्या सवयींबद्दल माहिती करून घेणार आहोत. रसायनशास्त्रज्ञासारखा विचार करणारा बार टेंडर इथं आपल्याला भेटेल; तसेच ऑटिस्टिक असलेला भन्नाट सर्फरसुद्धा भेटेल. अशक्यप्राय वाटणाऱ्या समस्या सोडविणारी वेबसाईट आणि पिक्सार स्टुडिओजच्या पडद्यामागच्या गमतीकडेही आपण लक्ष देणार आहोत. यो-यो मा 'इम्प्रूव्हाइज' कसं करतो आणि सतत नवनवीन कल्पनांना वास्तवात आणणाऱ्या कंपन्यांचं गुपित काय, हे आपण बघणार आहोत.

न्यूरॉन ते घासून-पुसून तयार झालेली सिम्फनी आणि मेंदूतलं सर्किट ते एखादं यशस्वी प्रॉडक्ट– यादरम्यान असलेले असंख्य पदर आपण उलगडून बघणार आहोत. क्रिएटिव्हिटीकडे एक अतींद्रिय शक्ती म्हणून बघता कामा नये. ती फक्त कलाकार किंवा वैज्ञानिकांपुरती मर्यादित असते, असं आपल्याला वाटायला नको. मानवी मनाच्या 'ऑपरेटिंग सिस्टम'मध्ये 'क्रिएटिव्ह इम्पल्स' अंतर्भूत आहेच. कोणत्याही क्षणी मेंदू आपला आपणच नवी 'असोसिएशन्स' निर्माण करत असतो आणि दैनंदिन 'क्ष'चं अनपेक्षित 'य'शी नातं जोडत असतो. हे कसं होतं, याबद्दल हे पुस्तक आहे. आपण कल्पना कशा करतो, त्याची ही कथा आहे.

अनुक्रमणिका

'एकट्याने'

बॉब डिलनचा मेंदू

'ऑलवेज कॅरी ए लाइट बल्ब'
-बॉब डिलन

सन १९६५ मधील मे महिना. बॉब डिलन कंटाळलेला दिसतोय. लंडनच्या 'सवॉय' या उंची हॉटेलात एका आरामखुर्चीत तो अंग टाकून पडला आहे. त्याचा 'रे-बॅन' जरा खाली सरकवलेला आहे; नजर शून्यात लागलेली. त्याच्या नजरेला नजर देणं अवघड आहे. युरोप दौऱ्याच्या शेवटच्या टप्प्यात असलेल्या त्याच्या थकलेल्या साथीदारांना आणि चाहत्यांना टिपत, कॅमेरा आपली मान अपराधीपणाने वळवून खोलीवरून फिरवू लागतो.

गेले चार महिने एकापाठोपाठ कार्यक्रम करताकरता डिलनची अगदी तारांबळ उडून गेली होती. नॉर्थ-ईस्ट अमेरिकेत सर्वत्र बसने प्रवास करत, लहानसहान शहरांत, तसेच मोठ्या शहरांतील नाट्यगृहांत त्याचे कार्यक्रम चालू होते. (एकट्या न्यू जर्सीतच त्याने पाच ठिकाणी कार्यक्रम केले.) यानंतर तो पश्चिम किनारपट्टीच्या प्रदेशात गेला. तिथेही जमेल तितक्या कॉन्सर्ट आणि 'प्रोमो' करण्यात तो दंग होता. त्याला 'प्रेस'समोर 'प्रदर्शित' केलं गेलं. 'सत्य काय आहे?'पासून ते 'तुमच्या शेवटच्या अल्बमवर मांजराचे चित्र का आहे?' असे अनेक निरर्थक प्रश्न त्याला विचारले गेले. कधी कधी तो चिडायचा आणि पत्रकारांशी हट्टीपणाने वागायचा. मग ''मी जे लिहितो, त्याबद्दल मला काहीही म्हणायचे नाहीये. मी लिहितो; त्यात काहीही 'संदेश' वगैरे नाही. मला अधिक विस्तार करायला लावू नका.'' अशी उत्तरे तो देई. कधी कधी तो रागवायचा नाही; मग अशा वेळी कुत्सितपणे काही तरी बोलायचा. तो पत्रकारांना सांगायचा की, त्याला पाने (monkey wrenches) गोळा करण्याचा छंद आहे... किंवा त्याचा जन्म 'आकापुल्को'मध्ये झाला होता... आणि 'गोंधळ, कलिंगडे आणि घड्याळे' ही

त्याच्या काव्याची स्फूर्तिस्थाने आहेत. या शेवटच्या विधानाने तर त्याच्या चेहऱ्यावर स्मित उमटायचेच बाकी असायचे.

तो लंडनला पोहोचला तोपर्यंत हा दौरा त्याला झेपेनासा झालाय, हे उघड झालं होतं. निद्रानाश आणि औषधांनी तो कृश झाला होता; निकोटिनमुळे नखं पिवळी पडली होती आणि त्वचेला एक भयानक पांढरी कळा प्राप्त झाली होती. (तो एखाद्या 'कुपोषित देवदूता'सारखा दिसतोय, असं कोणी तरी म्हणालं.) तो स्वतः अमली पदार्थांचे सेवन प्रमाणाबाहेर करीत होता आणि त्याच्या भोवतालीसुद्धा असेच लोक जास्त होते. डी. ए. पेनेबेकर यांनी डिलनच्या १९६५ च्या दौऱ्यावर आधारित 'डोन्ट लुक बॅक' हा माहितीपट तयार केला होता. त्यातील हा प्रसंग आहे...

कार्यक्रम आटोपून डिलन परत येतो, तो रिकाम्या खोलीत. "स्वागत असो", असं त्याच्या चमूतील एक जण उद्गारतो. डिलन म्हणतो, "ही बहुधा पहिलीच वेळ असेल, जेव्हा पार कामातून गेलेल्या वेड्यांनी ही खोली भरलेली नाही. कधी वाटलं नव्हतं एवढं इथं 'कूल' वाटतंय." थोड्याच वेळात दारावर थाप पडते... आले, वेडे आले!!

डिलन गर्दीपासून पळून जाऊ शकत नव्हता, म्हणून त्यानं स्वत:तच हरवून जाण्याचं तंत्र आत्मसात केलं. त्याच्या सामानाबरोबर एक टाईपरायटर असे. त्याला वेगळं टेबल वगैरे लागत नसे; जे असेल त्याच्यात तो भागवू शकायचा. दौऱ्याच्या गडबडीतही त्याचं मन शब्दांचा शोध घेत राही. कधी मनाजोगते शब्द सुचले नाहीत, तर तो लिहून झालेलं सगळं तुकडे-तुकडे करून केराच्या टोपलीत फेकून देई. (मारियान फेथफुलनं अशा क्षणांचं वर्णन 'tantrums of genius' – प्रतिभावंताचा त्रागा आणि आदळआपट– असं केलं आहे.) डिलनची प्रतिभा शाबूत होती. तो लिहायचा, कारण दुसरं काही करायचं त्याला माहीतच नव्हतं. असं असूनही संगीत निर्माण करण्यात त्याला रस वाटेनासा झाल्याची चिन्हं दिसू लागली होती. अलीकडे 'सोलो' गाताना तो दुसऱ्याच कोणी तरी लिहिलेली रचना म्हणतोय की काय, असं वाटू लागलं होतं. त्याच्या गाण्यात तोचतोपणा येऊ लागला होता. आता तो श्रोत्यांना क्वचितच दाद देई. उसंत न घेता एकापाठोपाठ दुसरं गाणं सुरू करी; जणू काही त्याला रंगमंचावरून निघून जाण्याची घाई झाली आहे! 'डोन्ट लुक बॅक'मधील एका प्रसंगामध्ये डिलनची एक फॅन त्याला म्हणते, 'मला तुझं नवं गाणं आवडलं नाही. त्या गाण्यात इलेक्ट्रिक गिटार आहे.' तेव्हा 'अच्छा, तर तू अशा लोकांपैकी आहेस तर! मला आत्ता कळलं,' असं तिला तुच्छतेनं तो म्हणतो आणि तिथून निघून जातो.

थोड्याच काळात सगळ्याचा अतिरेक झाला. इंग्लंडच्या दौऱ्यादरम्यान डिलनला

जाणवलं की, अशी जीवनशैली आता फार काळ चालू ठेवणं कठीण आहे. प्रतिभा- त्याची अथक सर्जनशीलता- म्हणजे त्याचं सर्वस्व. आणि प्रसिद्धीमुळे नेमकं हेच नष्ट होत चाललं होतं. पोर्तुगालमध्ये सुटी घालवत असताना झालेल्या अन्न-विषबाधेनं बहुधा त्याची पूर्णच खात्री पटली. या दुखण्यामुळे डिलन एक आठवडाभर अंथरुणाला खिळून होता. यामुळे त्याला अंतर्मुख होण्याची एक दुर्मिळ संधी मिळाली. ''मी पूर्णपणे गळून गेलो आहे'', असं तो नंतर म्हणाला. ''माझी इच्छा नसतानाही मी अनेक गाणी वाजविली. जे शब्द उच्चारण्याची माझी मुळीच इच्छा नव्हती, असे शब्द मी गायलो... आपण स्वतःवर अजिबात खूश नसताना लोकांकडून आपलं कौतुक ऐकणं, हे तर फारच कंटाळवाणं असतं.''

थोडक्यात सांगायचं झालं तर, डिलनला स्वतःच्या संगीताचा वीट आला होता. प्रकाशझोतात एकट्यानंच उभं राहून गिटार वाजविण्याचा उबग आला होता. अपेक्षांचा आणि राजकारणाचा उबग, 'प्रवक्ता' असण्याच्या ओझ्याचा उबग. त्याच्या गाण्यांमध्ये काही तरी 'संदेश' असतो आणि त्याचं संगीत तत्कालीन घटनांबद्दल असतं, असं लोक गृहीतच धरायचे. पण डिलनला प्रत्येक गोष्टीबद्दल मत व्यक्त करायचं नव्हतं. 'ब्लोइंग इन द विंड'मध्ये व्यक्त होणारा भावनिक, 'सेल्फ-रायटसनेस'- (ढोंगी) ही स्वतःची ओळख त्याला नको होती. पण पुढे काय करायचं, हे मात्र त्याला कळत नव्हतं. एकीकडे तो भूतकाळात अडकला होता, तर दुसरीकडे भविष्यकाळासाठी त्याच्याकडे काहीच योजना नव्हती. सध्याची जीवनशैली फार काळ टिकणारी नव्हती, या एकाच गोष्टीची त्याला खात्री होती. जेव्हा जेव्हा तो स्वतःबद्दल वर्तमानपत्रात वाचत असे, तेव्हा तेव्हा त्याला वाटे : 'देवा, तो मी नव्हेच!'

लंडनमधील रॉयल अल्बर्ट हॉलमधले त्याच्या दौऱ्यातील शेवटचे कार्यक्रम 'हाउसफुल' होते. आपण संगीत क्षेत्रातून निवृत्त होत आहोत, असं आपल्या मॅनेजरला त्यानं इथंच सांगितलं. गाणं आणि गाणी लिहिणं यांच्याशी त्याचा काहीही संबंध राहिलेला नाही आणि आता वूडस्टॉक, न्यूयॉर्क येथे एका छोट्याशा खोपटात राहायला जाण्याचा निर्णय त्यानं घेतला होता. एकटं राहायला मिळावं म्हणून तो स्वतःच्या 'सेलेब्रिटी' स्टेटसचा त्याग करायला तयार झाला होता- त्या पिढीचा पॉप आयकॉन आणि 'मसीहा कवी' असला, तरीही!

डिलन थापा मारत नव्हता. सांगितल्याप्रमाणे, ब्रिटिश दौऱ्यावरून परतल्यावर आपली 'ट्रायम्फ' मोटरसायकल घेऊन तो न्यूयॉर्कमधून थेट चालता झाला. गत आयुष्य मागं टाकून, एका रिकाम्या घराकडे तो निघाला होता. त्यानं गाणी लिहिणं सोडून दिलं होत- बस्स! त्याला अधिक काहीही म्हणायचं नव्हतं. त्यानं आपली गिटारही सोबत नेली नव्हती.

प्रत्येक सर्जनशील प्रवासाची सुरुवात एखाद्या समस्येनं होते. हताशपणा आणि उत्तर सापडत नसल्याची हुरहूर मनाला खात राहते. आपण कष्ट उपसलेले असतात; पण भिंतीवर डोकं आपटल्यासारखं होतं. पुढे काय करायचं याची किंचितही कल्पना नसते.

जेव्हा आपण सर्जनशीलतेविषयी बोलतो, तेव्हा त्या प्रक्रियेतील ही अत्यंत महत्त्वाची पायरी आपण विसरून जातो. प्रयत्न सोडून द्यायच्या बेतात असलेले ते दिवस, तो काळ- जेव्हा आपले प्रश्न सुटणार नाहीत याची आपल्याला खात्री वाटायला लागलेली असते- अशा दिवसांचा आपण सहसा उल्लेख करत नाही. कारण चुकीचा रस्ता धरल्यामुळे परत फिरावं लागणं, यात काहीही स्वप्नाळू (रोमॅण्टिक) आणि भावनांना हात घालणारं नसतं. त्यामुळे असे अपयशाचे क्षण आपण विसरून जातो. (अशा अपयशाच्या क्षणांमुळे, आपण 'सांगण्याजोगे काहीच न केल्याच्या' किती जवळ जाऊन आलो होतो, याची आपल्याला आठवण होते. हे आपल्याला नको असतं.) त्यामुळे आपण थेट देदीप्यमान यशाच्या घटनेलाच हात घालतो. कथेचा गोड शेवट आधीच सांगून टाकतो.

पण अशा कथाकथनात एक धोका असतो. सर्जनशीलतेच्या प्रक्रियेतील बुचकळ्यात पाडणारा, निराशा आणणारा हा अविभाज्य भाग आपण गाळलेला असतो. आपल्याला उत्तर मिळण्याअगोदर- नव्हे, प्रश्न काय आहे हेही नीटसं कळलेलं नसताना- आपण नैराश्याच्या गर्तेत गेलेलं असणं आणि 'उत्तर मिळणार नाही' याची आपल्याला खात्री पटलेली असणं, आवश्यक असतं. प्रश्नाशी दोन हात करून आपण हार पत्करलेली असावी लागते. म्हणून डिलन सगळं सोडून वूडस्टॉकला गेलेला असतो. कारण तो होता तिथंच राहिला असता, तर त्याला जे हवं होतं ते तो निर्माण करूच शकला नसता.

बहुतेक वेळा नेमक्या याच स्थितीत असताना आपल्याला उत्तर सापडतं- जेव्हा आपण त्यासाठी प्रयत्न करणं सोडून दिलेलं असतं. (कल्पनाशक्तीच्या बाबतीत असा 'दुष्ट' विरोधाभास दिसून येतो.) आणि जेव्हा हे उत्तर आपल्याला गवसतं, ते काही हळूहळू, तुकड्या-तुकड्यानं गवसत नाही; उलट ते धक्कादायकरीत्या परिपूर्ण अवस्थेत आपल्याला दर्शन देतं. अचानक, एके काळी अशक्य वाटलेलं, एकदम सूर्यप्रकाशाइतकं लख्ख दिसू लागतं. 'हे आधी कसं सुचलं नाही' म्हणून मनोमन आपण चरफडतो.

हाच तथाकथित साक्षात्कारी क्षण आपल्याला आर्किमिडीज किंवा न्यूटनच्या कथांमधून परिचित आहे. हीच मानसिक प्रक्रिया कोलरिज, आइन्स्टाइन, पिकासो, किंवा मोझार्ट यांनीही वर्णिली आहे. जेव्हा आपण सर्जनशीलतेच्या साक्षात्कारी क्षणांबाबत बोलत असतो, तेव्हा 'डोक्यात एकदम प्रकाश पडला' अशासारख्या

शब्दांत आपण त्यांचं वर्णन करतो.

एखाद्या गोष्टीचं मर्म उमगणं म्हणजे नेमकं काय? शास्त्रज्ञांच्या म्हणण्यानुसार, अशा सर्व अनुभवांमध्ये आपल्याला काही समान धागेदोरे आढळतात. उत्तराच्या शोधात अडणं, ही झाली पहिली पायरी. यात भिंतीवर डोकं आपटत असल्याची भावना होते! कोणत्याही ब्रेकथ्रूसाठी अगोदर ही अडल्याची अवस्था अत्यावश्यक असते. बॉब डिलनकडून त्याचं सर्वोच्च संगीत निर्माण होण्याअगोदर, 'आपल्याकडे आता सांगण्यासारखं काहीही शिल्लक नाही', अशी त्याची खात्री होणं आवश्यकच होतं.

मात्र, अशा नैराश्यातून कालांतरानं साक्षात्कार होण्याकरता भाग्यही लागतं. नवी कल्पना जेव्हा निर्माण होते, तेव्हा तिच्या 'चपखलपणा'बद्दल अत्यंत खात्री वाटणं, हे या प्रक्रियेचं आणखी एक अविभाज्य वैशिष्ट्य आहे. आर्किमिडीजनं जेव्हा तो 'युरेका' क्षण अनुभवला, तेव्हा तो स्नानगृहातून उडी मारून तडक बाहेर पडला. विवस्त्रावस्थेतच पळत जाऊन थेट राजाला त्यानं समस्येचं उत्तर सांगितलं. आपल्याला मिळालेलं उत्तर १००% बरोबर आहे याची त्याला आंतरिक जाणीव झाली होती-नव्हे, खात्री होती.

सकृत्दर्शनी, 'साक्षात्कारी क्षण' म्हणजे एक अनाकलनीय गूढ वाटण्याची शक्यता आहे. एका क्षणी आपण अडकलेले असतो आणि दुसऱ्याच क्षणी आपण मुक्त झालेले असतो! मधल्या अवधीत काय घडलं याची आपल्याला कल्पनाही नसते. जणू आपला मेंदू त्याच्यात दडलेल्या गुपिताचं दार किंचितसं किलकिलं करून दाखवत असतो.

पण प्रश्न हा आहे की, असे क्षण नेमके कसे निर्माण होतात, ही प्रक्रिया कशानं सुलभ होते, अडलेल्या मानसिक अवस्थेचं ब्रेकथ्रूमध्ये रूपांतर कसं होतं, आणि आपण अजिबात अपेक्षा करीत नसतानाच उत्तर आपोआप कसं मिळतं... हेच बॉब डिलनच्या बाबतीतलं गूढ आहे आणि ते उकलण्याकरिता आपल्याला थेट मेंदूमध्ये प्रवेश करावा लागणार आहे; कल्पनाशक्तीची black box ('काळी पेटी') उघडून बघावी लागणार आहे.

१.

ती १९९०च्या दशकातली पहिली काही वर्षं होती. मार्क बीमन बुचकळ्यात पडला होता. 'नॅशनल इन्स्टिटट्यूट ऑफ हेल्थ' इथं उजव्या मेंदूला इजा पोचलेल्या रुग्णांचा अभ्यास बीमन हा तरुण शास्त्रज्ञ करत होता. 'व्वा! तुम्ही खरे भाग्यवान' असं डॉक्टर या रुग्णांना सांगत. 'उजव्या मेंदूला तसं कमी महत्त्व असतं- मेंदूचा हा भाग

फार काम करत नाही आणि भाषेशीही त्याचा संबंध नसतो,' हे त्या काळातल्या वैद्यकशास्त्रातील प्रचलित मत होतं. उजवा मेंदू हा 'अनावश्यक' मानला जाई. रॉजर स्पेरी या न्यूरो-शास्त्रज्ञानं आपल्या १९८१ च्या नोबेल पुरस्कार समारंभाच्या भाषणात हाच दृष्टिकोन अशा शब्दांत मांडला : ''मेंदूचा उजवा अर्धगोल 'मूक' आणि 'अंध' तर आहेच; शिवाय त्याला शब्दांचे अर्थ कळत नाहीत, तसंच विवक्षित कृतीही तो करू शकत नाही. तो 'डिस्लेक्सिक' (dyslexic) आणि 'एप्रॅक्सिक' (apraxic) आहे. एवंच, तो एक निरुपयोगी असलेला मांसाचा गोळा आहे.''

पण उजव्या मेंदूला इजा पोचलेल्या अनेक रुग्णांचा डावा मेंदू पूर्ण शाबूत असूनही एखादी गोष्ट समजायला त्यांना अडचण येत होती (cognitive problems), असं बीमनच्या लक्षात आलं होतं. मग अशा लोकांना काय काय अडचणी येतात याची यादी त्यानं बनवली. यांतल्या काही लोकांना विनोद, रूपकं किंवा उपरोध समजत नव्हता. काहींना नकाशे उमगत नव्हते किंवा चित्रांचा बोध होत नव्हता. या समस्या काही गंभीर स्वरूपाच्या नव्हत्या; पण त्या-त्या रुग्णांना मात्र त्या अर्थातच त्रासदायक ठरत होत्या, कारण त्या समस्या उद्भवणं अपेक्षित नव्हतं. उजवा मेंदू काही महत्त्वाचा नसतो, असं त्यांच्या डॉक्टरांनी त्यांना सांगितलंच होतं.

हे सगळं पाहून उजव्या मेंदूबद्दल अधिक विचार व्हायला हवा, असं बीमनला वाटलं. सुरुवातीला त्याला या रुग्णांच्या समस्यांमध्ये कुठलाही समान धागा आढळला नाही. नकाशे समजण्याशी विनोदबुद्धीचा काय संबंध असणार? किंवा, उपरोध आणि चित्रकला यांचं काय नातं असणार? या समस्यांमधलं वैविध्य आकलनाच्या पलीकडचं वाटत होतं. ''मला काहीच स्पष्टीकरण देता येत नव्हतं,'' बीमन म्हणाला. ''जणू मला एखाद्या चित्रकोड्यातले ठिपके जोडता येत नव्हते.''

आणि आता हार पत्करणार, एतढ्यात त्याला एक कल्पना सुचली. कदाचित तो जे शोधू पाहत होता, तेच उजव्या मेंदूचं कार्य तर नसेल– 'वरकरणी एकमेकांशी संबंध नसलेल्या गोष्टींमधले सूक्ष्म आणि तरल संबंध शोधणं?'[१] त्या सर्व रुग्णांना संपूर्ण वास्तव न दिसता, त्यातले काही भागच दिसताहेत, हे बीमनच्या एकदम लक्षात आलं. त्या विविध भागांचा एकत्रितपणे ते विचार करू शकत नाहीयेत. बीमन म्हणाला, ''आपल्या भोवतालचं वास्तव एवढं गुंतागुंतीचं असतं की, मेंदूला एकाच वेळी दोन वेगवेगळ्या मार्गांनी त्याचा अर्थ लावावा लागतो. तुम्हाला जंगल

---

१. (उजवा मेंदू 'कनेक्शन'शी संबंधित असतो, ही कल्पना १८७० च्या सुमारास जॉन ह्युलिंग्स जॅकसन या ब्रिटिश न्यूरॉलॉजिस्टनं मांडली. उजव्या मेंदूला इजा पोचलेल्या अनेक रुग्णांचा अभ्यास केल्यावर त्यानं निष्कर्ष काढला की- डावा मेंदू 'लॉजिकल विश्लेषण' करतो, तर उजवा मेंदू 'असोसिएटिव्ह लॉज'च्या शोधात असतो.)

दिसावं लागतं, तसंच त्यातली झाडंही सुटी-सुटी दिसावी लागतात. उजवा मेंदू तुम्हाला एकसंध जंगल दिसायला मदत करतो.''

आता उजव्या मेंदूला इजा पोचल्यानंतर भाषेसंबंधित उद्भवणाऱ्या समस्या पाहा. 'डावा मेंदू अक्षरश: शब्दांचे अर्थ लावतो' असा बीमननं अंदाज बांधला. तर, उजवा मेंदू त्या शब्दांचा 'बोधार्थ' लावतो- शब्दकोशात जे दिलेले नसतात, ते अर्थ उजवा मेंदू आपल्याला समजावून सांगतो. जेव्हा तुम्ही एखादी कविता वाचता किंवा विनोदाला हसता, तेव्हा तुम्ही उजव्या मेंदूवर अवलंबून असता. हा मेंदू भाषिक संबंध उलगडतो. रूपकांच्या बाबतीत हे स्पष्ट दिसून येतं. मेंदूच्या दृष्टीनं रूपक म्हणजे 'वरकरणी तरी एकमेकांशी संबंध नसलेल्या दोन भिन्न कल्पनांना सांधणारा दुवा'. 'जूलिएट इज द सन' असं रोमिओ जेव्हा म्हणतो, तेव्हा आपल्याला माहीत असतं की, ती काही तप्त अग्नीचा गोळा नाहीये. जूलिएट आणि सूर्य यांच्यातील साम्यांबाबत इथं रोमिओ बोलतोय, हे आपल्याला कळतं. ती एक तारा नाहीये; पण तरी ज्याप्रमाणे सूर्य धरतीला उजळून टाकतो, तसं ती रोमिओचं विश्व उजळून टाकतीये.

'जूलिएट इज द सन' या ओळीचं विश्लेषण मेंदू कसं करतो? डावा मेंदू शब्दांवर आणि त्यांच्या अर्थावर लक्ष केंद्रित करतो; पण इथं त्याचा फारसा उपयोग नाही. वर्णन केल्या गेलेल्या दोन गोष्टींना लागू असलेली विशेषणं केवळ उद्धृत करून आपल्याला रूपक समजू शकत नाही. 'सूर्य आणि जूलिएट'च्या बाबतीत ही विशेषणांची यादी छोटी असेल. या दोघांमधला दुवा समजायला, आपल्याला त्यांच्यातल्या सूक्ष्म गुणधर्मांमधील साम्य समजून घ्यावं लागेल. ही जाणीव बहुधा उजव्या मेंदूला होत असावी, कारण त्यालाच एखादं दृश्य लांबून- 'झूम आऊट' करून बघता येतं. त्यालाच वाक्यातील शब्दरचना उलगडून तिचा अर्थ लावता येतो.

उजव्या मेंदूची ही क्षमता केवळ भाषेपुरती मर्यादित नाहीये. विविध कारणांनी मेंदूला इजा झालेल्या लोकांचा अभ्यास १९४० च्या सुमारास करण्यात आला. एका प्रयोगात या लोकांना घराचं चित्र दाखवून मग तसं चित्र काढायला सांगण्यात आलं. लोकांनी काढलेल्या चित्रांत खूप वैविध्य दिसून आलं. आणि गम्मत म्हणजे, मेंदूचा कुठला भाग निकामी झाला होता, त्यावर हे फरक अवलंबून होते. ज्यांचा उजवा मेंदू कार्यरत नव्हता, त्यांची चित्रं अद्भुतरम्य होती... त्यांच्या घरांचे दरवाजे हवेत तरंगत होते, छपरं उलटी होती- वगैरे. पण एकूण आकार विचित्र असला तरी घरातील बारकावे फारच काळजीपूर्वक चित्रित केले गेले होते, हे विशेष! उदाहरणार्थ- प्रत्येक विटेचा आकार, पडद्यांच्या चुण्या इत्यादी गोष्टी त्यांनी हुबेहूब चितारल्या होत्या. (अशा रुग्णांना माणसाचं चित्र काढायला सांगितलं, तर कदाचित ते एखादा हात किंवा दोन डोळे एवढेच काढतील.) याउलट, ज्यांचा उजवा मेंदू शाबूत होता (पण डावा निकामी होता), अशांच्या चित्रांत घराचं एकंदर आकारमान व्यवस्थित

होतं. त्यांच्या चित्रांत बारकावे फारसे नव्हते. त्यांनी बाराकाव्यांऐवजी ढोबळ गोष्टींना महत्त्व दिलं होतं.

या अमूर्त कौशल्यांचा अभ्यास करणं, हे आता बीमनसमोरचं आव्हान होतं. त्याला उजव्या मेंदूचा अभ्यास करायचा होता- पण नेमके कोणते प्रश्न विचारायचे, हे त्याला कळत नव्हतं. त्या काळात 'पॉप' मानसशास्त्रामुळे उजव्या मेंदूविषयी अनेक कपोलकल्पित कथा जनमानसात प्रचलित होत्या. उजव्या मेंदूवर अवलंबून असलेले लोक कलाकार असतात, त्यांची कल्पनाशक्ती विलक्षण असते... वगैरे. अशा समज-गैरसमजांमुळे उजव्या मेंदूविषयी संशोधन करण्याचा प्रस्ताव मांडला, तर संशोधनाला अनुदान देणारी कुठलीही समिती तो फेटाळून लावत असे. त्यांना अशा संशोधकाबाबत भरवसा वाटत नसे. शिवाय रूपके, 'साकल्यात्मक विचार-प्रणाली' (holistic thinking) वगैरे विषयांच्या मागं लागणं, म्हणजे संशोधन क्षेत्रात आत्मघात करून घेणं होतं.

बीमननं कॅलिफोर्निया विद्यापीठातील जोनाथन स्कूलर या मानसशास्त्रज्ञाचं व्याख्यान १९९३ मध्ये ऐकलं. विषय होता- 'साक्षात्कारी क्षण'. स्कूलरनं एका साध्या प्रयोगाचे निष्कर्ष सादर केले. एका खोलीत कॉलेज तरुणांना गोळा करून त्यांना 'क्रिएटिव्ह' कोडी सोडवायला दिली. उदाहरणादाखल हा प्रश्न पाहा :

> एक भला मोठा मेरू (पिरॅमिड) उलटा, म्हणजे त्याच्या टोकावर उभा केला आहे. जराही धक्का लागला किंवा हालचाल झाली, तरी तो कलंडणार आहे. या मेरूच्या टोकाखाली एक शंभराची नोट ठेवली आहे. मेरूला धक्का न लावता, तुम्ही ती नोट कशी काढून घ्याल?

उत्तर शोधत असताना तुमचं मन कसा विचार करतंय, ते जरा पाहा. बहुतेक सर्व लोक तो अलगद उभा असलेला मेरू डोळ्यांसमोर आणतात. आता तो मेरू उचलण्याकरिता एखादी क्रेन बहुधा तुमच्या मनात आली असेल. (पण असं कुठलंही यंत्र वापरायला आपल्याला परवानगी नाहीये!) मग तुम्ही कल्पना कराल की, काही तरी करून ती नोट हळूच, न फाटू देता, त्या मेरूखालून काढता येईल का? काश! बहुतेक लोकांना काही उतर सापडत नाही आणि ते आधी वर्णन केलेल्या 'अडलेल्या' अवस्थेप्रत पोचतात. तर्कशुद्ध विचार करूनही अडल्यामुळे चिडचिड होते. आणि मग 'जाऊ दे' म्हणण्याची वेळ येते. स्कूलर म्हणतो की, अनेक लोकांना हे कोडं घालणाऱ्याचा राग येतो. 'का दिलं हे असलं मूर्ख कोडं? ते सोडवणं अशक्य आहे.' मग तुम्हाला सांगावं लागतं की, या कोड्याला उतर आहे!

या परिस्थितीत मग लोकांना काही सूचक गोष्टी (हिंट) स्कूलर सांगतो. तो

‘आग’ हा शब्द असलेलं एखादं वाक्य क्षणभर त्यांच्या नजरेसमोरून सरकवतो. किंवा, ‘काढणे’ या शब्दाच्या अर्थाचा विचार करा, असं सांगतो. इथून पुढे जे घडलं, ते अतिशय रंजक आहे. विद्यार्थ्यांनी फक्त डावा डोळा उघडा ठेवून जेव्हा या ‘हिंट्स’ पाहिल्या, तेव्हा त्यांना उत्तर सापडणं सोप गेलं. डावा डोळा उजव्या मेंदूशी जोडलेला असतो. स्कूलर म्हणतो, “डावा डोळा बंद ठेवून उजव्या डोळ्यासमोर (म्हणजेच, डाव्या मेंदूच्या दिशेने) जर हिंट दाखविली, तर ढिम्म काही होत नाही. नंतर याच लोकांना जेव्हा तीच हिंट डाव्या डोळ्याला दाखविली, तेव्हा लगेच डोक्यात प्रकाश पडला! थोडक्यात, डोळ्याला जे दिसत होतं, त्याचा अर्थ फक्त उजव्या मेंदूला लावता येत होता.” (तुम्ही अजूनही उत्तराचा विचार करत असाल, तर ते असं आहे – ‘त्या नोटेला आग लावावी’. यातला ‘इन्साईट’चा भाग कोणता, तर तुम्हाला नोट फक्त काढायचा मार्ग विचारला होता; ती नोट आहे तशीच असली पाहिजे, अशी अट नव्हती!)

स्कूलरचा निष्कर्ष बीमनच्या दृष्टीनं साक्षात्कारी होता. एखाद्या गोष्टीतले दडलेले लागेबांधे, दोन वेगवेगळ्या संकल्पनांमधले परस्परसंबंध हे उजव्या मेंदूला अधिक स्पष्ट ‘दिसतात’. असली कोडी सोडविण्यात उजवा मेंदू पटाईत ठरला होता, हे साहजिकच आहे. डावा मेंदू जेव्हा कोड्यातला मेरू उचलायचा आटोकाट प्रयत्न करत होता (मेरू उचलणं हाच तर निःसंदिग्ध मार्ग होता, नाही का?), तेव्हा उजवा मेंदू मात्र हा प्रश्न वेगळ्या दृष्टिकोनातून पडताळून बघत होता. बीमन म्हणतो, “साक्षात्कारी क्षणांच्या माध्यमातून उजव्या मेंदूच्या या विविध पैलूंचा अभ्यास करणं खरोखरच रंजक ठरेल. मनाचे गूढ वाटणारे पैलू शास्त्रीय पद्धतीनं अभ्यासण्याचा हा चांगला मार्ग होता. मला साक्षात्काराविषयी साक्षात्कार झाला!”

२.

मार्क बीमनच्या स्मितहास्यात एक तणाव जाणवतो. त्याला थोडंसं टक्कल पडत चाललं आहे. हा माणूस एखाद्या लांब पल्ल्याच्या धावपटूप्रमाणे सडपातळ बांध्याचा आहे. त्यानं १९८८ आणि १९९२ च्या ऑलिम्पिक्समध्ये पात्रता फेरीत, ३.४१ मिनिटांमध्ये १५०० मीटर अंतर पार केलं होतं. पण त्याच्याच शब्दांत सांगायचं तर, ‘कंबरेखालचं माझं शरीर हळूहळू खिळखिळं होत चाललं होतं.’ म्हणून पळण्याच्या स्पर्धांमधून त्यानं अंग काढून घेतलं होतं. आता तो भरपूर चालतो. जेव्हा बीमन त्याच्या आवडीच्या गोष्टी सांगताना रंगात येतो- मग गोष्टीचा विषय मेंदूतील पिरॅमिडल न्यूरॉन्स (pyramidal neurons) असोत, की बीमनची नवी ‘ट्रेडमिल’ असो- तेव्हा तो भरभर बोलू लागतो आणि हाताला येईल त्या कागदावर चित्रं रेखाटू लागतो.

बीमनने जेव्हा 'साक्षात्कारी क्षणांचा' (इन्साईट) अभ्यास सुरू केला (१९९०-२००० या दशकाच्या मध्यात), तेव्हा हा विषय अभ्यासण्याचा रूढ शास्त्रीय मार्ग म्हणजे- लोकांना अवघड कोडी सोडवायला देणं आणि ती त्यांनी कशी सोडविली याबाबत त्यांना प्रश्न विचारणं, असा होता. पण यातली गोची अशी आहे की, साक्षात्कार होईपर्यंतची मानसिक प्रक्रिया आपल्या नकळतच होत असते. 'तो क्षण' नेमका कुठून आला किंवा त्या दिशेनं कोणते विचार मनात आले, याची कल्पनाही लोकांना नसते. इथं शास्त्र अडतं.

बीमनला हे संशोधन पुढे न्यायचं होतं. याकरिता त्याला मेंदूचा अभ्यास करायचा होता. त्याला आधुनिक न्यूरो-सायन्सच्या हाताशी असलेल्या 'पेट' स्कॅन (PET Scan) आणि एफ-एमआरआय (fMRI) सारख्या साधनांचा वापर करून मेंदूच्या कुठल्या भागात काय घडतं, हे बघायचं होतं. पण लगेच एक अडचण समोर आली. एकीकडे आहे 'सबोध विश्लेषणात्मक' (conscious analysis) विचारपद्धती. यामध्ये एखादा प्रश्न तर्कशुद्ध पायऱ्या-पायऱ्यांनी सोडविला जातो. असं करणारी व्यक्ती स्वतःच्या विचारप्रवाहाबद्दल आपल्याला सांगू शकते. यामध्ये एक-एक विचार तर्काच्या कसोटीवर घासून पहिला जातो. (डावा मेंदू यात वाकबगार असतो.) सतर्क राहून आणि कष्ट घेऊन उत्तर प्राप्त झालेलं असतं. उत्तर सापडण्यात 'आकस्मिक' असं काहीही नसतं. इनसाईटबाबत याच्या अगदी उलट परिस्थिती असते... बीमनला अशा दोन अगदी वेगळ्या गोष्टींची तुलना करायची होती.

साक्षात्काराचे अभ्यासक जी कोडी वापरायचे, ती सोडवायला साक्षात्काराचीच आवश्यकता भासायची! अशा कोड्यांची उत्तरं 'जमलं!' अशी एकदम सुचायची, नाही तर अजिबातच जमायची नाहीत. आता हा प्रश्न बघा :

> मार्शा आणि मार्जोरी एकाच वर्षाच्या, एकाच महिन्याच्या एकाच दिवशी जन्माला आल्या. दोघींचे आई-बापही तेच होते; पण त्या जुळ्या बहिणी नव्हत्या, तर असं कसं?[२]

बीमनसमोर जे आव्हान होतं, ते असं- सोडवायला बहुधा जी इन्साईट लागते (पण लागतेच, असंही नाही), अशी कोडी तयार करायची. अशी कोडी सोडविताना इन्साईटला कारणीभूत असलेले मज्जातंतूंचे जाळे आणि तार्किक विचार करतानाचे मज्जातंतूंचे जाळे तो वेगवेगळे अभ्यासू शकला असता. तत्त्वतः तरी हे पटण्यासारखं होतं. पण अशी कोडी बनविणं सोपं नव्हतं. कोडी फार अवघड असता कामा नयेत आणि फार सोपीही नकोत. शिवाय तुमच्याजवळ अशी खूप कोडी असायला हवीत.

---

२. त्या तिळ्या आहेत

शेवटी बीमनने शाब्दिक कोडी तयार केली. त्यांना तो compound remote association problems म्हणत असे.

कोडी साधारणपणे अशी असत– एका प्रयुक्ताला (research subject) तीन वेगवेगळे शब्द द्यायचे. उदा– Age, mile, आणि sand. मग असा एक दुसरा एक शब्द शोधायचा, जो स्वतंत्रपणे या प्रत्येक शब्दाबरोबर वापरून एखादा नवा शब्द किंवा शब्दप्रयोग तयार होईल. (इथे उत्तर आहे stone हा शब्द. त्यापासून होऊ शकतात Stone age, milestone आणि sandstone हे नवे शब्द.) असा प्रत्येक प्रश्न सोडवायला १५ सेकंद दिले जातात. त्यानंतर दुसरा प्रश्न. उत्तर मिळाले, तर प्रयुक्ताने की-बोर्डवरील स्पेसबार दाबायचा आणि तार्किक विचार करून उत्तर मिळालं की इन्साईटनं, ते सांगायचं. मी जेव्हा बीमनच्या प्रयोगशाळेत प्रयुक्त बनून गेलो, तेव्हा उत्तर मिळण्याच्या या दोन पद्धती मनातल्या मनात मी सहज ओळखू शकत होतो. जेव्हा मी तार्किक विचार करायचो, तेव्हा मी प्रत्येक शब्द मनात 'म्हणून' बघायचो. Ageच्या बरोबर कोणकोणते शब्द जुळून येतात, ते mile आणि Sand शीही जुळतात का, असा विचार करायचो. जेव्हा उत्तर मिळे, तेव्हा मनातल्या मनात मी ते पुन्हा एकदा 'क्रॉसचेक' करून मगच स्पेसबार दाबत असे. याउलट, मेंदूत जी इन्साईट निर्माण होत होती, ती क्षणार्धातच होत होती.

बीमन आता इन्साईटच्या अशा क्षणांची मज्जा संस्थेतील मुळं शोधण्यासाठी सज्ज झाला. एफ-एमआरआय मशिनमध्ये प्रयुक्त असताना, त्यांना कोडी सोडवायला देऊ लागला. या यंत्राद्वारा केलेल्या स्कॅनमध्ये मेंदूतील रक्तप्रवाह 'दिसतात'. साधारणपणे मेंदूच्या ज्या भागात 'विचार' चालू आहेत, तेथील रक्तप्रवाह वाढलेला दिसतो. (वाढीव रक्तपुरवठ्यातून मेंदूच्या उद्दीपित पेशींना अधिक प्रमाणात लागणारा प्राणवायू आणि ऊर्जा मिळते.) मात्र, यात एक थोडीशी अडचण होती. मेंदूचा एक 'नकाशा' एफ-एमआरआयमुळे जरी प्राप्त होत असला, तरी वाढीव रक्तपुरवठा दिसून यायला काही सेकंद वेळ लागतो. एवंच, साक्षात्कारांची गती एफ-एमआरआयला झेपत नाही. त्यामधून बीमनला मिळणारी माहिती फारच 'भोंगळ' स्वरूपाची होती.

आता बीमनने ड्रेक्सेल विद्यापीठातील कुनिओस नामक मानसशास्त्रज्ञाशी संपर्क साधला. मेंदूतील विद्युतलहरींचा आलेख काढण्याचे ई.ई.जी. नामक तंत्र कुनिओस वापरीत असे. या चाचणीसाठी डोक्यावर विविध ठिकाणी 'इलेक्ट्रोड' लावले जातात. न्यूरॉन्सच्या कार्यामुळे निर्माण होणाऱ्या वेगवेगळ्या 'फ्रीक्वेन्सी' असलेल्या विद्युतलहरी प्रत्येक इलेक्ट्रोड टिपतो. मेंदूत एखादी 'घटना' घडणे आणि तिच्या लहरी ई.ई.जी.वर दिसण- या दोन क्रिया एकमेकींबरोबरच होतात. एफ-एमआरआयमध्ये जो थोडा वेळ लागतो, तसा इथं लागत नाही. त्यामुळे हे तंत्र साक्षात्कारांचा अभ्यास करायला उपयुक्त ठरेल, असं कुनिओसला वाटलं. पण दुर्दैवानं, वेळेच्या बाबतीत

आपण जे कमावतो, ते नेमकेपणात गमावतो. आलेखात दिसणाऱ्या लहरी मेंदूच्या नेमक्या कुठल्या भागातून निर्माण झाल्या आहेत, हे तंतोतंतपणे सांगता येत नाही.

पण ई.ई.जी. व एफ-एमआरआय ही दोन भिन्न तंत्रं एकत्रितपणे वापरून बीमन आणि कुनिओस यांना काही गोष्टींचा उलगडा होऊ शकला. साक्षात्कारात गोष्टी क्षणार्धात घडल्या असं जरी वाटत असलं, तरी प्रत्यक्षात मात्र मेंदूत त्या घटनेच्या दिशेनं वाटचाल आधीच चालू झालेली असते. याबाबत बोलताना बीमन अनेकदा लुई पाश्चरची उक्ती सांगतो : "Chance favours the prepared mind." म्हणजेच– ''तयारी असलेल्या मनालाच 'योगायोग' प्रसन्न होतो.''

एखाद्या उत्तराचा शोध प्रथम डावा मेंदू घेऊ लागतो. ज्या-ज्या जागा त्याला माहीत असतात, त्या-त्या जागा तो धुंडाळतो. बीमन आणि कुनिओस ज्या प्रयुक्तांना शब्दकोडी घालत होते, त्यामुळे त्यांच्या मेंदूतील भाषा व वाक्शक्तीची केंद्रं उद्दीपित होताना त्यांना दिसली. पण डाव्या मेंदूची धाव लवकरच थांबली. 'उत्तर सापडत नाही' असं काही सेकंदांतच प्रयुक्त सांगत. बीमन म्हणतो, ''तुमचा मेंदू जे-जे पर्याय तुमच्यासमोर मांडतो, ते बहुतेक सर्व पर्याय चुकीचेच असतात. मेंदूला किती तरी लागेबांधे (कनेक्शन्स) विचारात घ्यावे लागतात. शोध कुठवर घ्यायचा, हे तुम्हीच ठरवायचं असतं. किंवा, गरज भासली तर दुसरीकडे कुठं तरी शोधायला सुरुवात करायची असते.''

सर्जनशीलतेतली पुढची पायरी म्हणजे निराश होणं, 'डेड-एंड'ला आल्यासारखं वाटणं. प्रस्तुत संशोधनात योग्य शब्द सापडला नाही की थोड्याच वेळात प्रयुक्त कंटाळून जायचे, वैफल्यग्रस्त व्हायचे. 'कोडी फार अवघड आहेत... आम्ही प्रयोग सोडून निघून जातो' –असं काय काय म्हणायचे. पण अगोदर म्हटल्याप्रमाणे हे नकारात्मक विचार आल्याशिवाय वेगळ्या मार्गानं शोध घ्यायला सुरुवात होऊ शकत नाही. मेंदूला शोधमोहीम उजव्या बाजूकडे सोपवावी लागते; इथं नवनवीन आणि अनपेक्षित लागेबांधे सापडू शकतात. उत्तरासाठीचा झगडा काही तरी नवं करून बघायला आपल्याला भाग पाडतो.

असा सांधा बदलून बघितलं की, बहुतेक वेळा उत्तर सापडतं. बीमनच्या प्रयोगशाळेत काम करणारी पदवीधर विद्यार्थिनी एझरा म्हणते, ''लोक अचानक खुर्चीत एकदम ताठ बसतात. नजर विस्फारलेली असते. कधी कधी 'अहा!' असं ते चीत्कारतात.'' मेंदूत प्रकाश पडायच्या या क्षणाच्या सुमारे ३० मिलिसेकंद अगोदर मेंदूमधील गामा लहरींचं (gamma waves) प्रमाण एकदम वाढतं. मेंदूत सर्वदूर पसरलेले न्यूरॉन्स जेव्हा एकत्र येऊन एकमेकांशी नवे लागेबांधे (कनेक्शन्स) तयार करतात, तेव्हा या गामा लहरींचा उद्रेक झालेला दिसतो.

या उद्रेकाचा उगम कुठे असतो, हे शोधण्यासाठी बीमन आणि कुनिओस यांनी

एफ-एमआरआय प्रयोगातून संकलित केलेली माहिती पुन्हा खणून काढली. 'Anterior superior temporal gyrus' (aSTG) म्हणजे उजव्या मेंदूच्या पृष्ठभागावर असलेला न्यूरॉन्सचा घडी घातलेला छोटासा मांसाचा एक पट्टा. बाहेरून पाहिलं तर साधारणपणे कानाच्या थोडंसं वर हा भाग असतो, असं म्हणता येईल. प्रयुक्त जेव्हा शब्दकोडी तार्किक विचारांच्या आधारे सोडवीत होते, तेव्हा मेंदूचा हा भाग शांत होता. मात्र इन्‌साईटच्या काही सेकंद अगोदर तो एकदम उद्दीपित झालेला आढळला. विद्युत प्रवाहातील 'व्होल्टेज' एकदम वाढल्यास जसे घरातले दिवे अचानक शुभ्र-तेजस्वी होतात, तसा हा भाग झालेला होता. अजूनही या भागाचं नेमकं कार्य काय हे माहीत नसलं, तरी त्याचा इनसाईटशी संबंध आहे, याचं बीमनला आश्चर्य वाटलं नाही. त्या अगोदरही काही संशोधनांत त्याचा संबंध भाषा आणि रूपकं समजणं, विनोदाचं आकलन होणं इत्यादींशी जोडला गेला होता. बीमन म्हणतो की, भाषिक कौशल्यं आणि इनसाईटचा जवळचा संबंध आहे; कारण दोन्ही प्रक्रियांमध्ये दूरदूरच्या न्यूरॉन्सना एकमेकांशी नवी कनेक्शन्स तयार करावी लागतात. आपण आधीच्या 'age, mile आणि sand'च्या प्रयोगाकडे पुन्हा पाहू या. बहुधा कोणीच, कधीही हे तीन शब्द एका वाक्यात वापरलेले नसतात. असं असूनही, aSTG ला stone हा शब्द 'सापडतो' आणि हा शब्द 'age, mile आणि sand' या तीनही शब्दांबरोबर वापरता येतो. ''जरा विचार करा,'' बीमन म्हणतो- ''इनसाईट म्हणजे गवताच्या गंजीत हरविलेली सुई शोधण्यासारखं आहे. मेंदूमध्ये अब्जावधी कनेक्शन्स आहेत. त्या सगळ्यांमधून आपल्याला नेमकं उत्तराचं एक कनेक्शन शोधायचं असतं!''

मात्र कधी कधी असंभव वाटणारा हा शोध यशस्वी होतो. सरळ, तर्काच्या मार्गानं उत्तर सापडलं नाही की, आपण उजव्या मेंदूची दुर्लक्षित फडताळं धुंडाळू

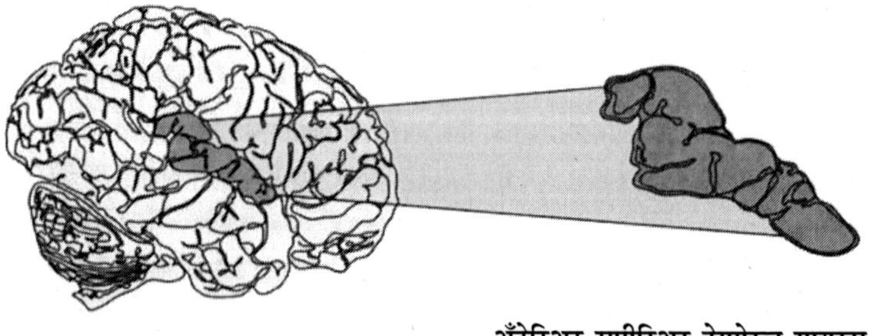

'इन्साइट' व्हायच्या काही क्षण अगोदर मेंदूच्या या भागातल्या प्रक्रिया अचानक वाढतात.

लागतो. जणू कधी फारशा न वापरलेल्या फायलींमधल्या कागदांवरही नजर टाकतो. आणि मग, नशिबानंच म्हणता येईल, असं आपल्याला काही तरी गवसतं. मेंदूत एक छोटाशी विद्युतलहर निर्माण होते आणि अवघं मन उजळून टाकते!

३.

वूडस्टॉकमधील नीरव शांततेत रुळायला डिलनला काही दिवस लागले. साहजिकच आहे, तो 'रॉक-एन-रोल'च्या वेड्यापिशा दौऱ्यावरून थेट एकांतात- एका खोपट्यात राहायला गेला होता. काही कळायच्या आत, एक रिकामी वही वगळता त्याच्या सोबतीला कोणीही उरलं नव्हतं. आणि ती वही भरण्याची काहीही गरज नव्हती- निर्मिती करण्याच्या दडपणातून तो मुक्त झाला होता. कित्येक वर्षांनंतर प्रथमच त्याला 'पुढचं गाणं काय असेल' ही चिंता नव्हती. "मी आता एक कादंबरी लिहायला घेणार आहे," असं डिलननं त्याच्या मॅनेजरला सांगितलं होतं.

नवं संगीत निर्माण न करण्याबाबत तो ठाम होता. पण नेमक्या अशाच वेळी त्याला एका विचित्र भावनेनं ग्रासलं. "मला याचं नीटसं वर्णन करता येत नाहीये" असं नंतर तो म्हणाला. "एवढंच म्हणू शकतो की, मला काही तरी सांगावंसं वाटतंय." खरं तर ही नवनिर्मितीच्या उंबरठ्यावर असलेल्या मनाची हुरहूर होती. नव्या गीतांचे शब्द बाहेर पडायला धडपडत होते... आणि मग त्याला उत्तमरीत्या जे करता येत होतं, तेच डिलननं केलं. त्यानं पेन्सिल उचलली आणि तो भराभर शब्द खरडू लागला. एकदा सुरुवात केल्यानंतर पुढचे कित्येक तास त्याचे हात कागदांवरून फिरत राहिले. "माझ्या हातून ही कथा, हे गाण- हे वीस पानी भडभडून येणं- कागदावर उलटून पडलं!' असं तो म्हणाला. "मी याअगोदर असं कधीच लिहिलं नव्हतं... आणि आपण हेच करायला हवं, असं मला अचानक जाणवलं."

इथं 'भडभडून येणं' हीच नेमकी कल्पना अभिप्रेत आहे. व्यक्त होऊ पाहणाऱ्या प्रतिभेचा अडवता न येणारा हा प्रचंड ओघ डिलन त्याच्या नेहमीच्या सुस्पष्ट शैलीत वर्णन करत होता. "माझ्या गाण्यांचा उगम कोठून होतो, हे मला ठाऊक नाही," डिलन म्हणाला. "जणू काही माझ्या मनात असलेलं एक भूतच गाणी ही लिहीत आहे. गाणं मला 'देऊन' हा समंध निघून जातो. या सगळ्याचा अर्थ कळतच नाही." एकदा का हा समंध मनात घुसला की, त्याच्या मार्गातून आपण बाजूला होणं, एवढंच डिलन करू इच्छित होता.

वूडस्टॉकमध्ये डिलननं जे काव्य लिहायला घेतलं, त्याची सुरुवात लहान मुलांच्या कथेसारखी- 'कोण्या एके काळी' अशा स्वरूपाची होती; पण ती परीकथा मात्र निश्चितच नव्हती. ही कथा काय दिशा घेणार आणि तिचा शेवट कसा होणार

याची डिलनला जराही कल्पना नव्हती. म्हणून त्यानं ठरवलं की, ते मनातलं भूत एका प्रतिमेकडून दुसऱ्या प्रतिमेकडे जसजसं नेईल, तसतशी आपली कल्पनाशक्ती जिथं जाईल तिथं तिला जाऊ द्यायचं :

कोण्या एके काळी, तुझ्या ऐन तारुण्यात
छान कपडे घालून, तू दोन पैसे फेकायचीस, भटक्यांच्या दिशेने- होय ना?
लोक बोलतात, म्हणतात, 'सांभाळ पोरी, तू आपटी खाणार!'
पण तुला वाटलं की, ते सगळे तुझी मजाच करतायत.
(मूळ गाण्याचे शब्द –

Once upon a time you dressed so fine
You threw the bums a dime in your prime, didn't you?
People call, say, "Beware, doll, you're bound to fall."
You thought they were all kiddin' you.)

या शब्दांचा अर्थ काय? डिलन आपल्याला काय सांगायचा प्रयत्न करतोय? हे गाणं म्हणजे रागाची अभिव्यक्ती आहे. काव्यसमीक्षक क्रिस्तोफर रिक्स याला 'अ-प्रेम गाणं' ('unlove song') म्हणतो. पण डिलन नेमका कोणाला उद्देशून किंचाळतो आहे? अर्थात, अशा प्रश्नांना सोपी उत्तरं नसतातच. पण या रोमांचकारी शोधामुळे डिलनचं करिअर शाबूत राहिलं. तो चित्रवत् आणि सुस्पष्ट पंक्ती लिहू शकत होता, ज्यामध्ये अनेक शक्यता दडलेल्या होत्या; भले, त्या शक्यतांचं नेमकं स्वरूप कळत नसलं, तरी. तसं कळण्याची गरजही नव्हती. बस्स! त्या मनातल्या भुतावर पूर्ण विश्वास ठेवणं, एवढंच आवश्यक होतं.

पॉप संगीत निर्माण करण्याचा हा मार्ग धक्कादायक आणि विचित्र होता. त्या काळी गाणं लिहिण्याच्या मुख्य दोन पद्धती होत्या. पहिला मार्ग म्हणजे, ज्या बॉब डिलनपासून डिलन पळून जाऊ इच्छित होता, त्या बॉबसारखं व्हायचं : गंभीर विषयावर गंभीर शब्दरचना करायची. अगदी गरजेपुरता 'मेलडी'चा आधार घेत, अन्याय किंवा प्रेमभंगाबाबत मोठमोठ्या शब्दरचना गायच्या. हां, एखादी अकॉस्टिक गिटार (acoustic guitar) आणि हार्मोनिका (harmonica) असायला हरकत नाही.

दुसरा मार्ग याच्या अगदी विरुद्ध. दुःख आणि गुंतागुंत कुरवाळत न बसता 'टिन पॅन ॲली' (Tin Pan Alley) वरच्या तिरकस प्रतिभावंतांचे अनुकरण करून 'मेजर कॉर्ड' (major chord) ने भरगच्च असं एखादं अविस्मरणीय जिंगल (jingle) रचावं. उदाहरणार्थ– 'I Can't Help Myself' हे 'बिलबोर्ड'चं पहिल्या

क्रमांकावरचं १९६५ मधील गाणं ऐका. हे गाणं 'फोर टॉप्स' (Four Tops) नं प्रसिद्धीस आणलं :

Sugar pie, honeybunch
You know that I love you.

या शब्दरचनेत एक हेतुपुरस्सर स्पष्टपणा आहे (यांचा मराठीत अनुवाद करणं फारच अवघड आहे). पहिले 'कपलेट' (couplet) ऐकताक्षणी, हे गाणं नेमक्या कोणत्या प्रकारचं आहे, हे आपल्याला कळून चुकतं. (तसं पाहिलं तर हे गाणं इतर गंभीर स्वरूपाच्या लोकसंगीतापेक्षा फार वेगळं नाही.) नेमकी याच प्रकारची 'प्रेडिक्टेबिलिटी' डिलनला नको होती. पॉप संगीतातली 'क्लिशेड' बंधनं त्याला सहन होत नसत. आणि म्हणूनच, भडभडून आल्याप्रमाणे केलेलं लिखाण महत्त्वाचं होत- धूसरपणा आणि संदिग्धता (vagueness) देखील भारी ठरू शकते, हे डिलनच्या लक्षात आलं. ओळींचा अर्थ लागलाच पाहिजे, असा आग्रह न धरता, एफ. एम. रेडिओच्या कक्षेबाहेरचं लिखाण करणं शक्य आहे. भविष्यात केव्हा तरी तो म्हणाला, ''हे माझं पहिलंच 'संपूर्णपणे मुक्त' गाणं होतं... ज्यामुळे माझ्यासाठी अनेक दालनं खुली झाली.''

पण नेमकं काय खुलं झालं? मागे वळून पाहता, आपण म्हणू शकतो की, या रचनेद्वारा डिलन त्याच्यावर झालेले वैविध्यपूर्ण संस्कार मोकळेपणानं प्रथमच व्यक्त करू शकला. ही रचना 'हायवे ६१ रीविझिटेड'ची 'डेब्यू सिंगल' झाली. ही संदिग्ध रचना ऐकताना त्याच्या मनात चाललेली घुसळण आपल्याला जणू ऐकू येते. अशी घुसळण, जिच्यात तो सफाईदारपणे आर्थर रिम्बॉड, फेलिनी, बर्टोल्ट ब्रेख्त आणि रॉबर्ट जॉन्सन यांचे अंश बेमालूमपणे एकमेकांत मिसळतो. त्यात जसे काही डेल्टा ब्लूज आणि 'ला बाम्बा' आहे; तसेच भरपूर 'बीट काव्य', लेडबेटर आणि बीटल्सही आहे. हे गाणं एकाच वेळी आधुनिकतावादी (modernist) आणि आधुनिकतापूर्व (premodern) ही आहे. ते 'अवांत-गार्द' (avant-garde) आणि 'कंट्री-वेस्टर्न'सुद्धा आहे.

अनेक विजोड आवाज एकमेकांना जोडणारा एक विलक्षण धागा डिलननं शोधून काढला, म्हणूनच तो बॉब डिलन आहे! शब्द लिहिताना पहिल्या काही आर्ततायुक्त क्षणांमध्ये त्याच्या उजव्या मेंदूला त्याच्यावर झालेल्या विविध प्रभावांच्या विसंगत यादीतून काही तरी नवं निर्माण करण्याचा मार्ग सापडला. या सगळ्यांमधून चट्कन लक्षात राहण्यासारखं एक गाणं तो गुंफू शकला. या स्थितीतही, आपण काय करतोय हे त्याला कळत नव्हतं- अजूनही त्याच्या मनावर त्या भुताचाच ताबा

होता; पण काही तरी नवं गवसल्याचा रोमांचकारी थरार त्यानं अनुभवला. 'रोलिंग स्टोन'सारखं गाणं दुसऱ्या कोणत्याही मार्गानं लिहिणं अशक्य आहे, असं तो आग्रहानं सांगे. 'तुम्ही काय करणार? एके ठिकाणी बसून तक्ता केल्यासारखं लिहिणार?' (तुम्ही 'जागृतावस्थेत' असं लिहूच शकत नाही.) कोरसपर्यंत जेव्हा तो पोचतो- आपण कोरसच लिहितोय, हे कागदावर लिहिता-लिहिताच त्याला कळून चुकलेलं असतं– तेव्हा गाण्यातली आंतरिक ताकद प्रकट होते :

कसं वाटतंय
स्वत:च्या घराविना असणं
पूर्णपणे अज्ञात, अव्यक्त असणं–
घरंगळणाऱ्या गोट्यासारखं?
(मूळ गाण्याचे शब्द –

How does it feel
To be without a home
Like a complete unknown
Like a rolling stone?)

पुढल्या आठवड्यात, १५ जून १९६५ रोजी, डिलन आपले कागद घेऊन न्यूयॉर्कमधील 'कोलंबिया रेकॉर्ड्स'च्या स्टुडिओ 'ए'मध्ये दाखल झाला. केवळ चार 'टेक्स'मध्ये 'लाईक ए रोलिंग स्टोन' ही ध्वनिमुद्रिका तयार झाली. या सहा मिनिटांच्या रसरशीत संगीतानं रॉक-एन्-रोलच्या जगात पुढे क्रांती घडवली. नंतर केव्हा तरी ब्रूस स्प्रिंगस्टीन म्हणाला की, हे गाणं ए.एम. रेडिओवर ऐकण्याचा अनुभव म्हणजे त्याच्या आयुष्यातील महत्त्वाच्या अनुभवांपैकी एक होता. खुद्द जॉन लेननदेखील या गाण्याने अचंबित झाला होता.

सतत जाणवणाऱ्या इनसाईटच्या गरजेतून सर्जनशीलतेची प्रक्रिया घडत असते. असे क्रांतिकारी ब्रेकथ्रू इतके मौल्यवान असतात की, अधिकाधिक साक्षात्कार होणं सुलभ जावं म्हणून मानवानं अनेक परंपरा आणि रूढींची व्यवस्था केली आहे. यामुळे आपल्याला उजव्या मेंदूतील ती सर्जनशीलतेची स्पंदनं ऐकू येतात. एकवार कवींवर नजर टाका. अनेक वेळा ही मंडळी काटेकोर नियमबद्ध असलेल्या हायकू किंवा 'सॉनेट' (sonnet) सारख्या रचनांवर अवलंबून असतात. वरवर पाहता, लिहिण्याची ही पद्धत म्हणजे प्रतिभेला आडकाठीच वाटेल... मुक्तपणे रचना करायची सोडून रचनात्मक बंधनात ते स्वतःला जखडून घेत असतात.

पण नेमका हाच मुद्दा आहे. जोपर्यंत कवीला रचनेच्या बंधनामुळे अडकल्यासारखं

वाटत नाही, जोपर्यंत उघड असलेल्या शब्दसंबंधांच्या पलीकडे बघणं भाग पडत नाही, तोपर्यंत त्याच्याकडून नवी एक ओळही निर्माण होऊ शकत नाही. तो गुळगुळीत झालेल्या प्रथा/प्रणाल्यांमध्ये अडकून राहील; कंटाळवाणी क्रियापदं आणि नेहमीचीच विशेषणं वापरत राहील. याच कारणास्तव काव्यात्मक रचनांना, चौकटीला खूप महत्त्व आहे. जेव्हा एखाद्या कवीला चपखल बसणारं विशेषण हवं असतं किंवा वृत्तात शब्द बसवून यमकही साधायचं असतं, तेव्हा त्याचा मेंदू अनेक शक्यता आपोआपच पडताळून पाहू लागतो. काम जर अवघड असेल, तर नेमकं मर्म सापडण्याची प्रक्रियाही वेगवान होते. डिलननं 'लाईक ए रोलिंग स्टोन'मधील दुसऱ्या कडव्यात वापरलेलं क्रियापद पाहा. गाण्यातील या ओळी अतिशय संस्मरणीय झाल्या आहेत :

You've gone to the finest school all right, Miss Lonely
But you know you only used to get juiced in it.

इथे *juiced in it* हा शब्दप्रयोग भन्नाट परिणाम साधतो; भले तो का वापरला आहे, हे श्रोत्याला कळलं नाही, तरी. पुढच्या दोन ओळी वाचल्यानंतर मात्र *juiced* ची आवश्यकता जाणवते :

And nobody has ever taught you how to live on the street
And now you find out you're gonna have to get used to it

Used शी यमक साधण्याकरिता डिलननं *juiced* हे क्रियापद वापरलं आहे. जणू 'चवताळलेल्या' या ओळीतला Used हा शब्द त्या कडव्याला शब्दशः अर्थ प्राप्त करून देतो. तथापि, *juiced* चा हा नावीन्यपूर्ण वापर असा एक काव्यात्मक आविष्कार आहे, की ज्यामुळे 'लाईक ए रोलिंग स्टोन' ही कलाकृती 'अतीत' (transcendent), अशा एका वेगळ्या पातळीवर जाऊन पोचते. बंधनं कल्पनाशक्तीला कशी मुक्त संचार करू देतात, याचा हा वस्तुपाठच आहे. आधी बेड्यांमध्ये स्वतःला अडकवून घेऊनच आपण चौकटीची बंधनं तोडून बाहेर पडू शकतो.

'लाईक ए रोलिंग स्टोन'ची कथा म्हणजे सर्जनशील इनसाईटची कथा. एका क्षणी गाणं निर्माण झालं; दुसऱ्या क्षणी जगात भिरकावून दिलं! अडलेल्या मनातून काही सेकंदांच्या अवधीतच एक कलाकृती निर्माण झाली. नवनिर्मितीच्या बाबतीत एक संपूर्ण मोसम नैराश्यात घालविल्यावर त्यातूनच डिलनच्या आयुष्यातलं अत्यंत प्रेरित संगीत निर्माण झालं. त्याला मिळालेल्या ब्रेकचा त्याच्या संगीतावर जो परिणाम झाला, त्याचा आढावा डिलननं १९६६ मध्ये 'प्लेबॉय' नियतकालिकाला

दिलेल्या मुलाखतीदरम्यान घेतला. "गेल्या वसंतात मी संगीत क्षेत्र सोडणार होतो," तो म्हणाला. "ज्या पद्धतीनं गोष्टी घडत होत्या, त्यामुळे माझी ओढाताण होत होती... पण 'लाईक ए रोलिंग स्टोन'नं सर्व काही बदललं; पुस्तकं किंवा कविता लिहिणं वगैरे गोष्टींबद्दल माझ्या मनात बेफिकिरीची भावना निर्माण झाली. आय मीन- जे मला स्वतःला भावत होतं, असं काही तरी इथं होतं."

डिलनला काय भावलं होतं, तर या गाण्याचा 'विचित्रपणा', त्याचा अनोखेपणा. रेडिओवर ऐकू येणाऱ्या संगीतापेक्षा हे काही तरी वेगळंच होतं. त्या एकाकी खोपटात त्याची अभिव्यक्ती परिपूर्ण अवस्थेला पोचली. मनात इतस्ततः विखुरलेल्या कलात्मक तुकड्यांपासून त्यानं एका नव्या प्रकारच्या गाण्याला जन्म दिला. आणि त्यानं केवळ एक नवं पॉप गाणं लिहिलं असं नाही, त्याचं लिखाण जणू संगीतात दडलेल्या नव्या शक्यताच पडताळत होतं!

अल्फा लहरी

'क्रिएटिव्हिटी म्हणजे वेळ वाया घालविल्यावर जे उरतं, ते.'
- अल्बर्ट आइन्स्टाइन.

ही कथा आहे 'टेप'ची आणि तिची सुरुवात होतेय १९२५ च्या वसंत ऋतूत. डिक ड्रू हा मिनेसोटा मायनिंग अँड मॅन्युफॅक्चरिंग कंपनीत सॅण्डपेपरचा विक्रेता होता. तो दिवसभर कारदुरुस्ती करणाऱ्या वर्कशॉप्समध्ये फिरून, आपला सॅण्डपेपर कसा उत्तम आहे याची प्रात्यक्षिकं देई. कधी कधी बोलून झाल्यावर तो काम करणाऱ्या 'मेकॅनिक्स'कडे पाहत बसे. कधी कधी ते एकाच गाडीला दोन रंग देत असत. उदा.– मूळ रंगावर दुसऱ्या रंगाचा एखादा पट्टा, वगैरे. अशा वेळी पहिला रंग देऊन झाल्यावर त्यावर कागद चिकटविला जाई आणि मग दुसरा रंग लावला जाई. तो वाळला की, कागद काढला जाई. पण नेमकी इथंच गोची होत असे. डिंकामुळे कागद इतका घट्ट चिकटे की, तो काढताना स्वतःबरोबर खालचा रंगही ओढून काढे. त्यांना सर्व काम हताशपणे पुन्हा करावं लागे.

हा प्रकार वारंवार घडताना पाहिल्यावर ड्रूच्या लक्षात आलं की, डिंक फार चिकट आहे. त्या कामगारांना फक्त अगोदरचा रंग झाकायचा होता; डिंकाची तशी गरजच नव्हती. त्या क्षणी ड्रूला पहिला साक्षात्कार झाला- सॅण्डपेपरनं ही समस्या सुटू शकेल. सॅण्डपेपर म्हणजे काय, तर कागदावर डिंक आणि खरखरीत कण यांचं चिकटविलेलं मिश्रण. त्यातले खरखरीत कण काढून टाकले, तर काय उरतं? एक मध्यम चिकटपणा असलेला कागद– रंगकाम करणाऱ्यांना जसा हवा होता, तसा.

आपल्या ऑफिसात परतल्यावर या कल्पनेवर ड्रू विचार करू लागला. सॅण्डपेपरसाठी वापरण्यात येणारा डिंकही खूपच चिकट आहे, हे त्याच्या ताबडतोब लक्षात आलं. त्यानंही ओला रंग निघून येतोय. मग त्यानं प्रयोग करायला सुरुवात

केली. द्रवरूपी रबर कमी चिकट कसं करता येईल, हे तो पाहू लागला. यात त्याचे अनेक महिने गेले. त्यानंतर हा डिंक कोणत्या पदार्थावर लावायचा, हे ठरवणं गरजेचं होतं. त्या काळी बहुतेक वेळा असे डिंक लोकरीच्या पट्टीवर लावले जायचे. पण तो सॅण्डपेपर विक्रेता असल्यामुळे त्यानं कागदावर लक्ष केंद्रित केलं. पण असं करताना त्याच्यापुढे वेगळीच अडचण निर्माण झाली. डिंक 'वोव्हन' कापडाच्या कागदांची थप्पी केल्यावर, ते कागद एकमेकांना चिकटून राहत. यावर तोडगा काढण्यात सुमारे दोन महिने गेले. मग मात्र हा प्रकल्प थांबविण्याचा आदेश त्याच्या बॉसनं- विल्यम मॅक्नाईटनं- दिला. कंपनी सॅण्डपेपरच्या धंद्यात होती; ड्रूनं त्याकडेच लक्ष द्यावं.

तो बुचकळ्यात पडला होता, पण त्यानं माघार घेतली नाही. कामाची वेळ संपल्यावर तो प्रयोग करू लागला. वेगवेगळ्या प्रकारचे डिंक आणि कागदांचे गुणधर्म तपासून पाहू लागला. आणि अखेर... एका रात्री सगळं चित्र बदललं. त्याच्या मेंदूत 'गामा' लहरींचा जणू उद्रेक झाला आणि त्याला साक्षात्कार झाला! उत्तर अगदी सोपं होतं– चौकोनी कागदावर डिंक लावण्याऐवजी तो पातळ पट्टीवर लावायचा आणि अशा पट्टीची रिबिनीची असते तशी गुंडाळी करायची. काम करताना गुंडाळी हवी तेवढी उलगडायची, पट्टी कापून घ्यायची आणि कार रंगविताना थेट तिथं चिकटवयाची. ड्रूनं या पट्टीला 'मास्किंग टेप' ('मास्किंग' म्हणजे झाकण) असं नाव दिलं.

हा साक्षात्कार कसा झाला, हे कोणालाच माहीत नाहीये. कोणी म्हणालं, ड्रूला गाडीची गोल चाकं पाहून हे सुचलं; कोणाला वाटलं की, सॅण्डपेपर बनविण्यासाठी लागणाऱ्या कागदांची भेंडोळी पाहून त्याला हे सुचलं. त्याला स्वतःलाही कळत नव्हतं आणि तरी त्याला उत्तर मात्र सापडलं होतं. डिंक लावलेल्या एका मोठ्या भेंडोळ्याची तो कल्पना करू शकला होता. असा डिंकाचा कागद, जो 'कार'ला चिकटवून पुन्हा काढला असता, रंगाला धक्का न लावता अलगद निघून येत होता.

आपण आता विचार केला तर वाटतं की, कागदाचं भेंडोळं करावं, हे किती उघड होतं. आज तर डिंक आणि टेप किती तरी ठिकाणी वापरले जातात. त्या वेळी ड्रूनं बनविलेली ही टेप केवळ कारचं रंगकाम करणाऱ्यांमध्येच नव्हे, तर एकूणच बाजारपेठेत प्रचंड खपली. आणि १९२८ उजाडलं, तेव्हा ड्रूची कंपनी सॅण्डपेपरच्या तुलनेत ही मास्किंगटेपच जास्त विकू लागली होती!

१.

'मिनेसोटा मायनिंग अँड मॅन्युफॅक्चरिंग कंपनी' आता 'थ्री-एम' (3M) या नावानं

ओळखली जाते. सेंट पॉल शहराच्या थोडंसं बाहेर असलेलं 'थ्री-एम'चं मुख्य कार्यालय म्हणजे एखाद्या महाविद्यालयासारखंच आहे. तब्बल ५०० एकर इतक्या अवाढव्य जागेत सुंदर हिरवळीमध्ये वसलेल्या प्रयोगशाळा आणि पार्किंगच्या जागा आपल्याला दिसतात. 'थ्री-एम' कंपनी टेप आणि सॅण्डपेपर अजूनही विकत असली, तरी आता तिचा विस्तार कल्पनेच्या पलीकडे झाला आहे. (सध्या ही कंपनी जवळपास ५५,००० वेगवेगळे प्रॉडक्ट विकते आणि हे प्रमाण जवळजवळ एका कर्मचाऱ्यामागे एक प्रॉडक्ट असं आहे.) उदाहरणाथ- ही कंपनी संगणकाचे 'टच-स्क्रीन', स्वयंपाकघरात वापरले जाणारे स्पंज, पाण्याचे फिल्टर, रस्त्यावरील दिवे, लिथियम-आयन सेल, दातांत भरावयाची रसायने, मास्क... अशा अनेकविध प्रकारच्या वस्तू बनविते.

या सर्व वस्तूंमध्ये काय साम्य आहे? तर, या सर्व गोष्टी बनविण्यात थ्री-एम कंपनी अग्रेसर होती, एवढंच. कंपनीच्या रीसर्च विभागाचे उपाध्यक्ष लॅरी वेन्डलिंग म्हणतात, "आमची कंपनी खरोखरच अद्वितीय आहे. आम्ही कोण्या एका विवक्षित प्रॉडक्टकडे बघत नाही. आम्ही नवनवीन गोष्टी निर्माण करतो, इतकंच! ती गोष्ट काय आहे, याचा आम्ही फार विचार करत नाही." या उदारमतवादी दृष्टिकोनामुळे झालं मात्र असं आहे की, ही कंपनी आपल्या एकूण धंद्याच्या (gross revenue) तब्बल ८% एवढी रक्कम रीसर्चमध्ये खर्ची घालते. रीसर्चवर एवढा खर्च करणाऱ्या फारच थोड्या कंपन्या 'फॉर्च्युन ५००'च्या यादीत असतील. काही तरी नवं प्रॉडक्ट बनविलेल्या बऱ्याचशा कंपन्या एखाद्याच प्रॉडक्टसाठी प्रसिद्ध असतात. तेही वर्चस्व फार काळ टिकत नाही, असा अनुभव आहे. उदा.– 'नेटस्केप', 'ए.ओ.एल.', 'अटारी'. परंतु थ्री-एममधून मात्र गेली ७५ वर्षं एकापेक्षा एक नव्या, अनोख्या प्रॉडक्ट्सची संततधारच पडत आहे. (नुकत्याच घेतलेल्या आढाव्यात, 'इनोव्हेशन'च्या बाबतीत थ्री-एम तृतीय क्रमांकावर होती. तिच्यापुढे फक्त 'गूगल' आणि 'ॲपल' या दोनच कंपन्या होत्या.) शिवाय, कंपनीच्या एकूण उलाढालीतला ३०% हिसा हा पाच वर्षे किंवा त्याहीपेक्षा कमी वर्षांपूर्वी तयार केलेल्या प्रॉडक्टचा असतो. याचाच अर्थ असा की, नावीन्यासाठी इथं सतत मंथन चालू असतं. "इथं फारच वैविध्यपूर्ण संशोधन चालू असतं," वेन्डलिंग म्हणतात. "एकाच वेळी अधिक चांगली टेप व कमीत कमी ऊर्जा वापरणारा टेलिव्हिजन संच आणि नव्या लशी अशा क्षेत्रांत संशोधन चालू असलेली अन्य कोणतीही कंपनी नसेल. आम्ही प्रत्येक विषयात आहोतच."

डिक ड्रूनं मास्किंग टेपचा शोध लावल्याच्या वेळेपासून नवनिर्मितीवर या कंपनीचा नेहमीच भर राहिला आहे- नव्हे, नवनिर्मिती हीच या कंपनीची ओळख झाली आहे. त्या वेळी सी.ई.ओ. असलेल्या विल्यम मॅक्नाईटने जरी सुरुवातीला

ड्रूच्या विचित्र ध्यासाला प्रोत्साहन दिलं नव्हतं, तरी मास्किंग टेप लवकरच भरपूर खपेल याची त्याला कुणकुण लागली होती. (विविध प्रकारचे डिंक हे सॅण्डपेपरसदृश गोष्टी विकण्यापेक्षा किती तरी अधिक फायदेशीर आहेत, हे पुढे लक्षात आलं. कंपनीतील एक जण मला म्हणाला, 'टेप विकणं हा उत्तम धंदा आहे- तुम्ही मैलोगणती टेप बनविता आणि इंचानं विकता.') आणि मग मॅक्नाईटनं कंपनीच्या रचनेतच अनेक मूलभूत फेरफार केले. टेप विकून झालेला नफा एका नव्या प्रयोगशाळेत गुंतविला. अनेक नव्या संशोधकांची नियुक्ती केली आणि त्यांना हवं ते करण्याची मुभा दिली. 'एक साधा विक्रेतासुद्धा महत्त्वाचा शोध लावू शकतो', हा धडाच डिक ड्रूच्या कथेतून कंपनी शिकली होती.

आणि म्हणूनच, ऐन थंडीच्या मोसमात मी थ्री-एमच्या प्रयोगशाळेत आलो आहे. नवनिर्मितीच्या इतिहासानं या कंपनीतली ही संस्कृती कशी घडली आहे, हे मला समजावून घ्यायचं आहे. या अनेक वर्षांच्या ओघात कंपनीनं सर्जनशीलतेविषयी काही युक्त्या आत्मसात केल्या आहेत. युक्त्या कंपनीच्या नसानसांतून वाहत असतात. "जेव्हा तुम्ही या गोष्टी एवढा काळ करता, तेव्हा तुम्ही नवनिर्मितीसाठी आवश्यक असलेली काही तंत्रं शिकता," वेन्डलिंग म्हणतात. ऑफिसात वापरल्या जाणाऱ्या अनेक साध्या-साध्या वस्तूंनी भरलेल्या भिंतीकडे बोट दाखवत ते म्हणतात, "आमची कंपनी काही 'सेक्सी' नाहीये, पण आमची कार्यपद्धती काळाच्या ओघात मजबूत झाली आहे. या पद्धतीनं नेमकं काय साधता येतं, ते आम्ही ओळखून आहोत."

वेन्डलिंग मग मला त्यांच्या धोरणाचा पहिला मंत्र सांगतात, तो म्हणजे, काम करण्यातली लवचिकता. प्रत्येक कर्मचाऱ्यानं लक्षपूर्वक, सतत आठ तास काम करण्याची गरज नसते. वरकरणी उत्पादनाशी संबंध नसलेल्या गोष्टीही करण्याला आम्ही प्रोत्साहन देतो. तुम्ही एखाद्या अवघड प्रश्नात अडकला आहात? मग कंपनीच्या आवारात एखादा फेरफटका खुशाल मारून या. (मी जेव्हा थंडीत थ्री-एमला भेट दिली, तेव्हा कंपनीच्या हिरवळीवर हरणे आणि गरम कपडे घातलेले अनेक कर्मचारी इकडे-तिकडे फिरत होते.) एखादं आव्हान अशक्य वाटतंय? मग कोवळ्या उन्हाची तिरीप असलेल्या खिडकीपाशी जाऊन सोफ्यावर मस्त पहुडा. दिवास्वप्नं बघत राहा. किंवा 'पिन-बॉल' खेळून या. थ्री-एम जशी आपल्या कर्मचाऱ्यांकडून संपूर्ण उत्पादकतेची अपेक्षा ठेवते (रात्री ८ वाजतासुद्धा अनेक गाड्या 'पार्किंग लॉट'मध्ये मला दिसल्या), तशीच त्यांना अधूनमधून मोकळा वेळही देते.

कंपनीचा '१५% नियमा'चा शोध हा याच कार्यपद्धतीचा एक महत्त्वाचा परिणाम आहे. यानुसार, प्रत्येक संशोधकाला दिवसाचा १५% वेळ कल्पनाविलासाला

मोकळा दिलेला असतो. अट एकच- एकमेकांनी आपापल्या सुचलेल्या नव्या कल्पना मोकळेपणानं सांगायच्या. यानंतर गूगलसारख्या कंपन्यांनीही आपापल्या कर्मचाऱ्यांना अशा प्रकारचा मोकळा वेळ द्यायला सुरुवात केली आहे.[१] ''कशी गम्मत आहे बघा,'' वेन्डलिंग म्हणतात. ''बहुतेकांना वाटतं की, ही कल्पना गूगलनंच प्रथम पुढे आणली. पण आम्ही पहिल्यापासूनच हे करत आलोय. आम्ही वेडे आहोत, असं सुरुवातीला लोकांना वाटलं. 'कर्मचाऱ्यांवर नियंत्रण ठेवावं लागतं. तुम्ही असं केलंत, तर संशोधक वेळ नुसताच वाया घालवतील आणि तुमचा पैसा पाण्यात जाईल'...पण '१५% नियम' हा खरा ठरला आहे.''

इनसाईटचं शास्त्र थ्री-एमच्या अनुभवाला दुजोरा देणारंच आहे. लंडन विद्यापीठातल्या 'गोल्डस्मिथ्स' येथील मानसशास्त्रज्ञ जयदीप भट्टाचार्य ई.ई.जी.च्या आधारे प्रयोग करतात. एकाग्रतेनं काम करत असताना मधेच थोडा 'ब्रेक'- उदाहरणार्थ चक्कर मारून येणं किंवा पिंग-पाँग खेळणं- घेतल्यानं कसा फायदा होतो, हे ते दाखवितात. भट्टाचार्य आपल्या प्रयोगातून दाखवू शकतात की, एखादी नवी कल्पना (इनसाईट) लक्षात येण्याच्या तब्बल आठ सेकंद अगोदर तशा प्रकारच्या लहरी मेंदूत दिसून येतात. ते म्हणतात, ''असं काही सापडेल याची मला कल्पनाही नव्हती. एखाद्या माणसाला आता आठ सेकंदांनंतर काही तरी आपल्याला साक्षात्कार होणार आहे, हे आधी समजणं किती विचित्र आहे- आणि तेसुद्धा त्या व्यक्तीला त्याची सुतराम कल्पना नसताना!''

मेंदूतला हा नेमका कोणता इशारा आहे? उजव्या मेंदूतून निघणाऱ्या अल्फा लहरींचा ओघ, हे त्याचं उत्तर आहे. या लहरींचं नेमकं कार्य काय असतं, हे अजून आपल्याला ठाऊक नाहीये. पण गरम पाण्याचा शॉवर घेण्यासारख्या आरामदायी कृतींशी त्यांचा संबंध आहे, हे निश्चित. भट्टाचार्य म्हणतात की, एखाद्या व्यक्तीच्या मेंदूत पुरेशा अल्फा लहरी नसतील, तर कोडी सोडविताना अशा व्यक्तीला कितीही 'हिंट' दिल्या तरी त्याला उत्तर सुचत नाही. त्यांचं एक आवडतं कोडं बघा- 'एका गावातला एक माणूस २० बायकांच्या लग्नांत 'इन्व्हॉल्व्ह' झाला होता. सर्व बायका जिवंत आहेत आणि कोणीही घटस्फोट घेतलेला नाहीये. या माणसानं कोणताही कायदेभंग केलेला नाहीये. तर, हा माणूस कोण?' हे कोडं घातल्यावर भट्टाचार्य तीन मिनिटं थांबतात. त्यानंतर ते हिंट द्यायला सुरुवात करतात. उदा.- ते 'धर्मा'शी संबंधित वाक्यं ऐकवितात. पण अल्फा लहरींचे अस्तित्व जोवर प्रयुक्तांच्या ई.ई.जी.वर

---

१. गूगलमध्ये याला 'इनोव्हेशन टाइम ऑफ' असं म्हणतात. या योजनेचा 'जी-मेल' आणि 'अँड-सेन्स' हा इंटरनेटवर जाहिराती टाकण्याच्या 'प्लॅटफॉर्म'शी थेट संबंध आहे. गूगलच्या मारिसा मिलर म्हणतात की, गूगलच्या ५०% नव्या प्रॉडक्टचा ओघ या टाइम ऑफमधून सुरू होतो.

दिसत नाही, तोवर त्यांना उत्तर (तो मनुष्य म्हणजे लग्न लावून देणारा भटजी असतो) अजिबात सापडत नाही.

सर्जनशीलतेसाठी मानसिक निवान्तपणाची एवढी गरज का असते? याचं कारण असं की, या निवांतपणात आपल्या मेंदूतील अल्फा लहरींना उधाण येतं. अशा वेळी आपलं चित्त उजव्या मेंदूतील परस्परसंबंध जोडणाऱ्या 'कनेक्शन्स'कडे- म्हणजेच 'आत', खोलवर– बघू लागतं. याउलट, जेव्हा आपण आपलं मन एका विशिष्ट गोष्टीवर केंद्रित करतो, तेव्हा ते 'बाह्य' गोष्टी आणि प्रश्नाच्या विविध पैलूंकडे बघू लागतं. एखादा विश्लेषणात्मक प्रश्न सोडविताना हे आवश्यकच असतं. पण इनसाईटसाठी मात्र या विचारप्रणालीचा अडथळाच होतो. "म्हणूनच अनेक वेळा गरम पाण्याच्या शॉवरमध्येच इनसाईट प्राप्त होते," भट्टाचार्य सांगतात. "अनेक लोकांसाठी शॉवर म्हणजे दिवसभरातला सर्वांत निवांत (रिलॅक्सिंग) वेळ असतो." जेव्हा आपण आपल्या ई-मेल्सपासून दूर असतो, गरम पाण्याचा 'मसाज' चालू असतो; तेव्हाच आपल्या मेंदूतील अस्पष्ट-अस्फुट आवाज आपल्याला साद घालू शकतात. हेच आवाज आपल्याला साक्षात्कारी क्षण देतात. खरं तर प्रश्नाचं उत्तर तिथं असतंच; आपल्याला ते 'ऐकू' येत नसतं, एवढंच.

यावरून सकारात्मक दृष्टीचं महत्त्वही कळून येतं. माणसं आनंदी असताना शब्दांची कोडी अधिक सहजपणे सोडवू शकतात, असा जर्मन संशोधकांचा अनुभव आहे. खरं तर या प्रयोगात एखादा शब्द फक्त दोन सेकंदच दाखविला जाई. अशा परिस्थितीतही उत्तर जरी मिळालं नाही; तरी 'सकारात्मक मूड' असताना 'उत्तर मिळेल', अशी कुणकुण तरी लागण्याची जास्त शक्यता असल्याचं आढळून आलं. याउलट, कंटाळलेल्या मनःस्थितीत उत्तर सापडण्याची शक्यता कमी होत असे. या लोकांना शब्दांमधले कोणते परस्परसंबंध उत्तराकडे नेणारे आहेत आणि कोणते नाहीत, हे नीटसं कळत नसे.

अलीकडे बीमननं दाखविलं आहे की, 'आनंदीपणा'च्या प्रमाणित चाचण्यांमध्ये ज्यांना चांगला 'स्कोर' मिळालेला असतो, असे लोक 'दुःखी' लोकांच्या तुलनेत २५% अधिक कोडी (जी सोडविण्यासाठी इनसाईट आवश्यक असते) सोडवू शकतात. किंबहुना, अगदी ओझरता आनंद झाला असेल, तरी तेवढ्या काळात सर्जनशीलता वाढलेली दिसून येते. असाच परिणाम बीमनच्या आणखी एका प्रयोगात दिसून आला. भयपट दाखविला गेलेल्यांच्या तुलनेत विनोदी चित्रपट दाखविलेल्या लोकांना अधिक प्रमाणात 'साक्षात्कार' होतात. बीमन आणि जॉन कुनिओसच्या मते, सकाळी उठल्यावरचा लगेचचा काळ हा इनसाईटसाठी उत्तम असतो. या वेळी मेंदू 'विस्कळीत' अवस्थेत असतो आणि एरवी न सुचणाऱ्या कल्पना त्याला सुचू शकतात. उजवा मेंदूही सकाळी-सकाळी जास्त 'जागृत'

असतो. दुर्दैवानं नेमकी सकाळीच आपली अवस्था 'कामे जास्त, वेळ कमी' अशी असते. मुलांना शाळेसाठी तयार करणं, चहा-पाणी उरकणं... आणि अशा गोष्टी करताना मेंदूला उसंत कुठून मिळणार? 'तुम्ही एखादा अनुत्तरित प्रश्न घेऊन झोपी जाणार असाल, तर तुमचा गजर नेहमीपेक्षा काही मिनिटे आधीचा लावा,' असं कुनिओस सुचवितो; जेणेकरून तुम्हाला जाग आल्यावर बिछान्यात काही काळ लोळत पडता येईल. याच अवस्थेत तुम्ही अतिशय उत्तम प्रकारे विचार करू शकता.[२]

या सर्व संशोधनातून कळलेली एक गोष्ट अशी की, तुम्ही जबरदस्तीनं 'इन्साईट' आणण्याचा प्रयत्न केलात, तर हमखास उलटंच होतं. अवघड प्रश्न सोडवायचा असेल तर त्यावर एकाग्रतेनं सतत विचार करावा, असं सर्वसाधारणपणे आपल्याला वाटतं. पण अशा एकाग्रतेमुळे मन जणू स्वतःभोवती भिंत तयार करतं आणि उत्तर मात्र भिंतीपलीकडे असतं; जे मग आपल्याला दिसत नाही. ब्रेकथ्रूसाठी मेंदूमध्ये ज्या क्रिया होणं आवश्यक असतं, नेमक्या त्याच क्रिया एकाग्रतेमुळे चेपल्या जातात. आणखी उदाहरण द्यायचं झालं तर- कॉफी, रिटालिनसारखी एकाग्रता वाढविणारी उत्तेजक द्रव्यं सेवन केली, तर 'ब्रेकथ्रू'ची शक्यता खूपच कमी होते. (जवळजवळ २०% संशोधक आणि शास्त्रज्ञ अगदी नियमितपणे अशी उत्तेजक औषधं घेतात, असे 'नेचर' या नियतकालिकानं केलेल्या एका सर्वेक्षणात आढळून आलं. हे लोक एकाग्रता वाढविण्यासाठी ही औषधं घेत होते.) ही औषधं घेतल्यानं उजव्या मेंदूतून निघणारे संदेश दुर्लक्षिता येतात आणि खरं तर त्यामुळे उत्तरापासून आपण अधिक दूर जात असतो. पेनसिल्व्हानिया विद्यापीठातल्या न्यूरो-शास्त्रज्ञ मार्था फराह म्हणतात, "अधिक एकाग्रता किंवा 'फोकस' असणं चांगलं, असं लोक गृहीत धरतात. पण त्यांना हे कळत नाही की, उत्तेजक द्रव्यं घेऊन सलग आठ तास काम करता येण्याची दुसरी बाजू म्हणजे, तुम्हाला 'इनसाईट' मिळण्याची शक्यता कमी होते."[३]

---

२. इन्साइट येण्याच्या थोडंच आधी व्हिज्युअल कॉर्टेक्समधली 'हालचाल' एकदम कमी होते, असं बीमन आणि कुनिओसला आढळलं होतं. स्वतःमधल्या अनाकलनीय असोसिएशन्सवर लक्ष केंद्रित करता यावं, म्हणून मेंदू मुद्दामच व्हिज्युअल भाग 'स्विच ऑफ' करत होता... आपणही सखोल विचार करताना डोळे मिटतो, ते याच कारणासाठी.

३. याउलट, मारिजुआनामुळे रिलॅक्सेशन मिळतं, उजव्या मेंदूतली हालचाल वाढते आणि इन्साईटची शक्यता वाढते. मेंदू 'हायपर-प्राइम' होतो, ज्यामुळे त्याला 'रिमोट असोसिएशन्स' अधिक स्पष्ट जाणवू लागतात. म्हणूनच मारिजुआना हे क्रिएटिव्हिटीचं 'इंधन' म्हणून वापरलं गेलंय.

मन एकाग्र करू न शकणाऱ्या रुग्णांवर (या सर्वांमध्ये मेंदूच्या पुढच्या भागाला – 'प्रीफ्रंटल कॉर्टेक्स'ला– इजा पोहोचली होती) केलेल्या प्रयोगाचे निष्कर्ष पाहा. मेंदूच्या या अवस्थेमुळे यांचं चित्त सारखं विचलित होत असे. कुठल्याही गोष्टीवर ते फार काळ लक्ष केंद्रित करू शकत नसत. अशा लोकांना खालील कोडं घातलं–

IV = III + III

आता या काड्यांमधली एकच काडी हलवून हे समीकरण अचूक होईल, असं करायचं. (या उदाहरणात IV मधली डावीकडची कडी हलवून V च्या पलीकडे ठेवली, तर समीकरण अचूक होतं : VI = III + III.) या रुग्णांपैकी ९०% लोकांना उत्तर सांगता आलं, कारण तसं सरधोपट मार्गानं ते येण्यासारखं होतं. (मेंदू शाबूत असलेल्या लोकांपैकी ९२% लोकांना हे कोडं सोडवता आलं.) पण आता हे थोडं अवघड गणित बघा :–

III = III + III

इथं मात्र फक्त ४३% 'नॉर्मल' लोकांना उत्तर सापडलं. बहुतेकांनी थोडा वेळ त्याकडे पाहून हार पत्करली. पण आपल्या या उपरोक्त रुग्णांपैकी मात्र ८२% लोकांना उत्तर सांगता आलं. हे काही तरी भलतंच घडत होतं- मेंदूला इजा झाली असेल, तर तुमची गणितं सोडविण्याची क्षमता वाढते! पण असं होण्याचं कारण हे की, उत्तर 'अनपेक्षित' मार्गानंच मिळू शकतं. या उदाहरणातल्या '+' मधली उभी काडी काढून आडवी करा आणि बघा समीकरण कसं होतं : III = III = III .

'नॉर्मल' माणसं या कोड्याकडे बघताना त्यातल्या रोमन आकड्यांवरच लक्ष केंद्रित करतात. इतर चिन्हांकडे बघण्याची आपल्याला सवयच नसते. पण ज्यांचा 'प्रीफ्रंटल कॉर्टेक्स' नीट काम करत नाहीये, अशांना 'फक्त आकडे' असं मर्यादित लक्ष केंद्रित करताच येत नाही. त्यांचा मेंदू उत्तराच्या शोधात इकडे-तिकडे-सगळीकडे संचार करतो. म्हणून त्यांना उतर सापडायची शक्यता नॉर्मल लोकांच्या तुलनेत दुप्पट असते.

आता मेम्फिस विद्यापीठातल्या मानसशास्त्रज्ञ हॉली व्हाईट यांनी केलेला प्रयोग पाहा. त्यांनी पदवीच्या अनेक विद्यार्थ्यांना काही अवघड 'क्रिएटिव्ह' कोडी सोडवायला दिली. यापैकी ज्यांना 'ए.डी.एच.डी.' (ADHD – Attention Deficit Hyperactivity Disorder) हा 'विकार' होता, त्यांना अधिक कोडी सोडविता आली. हा विकार झालेल्यांचं चित्त सतत विचलित होत असतं. व्हाईट यांनी मग अशा विद्यार्थ्यांना 'आयुष्यात तुम्हाला कलाविषयक किंवा शास्त्रीय स्पर्धांमध्ये बक्षिसे मिळाली आहेत का' वगैरे प्रश्न विचारले. आणि अभिनयापासून ते अभियांत्रिकीपर्यंत सर्व क्षेत्रांत ए.डी.एच.डी. झालेल्यांना भरघोस यश मिळालं होतं, असं त्यांना आढळून आलं. चित्त विचलित होणं म्हणजे त्यांना जणू वरदानच ठरलं होतं.

चित्त विचलित होण्याचे फायदे आपल्याला सर्जनशीलतेविषयी काही तरी महत्त्वाचं सांगून जातात. लक्ष केंद्रित करता येण्याला, कामात 'फोकस' असण्याला अत्यंत महत्त्व देणारं हे युग आहे; पण कधी कधी 'फालतू' माहितीकडेसुद्धा लक्ष देणं आवश्यक असतं. मेंदूच्या खोल गर्तेत घडणाऱ्या गोष्टी आडून ऐकण्याचा फायदा होतो. जेव्हा 'फोकस'मुळे उत्तर सापडत नसतं, तेव्हा 'रिलॅक्स' होऊन मन भरकटू देण्यानंच ते सापडू शकतं. जेव्हा तुम्ही 'इनसाईट'चा शोध थांबविता, तेव्हाच.ती तुम्हाला प्रसन्न होते.

अल्फा लहरींचं महत्त्व सांगताना कुनिओस एका झेन बौद्ध योग्याचं उदाहरण देतात. शास्त्रज्ञांनी दिलेले कुठलेच प्रश्न/कोडी याला सुरुवातीला सोडविता आली नाहीत. जवळजवळ तीस शब्दकोडी त्यानं सोडवायचा प्रयत्न केला; पण त्याला ती जमली नाहीत. शब्दांवर लक्ष केंद्रित करून उत्तर सापडेल, असं त्यानं गृहीत धरलं होतं. आणि मग, प्रयत्न सोडण्याच्या बेतात असतानाच त्याला एकपाठोपाठ एक उत्तरं येऊ लागली. कुनिओसच्या मते, 'लक्ष केंद्रित न करण्यावर जेव्हा त्यानं लक्ष केंद्रित केलं,' तेव्हा त्याला कोडी सोडविणं जमू लागलं. यात त्याचा उजवा मेंदू कामी आला होता. तो दिवसाचे दहा-दहा तास ध्यान लावून बसू शकायचा, म्हणून त्याला 'रिलॅक्स' होणं सहज जमलं. जणू काही पाहिजे तेव्हा अल्फा लहरींचा ओघ तो वाढवू शकत होता.

२.

कामातल्या वेळेची लवचिकता हे जरी थ्री-एमच्या कार्यपद्धतीचं वैशिष्ट्य असलं, तरी नवनिर्मितीसाठी कर्मचाऱ्यांना केवळ मोकळा वेळ देऊन कंपनी थांबत नव्हती. वेन्डलिंग म्हणतो, ''नवनिर्मितीला पोषक वातावरण निर्माण करण्यासाठी लवचिकतेखेरीजही काही गोष्टी कराव्या लागतात. आमच्या संशोधकांना मोकळा हा तर आम्ही देतोच; पण त्याबरोबर आम्हाला हेही बघावं लागतं की, ज्या कल्पनांचा पाठपुरवठा ते करत आहेत, त्या खरोखरच पाठपुरावा करण्यालायक आहेत का?'' इथं थ्री-एमचं दुसरं वैशिष्ट्य दिसून येतं. याला ते 'हॉरिझॉन्टल शेअरिंग' म्हणतात. एकाच कल्पनेचं 'बी' अनेक प्रकारच्या मातीमध्ये पेरून बघायचं, ही थ्री-एमची परंपराच आहे. पुन्हा एकवार मास्किंग टेपचं उदाहरण पाहू या. सॅण्डपेपरसारख्या साध्या गोष्टीचेही अनेक उपयोग केले जाऊ शकतात, ही ड्रूची मूलभूत कल्पना होती; 'कागद + डिंक' मिश्रणापासून चिकटपट्टीही बनविता येईल, हे त्याच्या लक्षात आलं होतं. विल्यम मॅक्नाईटनं मग असा आग्रह धरला की, थ्री-एममध्ये प्रत्येक संशोधकानं इतरांबरोबर आपल्या कल्पना 'शेअर' करायला हव्यात. किंबहुना, हे शेअरिंग हा

कंपनीच्या संस्कृतीचा अविभाज्य घटकच बनला. थोड्याच काळानंतर कंपनीत 'टेक फोरम'ची स्थापना झाली. या वार्षिक सोहळ्यात प्रत्येक संशोधक आपापलं संशोधन सर्वांसमोर मांडतो. (अशाच कल्पना अनेक कंपन्यांनी नंतर राबविल्या आहेत. उदा. – गूगलमधील सी.एस.आय. अर्थात 'क्रेझी सर्च आयडियाज'.) "टेक फोरम म्हणजे एखाद्या माध्यमिक शाळेतील विज्ञान संमेलनासारखं असतं," असं वेन्डलिंग म्हणतो. "अनेक विषयांवर शेकडो भित्तिचित्रं लोक सादर करतात. इथं नॅनो-टेक्नॉलॉजीवाले डिंकवाल्यांशी गप्पा मारत असतात... त्यांना एकमेकांशी बोलायला काय सापडतं, ईश्वर जाणे!"

या अशा माध्यमांतून एकमेकांबरोबर माहितीची देवाण-घेवाण होण्याचा मोठा फायदा असतो. त्यामुळे संकल्पनांची सरमिसळ होऊ शकते. असं होणं नवनिर्मितीच्या दृष्टीनं फार गरजेचं असतं. साधारणतः आपला मेंदू वेगवेगळ्या कल्पना 'वर्गीकृत' करून पुढील वापरासाठी, सुट्या सुट्या 'कप्प्यांत' ठेवतो. उदाहरणार्थ- तुम्ही सॅण्डपेपर बनविणाऱ्या कंपनीत कामाला असाल, तर दिवसभर तुम्ही सॅण्डपेपरच्या 'गुळगुळीत करणं' अशा वापराबद्दल विचार करत असणं स्वाभाविक आहे... पण तुम्हाला एखादी वस्तू घासून गुळगुळीत करायची नसेल, तर मग सॅण्डपेपरचा विचार करून काहीच उपयोग नसतो.

बहुतेक वेळा हे असंच चालू असतं. मन भरकटू न देण्याच्या वृत्तीमुळे होतं असं की, नव्या कल्पनाही सुचेनाशा होतात. जेव्हा आपण जुनाच पर्याय एखादी नवी समस्या सोडवायला वापरतो, तेव्हाच आपल्याला ब्रेकथ्रू मिळू शकतो. उदाहरणार्थ– डिंकाबद्दल समस्या असताना सॅण्डपेपरचा विचार करणं. मग अशा वेळी मनातील कल्पना आपापल्या कप्प्यांमध्ये बंदिस्त न राहता, सरधोपट विचारांच्या मर्यादा भेदून पलीकडे जाऊ शकतात; काही तरी नवं निर्माण करू शकतात.

संकल्पनांचं संमिश्रण जर समजावून घ्यायचं असेल, तर अभिजात बालवाङ्मयातील 'हॅरॉल्ड अँड द पर्पल क्रेयॉन' हे पुस्तक पाहा. कथेचं सूत्र अगदी साधं आहे. हॅरॉल्डकडे जादूचा एक जांभळा खडू असतो. या खडूनं काढलेलं चित्र 'खरं', किंवा 'जिवंत' होतं (जरी ते बालसुलभ असलं तरी). उदाहरणार्थ– जर हॅरॉल्डला फिरायला जायचं असेल, तर त्यानं फक्त एक रस्ता काढायचा अवकाश... चित्राचं लगेच रस्त्यात रूपांतर होतं. त्या रस्त्यावरून हॅरॉल्ड चालू शकतो. पण इथंच एक गोम आहे. हे पुस्तक वास्तवाच्या दोन भिन्न संकल्पनांचं संमिश्रण करतं. हॅरॉल्डकडे जरी 'अवास्तव' असा खडू असला, तरी दुसरीकडे त्याला जगाचे (वास्तवाचे) नियम मोडता येत नाहीत. म्हणजे हॅरॉल्डनं डोंगराचं चित्र काढलं आणि समोर आलेल्या डोंगरावर तो चढू म्हणाला; तर त्याला तुमच्या-आमच्यासारखं तोल सांभाळतच चढावं लागतं. या खडूच्या चित्रातील काल्पनिक दुनियेतही गुरुत्वाकर्षणाचे

नियम लागू आहेत. आणि तो चढताना जर घसरलाच, तर त्याला एखाद्या फुग्याचं चित्र काढून, त्या फुग्याला लोंबकळून स्वतःला सांभाळावं लागतं! अशा प्रकारे या पुस्तकात वास्तव आणि कल्पित यांचा सुरेख संगम आहे. हॅरॉल्डकडे एक 'अतिवास्तव' (सरीयल) साधन आहे. पण या साधनाला वास्तवाच्या चौकटीतच काम करता येतं. केस वेस्टर्न रिझर्व्ह विद्यापीठातील 'कॉग्निटिव्ह मानसशास्त्रज्ञ' मार्क टर्नरने या पुस्तकाच्या आधारे दाखवून दिलं आहे की, लहान मुलं दोन भिन्न संकल्पनांमधून एखादी नवीच संकल्पना सहज निर्माण करू शकतात. ती जर तसं करू शकत नसती, तर हॅरॉल्डची ही कथा निरर्थक ठरली असती.

संकल्पनांच्या संमिश्रणाचा सर्जनशीलतेशी काय संबंध? सर्जनशीलता 'असतेच', असं लोक गृहीत धरतात. पण खरं तर, भिन्न संकल्पना मनात एकत्र नांदविता येणं, हे हत्यार सर्जनशीलतेसाठी अत्यावश्यक आहे. जेव्हा वरकरणी भिन्न असलेल्या संकल्पनांमध्ये आपल्याला साम्य दिसू लागतं, जेव्हा 'नियमावली'कडे आपण वेगळ्या बाजूनं पाहू लागतो; तेव्हाच आपल्याला इनसाईट प्राप्त होऊ शकते. अठराव्या शतकातील डेव्हिड ह्यूम या तत्त्वज्ञानं 'ॲजॲन इन्क्वायरी कन्सर्निंग ह्युमन अंडरस्टँडिंग'मध्ये याचं वर्णन असं केलं आहे :

> ही सर्जनशीलतेची ताकद म्हणजे काय? दुसरं-तिसरं काही नाही, तर आपल्या ज्ञानेंद्रियांच्या माध्यमातून आणि आपल्या अनुभवातून जो कच्चा माल आपल्याकडे उपलब्ध आहे, तो माल एकमेकांत मिसळून, ढवळून, जोडून आणि नको तो भाग थोडासा काढून टाकून वापरण्याची हातोटी. जेव्हा आपण 'सोनेरी डोंगर' असा विचार करतो, तेव्हा काय करत असतो? आपण 'सोनं' आणि 'डोंगर' अशा दोन संकल्पना एकत्र आणतो.

ह्यूम आपल्याला दाखवून देत होता की, नवा शोध लावण्याची प्रक्रिया म्हणजे पुनःसंयोजन (रीकॉम्बिनेशन) होय. अशा प्रकारे संकल्पनांची 'मिश्रणं' तयार केल्याची असंख्य उदाहरणं इतिहासात सापडतील. जोहान्स गटेनबर्गला द्राक्षांचा रस काढण्याच्या यंत्राविषयी माहिती होती. तिचा वापर करून त्यानं छपाई यंत्राचा शोध लावला. सायकल बनविण्याच्या माहितीचा वापर करून राईट बंधूंनी विमान तयार केलं. (त्यांचं पहिलंवहिलं विमान म्हणजे एका प्रकारे पंख असलेली सायकलच होती.) स्वतःच्या कुत्र्याच्या अंगाला चिकटलेल्या काटेरी बिया पाहून जॉर्ज द मेस्त्रालला 'वेल्क्रो'चा शोध लावता आला. इंटरनेटवर प्रकाशित होणाऱ्या शोधनिबंधांची क्रमवारी लावण्याकरिता वापरली जाणारी प्रणाली गूगलच्या 'सर्च अल्गोरिदम'ची जननी ठरली, ती लॅरी पेज आणि सर्जी ब्रिनच्या प्रयत्नांमुळे. या प्रत्येक उदाहरणातला

शोध केवळ जुन्या संकल्पनांच्या मंथनातूनच लागलेला आहे.

संकल्पनांचे संमिश्रण करण्यामधला 'दादा' माणूस म्हणजे डिक ड्रू. त्यानं मास्किंग टेपचा शोध लावल्यावर, एका सहकाऱ्यानं त्याला सेलोफेन नामक एका नव्या, विचित्र पदार्थविषयी सांगितलं. (एव्हाना ड्रू पूर्ण वेळ संशोधक बनला होता.) हे सेलोफेन पारदर्शक व चकचकीत तर होतंच, शिवाय पाणी आणि तेलाला ते शिरकाव करू देत नसे. ड्यू पॉन्ट कंपनी माल गुंडाळून नेण्यासाठीचा (पॅकेजिंगचा) एक स्वस्त पर्याय म्हणून हेच सेलोफेन विकत होती. ड्रूने त्यावर नजर टाकली आणि त्याला एक कल्पना सुचली (ही कल्पना त्याच्या आयुष्यातील सर्वोत्तम कल्पना होती, असं तो नंतर म्हणाला) – सेलोफेन एक आदर्श 'पॅकेजिंग' पदार्थ होऊ शकतो. त्यानं १०० वर सेलोफेन मागविले आणि त्यावर डिंक फासायला सुरुवात केली. ड्रूने त्याला नाव दिलं– 'स्कॉच टेप.' ही 'सी-थ्रू' चिकटपट्टी बाजारात आल्यापासून केवळ दोन वर्षांत, म्हणजे १९३३ मध्ये, सर्वाधिक लोकप्रिय टेप बनली. मास्किंग टेप आणि सेलोफेन म्हणजे एकदम भिन्न गोष्टी; पण त्या दोन्हींमध्ये ड्रूला स्कॉच टेप दिसली. ड्यू पॉन्टला मात्र असं काही सुचलंच नाही.

नवनिर्मितीची ही प्रक्रिया आपल्याला थ्री-एममध्ये पुनःपुन्हा होताना दिसते. उदाहरणार्थ– औद्योगिक क्षेत्रात वापरल्या जाणाऱ्या भक्कम ताकदीच्या मास्किंग टेपपासूनच बोइंग विमानांसाठी आवाज रोखणारी पॅनेल्स तयार केली गेली. (ही टेप इतकी चिकट असते की, तिच्या पाशातून ध्वनिलहरीही सुटू शकत नाहीत.) या पॅनेल्सपाठोपाठ नंतर अत्यंत मजबूत असं 'अॅढेसिव्ह फोम' बनवता आलं. याचा वापर गोल्फ क्लब्समध्ये करण्यात आला. हे फोम इतकं चिकट आणि मजबूत आहे की, टिटॅनियम आणि कार्बन फायबरलाही ते एकत्र बांधून ठेवू शकतं. थ्री-एमच्या आणखी एका इंजिनिअरनं स्कॉच टेपवरून 'टच-स्क्रीन' तंत्रज्ञान विकसित केलं, ज्याचा वापर आज प्रत्येक 'स्मार्टफोन'मध्ये केला जातो. (पारदर्शक डिंक सेलोफेनवर फासण्याऐवजी विशिष्ट काचेवर फासायचा आणि ही काच 'डिस्प्ले'वर लावायची.) स्कॉच टेपमध्ये लोलकाचे गुणधर्म आहेत, असं थ्री-एमच्या आणखी एका इंजिनिअरच्या लक्षात आलं. मग संशोधकांनी या माहितीचा वापर करून प्रकाश रिफ्रॅक्ट करू शकणाऱ्या पारदर्शक फिल्म्स बनविल्या. त्यांच्या या गुणधर्मामुळे अशा फिल्म्स हल्ली मोठ्या प्रमाणात एल.सी.डी. टेलिव्हिजन आणि लॅपटॉप्समध्ये वापरल्या जातात. यामुळे अशी उपकरणे ४०% कमी विजेवर चालू शकतात. वेन्डलिंग म्हणतो, "या सगळ्यातून आपण काय धडा शिकतो? तर हा की, 'टेप'चा धंदा फक्त टेपपुरता मर्यादित नाहीये. एखाद्या कल्पनेचा चावून चोथा झालाय, असं तुम्हाला वाटत असताना, तुम्ही त्याविषयी दुसऱ्याच क्षेत्रात काम करणाऱ्या एखाद्याशी

बोलून बघा. कदाचित त्याला त्याच चोथ्यात काही तरी नवं दिसेल. त्यापासून तो तिसरंच काही तरी शोधून काढील... यातून चौथ्या माणसाला आणखी एखादी नवी कल्पना सुचेल... थोडक्यात, ही आमची कार्यपद्धती ('मॉडेल') आहे.''

थ्री-एममध्ये संकल्पनांचं संमिश्रण करण्याला एवढं महत्त्व दिलं जातं की, तिथल्या इंजिनिअर्सना सतत वेगवेगळ्या विभागांत फिरविलं जातं. डिंक विषयात काम करणाऱ्याला कदाचित ऑप्टिकल फिल्म्सच्या विभागात पाठवलं जाईल; दम्याचे पेशंट जे 'स्प्रे' वापरतात, त्यावर काम करणारा कदाचित वातानुकूलन विभागात जाईल. कधी कधी शोधाच्या प्रक्रियेला एकदम गती देण्यासाठीही अशा बदल्यांचा उपयोग केला जातो. एखाद्या विभागात जर नव्या कल्पनांचा ओघ आटला असेल, तर त्या विभागात संपूर्ण नव्या लोकांचा गट कामाला लावला जातो. हे लोक कंपनीच्या वेगवेगळ्या विभागांतून एकत्र केलेले असतात. ''साधारणपणे दर ४-६ वर्षांनी प्रत्येकाला वेगळ्या प्रकल्पावर टाकायचं, असा आमचा उद्देश असतो,''असं वेन्डलिंग म्हणतो. ''आमच्यामधील चांगल्या संकल्पना सतत फिरत राहिल्या पाहिजेत, याची आम्ही खात्री करून घेत असतो.''

अशा 'फिरवाफिरवी'मुळे संकल्पनांचं संमिश्रण व्हायला मदत होते. अनुत्तरित आणि किचकट समस्येकडे नव्यानं बघण्याची संधी मिळते. नव्या प्रकारची टाचणी बनवायची आहे- मग चिकटपट्टीचा विचार करा. लॅप-टॉपसाठी अधिक चांगली बॅटरी हवी आहे- मग दिव्याच्या बल्बचे गुणधर्म अभ्यासा. यामागं असलेल्या मानसिक प्रक्रिया कशा घडतात, हे समजावून घेण्यासाठी हे एक अवघड 'इनसाईट' कोडं बघा–

> कल्पना करा की, तुम्ही एक डॉक्टर आहात. तुमच्या पेशंटच्या पोटात एक मोठी गाठ (ट्यूमर) आहे. शस्त्रक्रिया करणं अशक्य आहे; पण ट्यूमरचा नाश केला नाही, तर पेशंटचा मृत्यू अटळ आहे. आपल्याकडे अशी एक 'गन' आहे– जिच्यातून बाहेर पडणारे किरण ट्युमरवर डागले असता, त्याचा नाश होऊ शकतो. त्याकरिता हे किरण एका क्षणापुरते 'एकत्रितपणे', सर्वशक्तीनिशी त्यावर केंद्रित होणं आवश्यक आहे. पण दुर्दैवानं, असं केलं असता, ट्यूमरपर्यंत पोहोचेस्तोवर वाटेतल्या सर्वच पेशींचा नाश होणार आहे. कमी ताकदीचे किरण सोडले, तर त्यांचा काहीच परिणाम होणार नाहीये. या परिस्थितीत काय केलं असता ट्यूमर तर नाश पावेल, पण आजूबाजूच्या पेशी टिकून राहतील?

तुम्हाला उत्तर सापडलं नाही, तर वाईट वाटून घेऊ नका. ते ९७% लोकांना सापडत नाही. त्यांच्या मते, पेशंटचा मृत्यू अटळ आहे; पण उत्तर सुचण्याला मदत

म्हणून विषयाशी संबंध नसलेली ही गोष्ट प्रयुक्तांना ऐकवून बघा–

> कोण्या एका प्रांताच्या मध्यभागी एक किल्ला होता. त्या किल्ल्यातून विविध दिशांना बाहेर जाणारे असे अनेक रस्ते होते. एका सेनानीला हा किल्ला काबीज करायचा होता. पण तो जर चाल करून गेला असता, तर या रस्त्यांवर पेरलेल्या भू-सुरुगांमुळे त्याचे सैनिक, तसेच आजूबाजूच्या गावातील लोक ठार झाले असते. त्यामुळे एक रस्ता पकडून त्याचं सैन्य चाल करून जाऊ शकत नव्हतं. पण तो किल्ला सर करायला मात्र त्याचं संपूर्ण सैन्य आवश्यक होतं– एखादी तुकडी पाठवून भागणार नव्हतं. मग त्या सेनानीनं सैन्याच्या अनेक छोट्या तुकड्या केल्या. एक-एक तुकडी एका-एका रस्त्यावर, किल्ल्यापासून समान अंतरावर तैनात केली आणि सर्व तुकड्या किल्ल्यावर एकदम चाल करून गेल्या... आणि किल्ला सर झाला.

जेव्हा वरील ट्यूमरचं कोडं घालण्याअगोदर प्रयुक्तांना ही कथा सांगितली गेली, तेव्हा उत्तर सापडण्याचं प्रमाण ७०% पर्यंत गेलं. दोन गोष्टींमधलं साम्य जेव्हा दिसून आलं, तेव्हा उत्तर सापडणं सोपं गेलं. (तुम्ही अजूनही ट्यूमरविषयी विचार करत असाल, तर उत्तर असं आहे– पेशंटच्या भोवती १० वेगवेगळ्या 'गन' उभारायच्या आणि प्रत्येकीतून आवश्यकतेच्या १०% शक्ती असलेले किरण ट्यूमरवर 'फोकस' करून मारायचे. अशानं, ट्युमरवर सर्वशक्तिनिशी विनाशकारी मारा होईल, पण आजूबाजूच्या पेशीदेखील जिवंत राहतील.)

संकल्पनांचं संमिश्रण करण्याची क्षमता कशी वाढवायची? वर दिलेलं ट्यूमरचं कोडं तयार करणारे मानसशास्त्रज्ञ मेरी गिक आणि कीथ होल्योक काय म्हणतात, ते पाहा – आपल्या मनाची 'मूळ प्रश्नाशी अर्थाअर्थी संबंध नसलेली माहिती आणि संकल्पना पडताळून पाहण्याची तयारी असणं' सर्वांत महत्त्वाचं आहे. बहुतेक लोक ट्यूमर आणि किरणांवर आपले सर्व विचार केंद्रित करतात. प्रश्नातल्या बारकाव्यांकडे लक्ष न देता, इतर गोष्टींमध्ये काही सापडतंय का, ते बघण्यात आपलं मन मुक्तपणे गुंतायला हवं. मग त्या 'बाह्य' गोष्टी आणि आपला प्रश्न यांच्यामध्ये काही साम्य असेल, तर ते आपल्याला अधिक चट्कन दिसू शकतं. अशा वेळी मग वैद्यकीय समस्या सोडवायला युद्धांचा इतिहास कामी येतो.

मध्यंतरी हार्वर्ड आणि टोरोंटो विद्यापीठातील न्यूरो-शास्त्रज्ञांनी काही प्रयोग केले. हार्वर्डमधील पदवी अभ्यासक्रमातल्या ८६ विद्यार्थ्यांना त्यांनी चाचणी दिली. एखादं काम करत असताना बाह्य गोष्टी (आजूबाजूचं संभाषण, 'ए.सी.'चा आवाज वगैरे) दुर्लक्षिण्याची क्षमता पडताळून पाहण्यासाठी हा प्रयोग होता. ज्यांच्यामध्ये ही

क्षमता जास्त असते, असे लोक अधिक कार्यक्षम असतात; कारण त्यांचं चित्त सहजपणे विचलित होत नाही, त्यांची एकाग्रता चांगली असते, असं साधारणपणे मानलं जातं.

पण इथं जे आढळून आलं, ते वेगळंच होतं. बाह्य गोष्टींकडे दुर्लक्ष करणं ज्यांना अवघड गेलं, असे विद्यार्थी 'सर्जनशील आणि यशस्वी' (त्यांच्या अगोदरच्या 'परफॉर्मन्स'च्या तुलनेत) असण्याची शक्यता सातपट जास्त होती, असं आढळून आलं. ''चित्त सहज विचलित होण्यामुळे या लोकांच्या मेंदूतील 'विचारांचं द्रावण' अधिक 'रिच' असतं. सरधोपट, नेहमीच्या मार्गानं उत्तर न शोधता, असे लोक मूळ प्रश्नाशी असंबंधित अशाही अनेक गोष्टींचा विचार करतात, त्यामुळे त्यांना उतर सापडण्याची शक्यता जास्त असते. 'सर्जनशील' लोक भोवतालच्या संवेदना आणि 'संदेश' यांच्या सतत संपर्कात असतात. याउलट 'नॉर्मल' माणसं एखादी गोष्ट काय आहे, हे कळल्यावर तिला योग्य त्या 'कप्प्यात' ठेवून देतात आणि तिच्याबद्दल विसरून जातात. सर्जनशील व्यक्ती मात्र नव्या संवेदनांना सतत जागरूक असतात,'' असं टोरोंटो येथील न्यूरो-शास्त्रज्ञ जॉर्डन पीटरसन म्हणतात.

३.

वॉशिंग्टन विद्यापीठातील यूरो-रेडिऑलॉजिस्ट मार्कस रेकले यांना 'दिवास्वप्नात' रस उत्पन्न झाला, तो काहीशा अनपेक्षितपणेच. तो काळ १९९० च्या दशकाचा होता आणि रेकले दृश्यसंवेदनेचा अभ्यास करत होते. त्यांचे प्रयोग अगदी साधे होते. ब्रेन स्कॅनरमध्ये असताना प्रयुक्ताला ठिपके मोजण्यासारखं एखादं काम सांगितलं जात असे. मग पुढील २०-३० सेकंद प्रयुक्तानं काही करायचं नाही. (प्रयुक्तांच्या दृष्टीने हे तसं कंटाळवाणंच होतं. 'त्यांना डुलकी लागत नाहीये ना, हे आम्हाला सारखं बघावं लागत होतं,' असं रेकले म्हणतात.) या २०-३० सेकंदांच्या काळातही स्कॅनर चालूच होता; पण त्या काळातला 'डेटा' म्हणजे निरर्थक माहिती, असं रेकले यांनी गृहीत धरलं होतं. ''तुम्ही कसलाही विचार करू नका, असं आम्ही प्रयुक्तांना सांगत असू. त्यांचं मन आम्हाला 'मोकळं' हवं होतं. आणि आम्ही गृहीत धरलं की, मन मोकळं असताना स्कॅनरमधून येणाऱ्या माहितीचं प्रमाण घटेल. पण ही माझी चूक होती.''

प्रयुक्त एफ-एमआरआय मशिनमध्ये निपचित पहुडले असतानाचा 'डेटा' गोळा करायचा, असं एके दिवशी रेकले यांनी ठरवलं. त्यांना 'बेसलाईन' माहिती हवी होती. आणि आश्चर्य म्हणजे, प्रयुक्तांचा मेंदू निपचित अवस्थेतही अजिबात 'शांत' नव्हता. उलट, एखाद्या रात्री उंच-उंच इमारती दिव्यांनी उजळून जाव्यात,

तद्वत् मेंदूचे अनेक भाग उद्दीपित झालेले होते. ''तुम्ही काहीही न करता बसले असाल, तर तुमचे स्नायूही शांत असतात. पण मेंदू 'काहीही करत नसताना'देखील त्यामध्ये खूप काही चालू असतं,'' असं रेकले म्हणतात.

दोन कोडी सोडविण्याच्या मधल्या वेळातल्या, मेंदूतील या घडामोडींनी रेकले उत्साहित झाले. सुरुवातीला हे काय चाललं आहे, हे त्यांना कळत नव्हतं. पण एके दिवशी प्रयोगशाळेत बसले असताना त्यांना अचानक उपरती झाली- त्यांचे प्रयुक्त दिवास्वप्न पाहत होते! ('हे उत्तर मला सापडलं, तेव्हा मीही बहुधा स्वप्नरंजनातच होतो,' रेकले म्हणतात.) स्कॅनरमध्ये पहुडले असताना लोक कंटाळत असत, म्हणून ते स्वतःची करमणूक करण्याचा प्रयत्न करत होते. हे लक्षात आल्यावर रेकले यांना पुढचा प्रश्न लगेच पडला- स्वप्नरंजनाला एवढी ऊर्जा का लागते? ''मेंदू हा अतिशय 'इफिशियंट' अवयव आहे; मग निपचित पडले असतानाही एवढी ऊर्जा लागायचं तसंच काही तरी कारण असलं पाहिजे. मला अजून ते सापडलं नाहीये, एवढंच!'' रेकले म्हणाले.

अनेक वर्षं यावर अथकपणे विचार केल्यावर रेकलेंच्या मनातलं चित्र स्पष्ट होऊ लागलं. ते मेंदूच्या या अवस्थेला 'डीफॉल्ट नेटवर्क' म्हणतात. आपलं मन फार काळ स्थिर राहू शकत नाही... ते सारखं इकडे-तिकडे सैरावैरा पळत असतं. जी गोष्ट करायला फार विचार करावा लागत नाही (उदा.– गाडी चालविणं, कंटाळवाणं पुस्तक वाचणं), ती करताना हे 'डीफॉल्ट नेटवर्क' कार्यरत असतं. या अगोदर अशी समजूत होती की, दिवास्वप्न पाहत असताना मेंदू 'आळसावलेला' असतो. पण या एफ-एमआरआयमधील प्रयोगांवरून लक्षात येतं की, मेंदू या अवस्थेतही काम करतच असतो. विशेषतः मेंदूचा पुढचा आणि मागचा भाग यांच्या दरम्यान विद्युतलहरींमार्फत संवाद चालू असतो. डोळ्यांच्या मागे स्थित प्री-फ्रंटल भाग आणि पोस्टेरीअर सिंग्युलेट व मीडियल टेम्पोरल लोब यांच्यामध्ये जणू जुगलबंदी सुरू असते. एरवी मेंदूचे हे दोन भाग एकमेकांच्या संपर्कात फारसे नसतात, कारण त्यांचं कार्य वेगवेगळं असतं. पण आपण दिवास्वप्न पाहू लागलो की, मात्र ते एकत्र काम करू लागतात.

या सर्व मानसिक क्रिया-प्रक्रिया असण्यामागं काही कारणं आहेत. बाह्य जगाला 'प्रतिसाद' देण्याऐवजी मेंदू स्वत:त डोकावून बघू लागतो आणि अधिक शांतपणे तपास करू लागतो. (ही प्रक्रिया अनेक वेळा उजव्या मेंदूमधील वाढीव कार्याच्या समांतर चालू असते.) हीच प्रक्रिया 'टू द लाईटहाउस' या व्हर्जिनिया वुल्फ यांच्या कादंबरीतील लिली नामक पात्राच्या मनात चालू असते. वुल्फ त्याचं असं वर्णन करतात :

> ‘भोवतालच्या जगाबद्दलच्या तिच्या जाणिवा निश्चितच कमी होत चालल्या होत्या. आणि जसजसं हे होत गेलं... तसतसं तिच्या मनाच्या खोल गर्भातून अनेक आठवणी, नावं, स्मृती, कल्पना एखाद्या झऱ्याप्रमाणे उचंबळून वर येऊ लागल्या...’

दिवास्वप्न म्हणजे मेंदूच्या विविध कप्प्यांमधून दडलेल्या संकल्पना एकत्र होऊन, या झऱ्याप्रमाणे त्या बाहेर येणं. अशा वेळी एरवी आपल्या लक्षात न आलेले अनेक परस्परसंबंध आपल्याला नव्यानं जाणवू लागतात. थ्री-एमच्या कागद विभागात काम करणाऱ्या आर्थर फ्राय या इंजिनिअरचेच पाहा. या कथेची सुरुवात १९७४ मधील एका रविवारच्या थंड सकाळी सेंट पॉल, मिनेसोटा येथील एका चर्चमध्ये होते. काही आठवडे अगोदर, फ्राय एका ‘टेक-फोरम’मध्ये सहभागी झाला होता. तिथं ‘डिंक’ या विषयावर काम करणाऱ्या स्पेन्सर सिल्व्हर नामक इंजिनिअरचं भाषण त्यानं ऐकलं होतं. सिल्व्हरने एक अतिशय पातळ डिंक तयार केला होता- इतका पातळ की, त्यानं दोन कागदही एकमेकांना धड चिकटू शकत नव्हते. ते व्याख्यान ऐकायला आलेल्या अनेकांप्रमाणे फ्रायलाही या डिंकाचं काय करायचं, हे कळलं नाही. त्याला ही एक ‘डेड-एंड’ कल्पना वाटली आणि त्यानं ती डोक्यातून पट्कन काढून टाकली. ज्यानं काही चिकटविता येत नाही, असा डिंक काय कामाचा?

पण या रविवारी सकाळी हा पातळ डिंक परत फ्रायच्या डोक्यात घुसला. तो चर्चच्या ‘क्वायर’मध्ये गात असे. रविवारी त्याला ज्या ‘ठिकाणी’ गायचं असेल, त्या ठिकाणी ‘नोटेशन्स’मध्ये तो दर बुधवारी कागदाचे छोटे-छोटे तुकडे लावून ठेवत असे. पण रविवारपर्यंत त्यातले काही तुकडे पडून जात असत. याचा त्याला खूप त्रास व्हायचा, कारण त्याला परत स्वतःची ‘जागा’ शोधण्यात वेळ घालवावा लागायचा. मग एके दिवशी ‘सर्मन’ जसं कंटाळवाणं होऊ लागलं, तसं फ्राय स्वप्नरंजन करू लागला. तो ‘बुकमार्क’बद्दल विचार करू लागला. पाहिजे तिथे लावता येईल असा एखादा बुकमार्क हवा आणि तो काढताना खालचा कागदही फाटता काम नये. अगदी त्याच वेळी त्याला स्पेन्सर सिल्व्हर आणि त्याचा पातळ डिंक आठवला. पेटंट मिळालेला सिल्व्हरचा तो डिंक एक उत्तम ‘बुकमार्क’ बनविण्यासाठी उपयोगी पडू शकेल, असं लगेच त्याच्या लक्षात आलं.

मग आपल्या फावल्या वेळात फ्रायनं कामाला सुरुवात केली. त्यात त्याचे अनेक महिने गेले. अनेक प्रयोग फसले. काही वेळा डिंक खालच्या कागदाला डाग पाडे. पण अखेर चाचण्या घेण्याइतपत त्याची भट्टी जमली. त्यानं काही नमुने वैज्ञानिकांना, काही ग्रंथपालांना, तर काही त्याच्या कंपनीतल्या अधिकाऱ्यांना

वापरायला म्हणून दिले... किंबहुना, जे कोणी 'ट्रायल' घ्यायला तयार होतील, अशा सर्वांना त्याने नमुने दिले. बहुतेकांना पानाची घडी घालून ठेवण्यापेक्षा हा नवा बुकमार्क बरा वाटला; पण कोणीही तो त्याच्याकडे पुन्हा मागितला नाही. लोक हे बुकमार्क फेकून न देता पुनःपुन्हा वापरत होते.

फ्रायनं जवळजवळ हार मानली. पण काही दिवसांनी त्याला दुसरी उपरती झाली. एक रिपोर्ट वाचत असताना त्याला एका विशिष्ट परिच्छेदाबद्दल प्रश्न पडला. त्या मूळ रिपोर्टवर आपली प्रतिक्रिया न लिहिता, त्यानं त्याच्या नव्या बुकमार्कवर ती लिहून तो बुकमार्क रिपोर्टवर चिकटविला. मग हा रिपोर्ट त्यानं आपल्या पर्यवेक्षकाकडे पाठविला. त्यानंही तो वाचून आपली प्रतिक्रिया दुसऱ्या एक 'चिकट कागदावर' लिहून पुढे पाठविली. एकमेकांना आपलं म्हणणं सांगायची ही नवी युक्ती छान आहे, असं लगेच त्या सर्वांच्या लक्षात आलं. प्रत्येक वेळी वेगळा 'मेमो' संदर्भासहित लिहीत बसण्यापेक्षा मूळ रिपोर्टवर अशा छोट्या चिठ्ठ्या चिकटवून त्यावर आपलं मत मांडणं अधिक सोपं होतं. आणि या छोट्या चिठ्ठ्या कुठंही चिकटविता यायच्या- रिपोर्टवर, भिंतींवर, भित्तिपत्रकांवर, काचांवर, वगैरे वगैरे. या वेळी जेव्हा फ्रायनं हे कागद लोकांना वाटले, तेव्हा थोड्याच अवधीत संपूर्ण ऑफिस या पिवळ्या कागदांनी भरून गेलं... 'पोस्ट-इट' चिठ्ठीचा जन्म झाला होता!

चिकट बुकमार्कची कल्पना जेव्हा आर्थर फ्रायला सुचली, तेव्हा तो स्वप्नरंजनात मश्गुल झाला होता. हे काही अपघातानं घडलं नव्हतं. तो जर तर्कसंगत ('लॉजिकल') विचार करत असता, तर स्पेन्सर सिल्व्हरचा तो पातळ डिंक आणि गाण्याच्या पुस्तकातून पडून जाणारे कागद यांचा परस्परसंबंध त्याला दिसलाच नसता. केवळ स्वप्नरंजनामुळे 'पोस्ट-इट'चा जन्म होऊ शकला. हं, आणि त्या दिवशीचं प्रवचन कंटाळवाणं होतं, हेही महत्त्वाचं आहेच!

अलीकडे 'इन्साईट'च्या अभ्यासातले अग्रगण्य मानसशास्त्रज्ञ जोनाथन स्कूलर यांनी 'दिवास्वप्नांचे काय फायदे असतात', यावर अभ्यास सुरू केला आहे. जे लोक जास्त दिवास्वप्नं बघतात, ते जास्त सर्जनशीलही असतात, असं त्यांच्या प्रयोगशाळेत आढळून आलं. (याचा अभ्यास करण्यासाठी त्यांनी प्रयुक्तांना 'वॉर अँड पीस' कादंबरीचा एक 'कंटाळवाणा' भाग वाचायला दिला. मग हे प्रयुक्त दुसऱ्या गोष्टीचा विचार किती वेळानं करू लागले, हे मोजलं.) "या चाचण्या दिल्यावर दोन भिन्न गोष्टींमधील वरकरणी न दिसणारं साधर्म्य पडताळून पाहण्याचं कौशल्य समजतं. अशा प्रकारे विचार करता येण्याचा सर्जनशीलतेशी जवळचा संबंध असतो," असं स्कूलर म्हणतात.

असं असलं तरी सर्व प्रकारच्या दिवास्वप्नांचा नवी कल्पना सुचण्याशी तितकाच संबंध असतो, असंच काही नाही. स्कूलर आपल्या प्रयोगांत दिवास्वप्नं

दोन प्रकारची जाणतात. पहिल्या प्रकारात- आपण दिवास्वप्न बघत होतो, हे त्या व्यक्तीला कोणी तरी 'जागं' केल्यावरच कळतं. 'तुमचं मन भरकटतंय असं लक्षात येताच तुम्ही बटण दाबा' असं प्रयुक्तांना सांगितलेलं असतं. पण या पहिल्या प्रकारच्या लोकांना बटण दाबायचं भानच नसतं– ते विसरून जातात. दुसऱ्या प्रकारच्या लोकांना मनाचं भरकटणं लगेच लक्षात येतं. स्कूलरच्या प्रयोगांत असं दिसून आलं की, पहिल्या प्रकारचे लोक काही फार सर्जनशील नसतात. ''केवळ दिवास्वप्न बघणं पुरेसं नसतं,'' स्कूलर म्हणतात. ''मन भरकटणं हा सोपा भाग झाला. मन भरकटता-भरकटताही तुमचं पुरेसं भान जागृत हवं; जेणेकरून मनात आलेली नवी कल्पना तुमच्या लक्षात येईल.'' फ्रायच्या नावे 'पोस्ट-इट'खेरीज २० हून जास्त पेटंट आहेत. त्याचं मन सहज भटकंती करू शकतं, हे तो उत्तम 'शोधक' असण्याचं कारण नाही; तर तो दिवास्वप्न 'जागृत' अवस्थेत बघतो आणि मनात 'इनसाईट' आलेली त्याच्या लक्षात येते, हे त्याचं कारण आहे.

स्कूलरच्या प्रयोगशाळेनं २००९ मध्ये 'लॉस्ट इन द सॉस' अशा गमतीशीर नावाचा एक शोधनिबंध सादर केला होता. या प्रयोगातही त्यानं पदवीच्या विद्यार्थ्यांना 'वॉर अँन्ड पीस'मधील एक रटाळ भाग वाचायला दिला. प्रयोगाअगोदर काहींना भरपूर व्होडका आणि क्रॅनबेरी जूस प्यायला दिला. अर्थात, या लोकांना वाचनाकडे नीट लक्ष देणं अवघड गेलं... आणि स्वप्नरंजन करणं सोपं गेलं. आपलं चित्त पुस्तकात नाही, हे या लोकांना डिवचल्याशिवाय लक्षात येत नव्हतं. स्कूलरच्या मते, दारूमुळे मन इकडे-तिकडे जाणं सोपं होतं. या अवस्थेला तो 'झोनिंग आउट' असं म्हणतो. यामुळेच कामानंतर बिअरचे एक-दोन ग्लास पिणं चांगलं, असं त्याला वाटतं. स्कूलर म्हणतो, ''आपण काय विचार करतोय, हे आपल्याला नीटसं कळत नाही. अर्थात, नेमक्या याच गोष्टीमुळे धुंदीत असताना आपल्याला एखाद्या प्रश्नाचं उत्तर जरी मिळालं, तरी बहुधा ते आपल्या लक्षात येत नाही.''

यावरून काय बोध घ्यायचा? उपयुक्त स्वप्नरंजनाकरिता मनाला तारेवरची कसरत करावी लागते. एकीकडे कंटाळ्यातून इनसाईटच्या दिशेनं विचारप्रवाह जाऊ शकतो, पण मन पूर्णपणेच हरवून जाईल इतकंही भरकटायला नको. कितीही उत्तम दिवास्वप्न आपण बघत असलो, तरी त्यादरम्यान वास्तवाशी असलेला धागाही अबाधित असायला हवा.

स्कूलरनं अभ्यासात जे पाहिलं, ते तो स्वतःच्या आयुष्यात आणू लागला. आता तो दररोज दिवास्वप्न बघत बघत फिरायला जातो. सांता बार्बराच्या नयनरम्य किनारपट्टीजवळच्या टेकड्यांमधून जाणारी त्याची आवडती पाऊलवाट त्यानं मला दाखविली. 'चापाराल' आणि ओक वृक्षांची छाया असलेल्या या वाटेवरून जाताना खालच्या लाटांचा जो लयबद्ध आवाज येईल, तेवढाच इथं कानांवर पडतो. ''इथं

मी निवांतपणासाठी येतो,'' असं स्कूलर म्हणतो. ''पण निवांतपणा याचा अर्थ मी काम करत नसतो, असं नव्हे. माझ्या असं लक्षात आलं की, इथं चालत असताना मी ज्या प्रकारचा आणि दर्जाचा विचार करतो, तो खूप महत्त्वाचा आहे. म्हणून मी असा 'शिस्तबद्ध निवांतपणा' माझ्या दिनचर्येचा एक अविभाज्य भागच बनवून टाकला आहे. ट्रॅफिकमध्ये गाडीत बसलेलो असताना स्वप्नरंजनाला मिळणारा वेळ तसा उपयोगाचा नसतो.'' आणि म्हणून दररोज दुपारी पॅसिफिक कोस्ट हायवेच्या कडेला गाडी पार्क करून, आपला आय-फोन मागे ठेवून तो भ्रमंती करतो. ''मी काहीही न ठरविता फिरायला जातो. कोणताही 'प्लॅन' माझ्या डोक्यात नसतो. माझं मन जिकडे जाईल, तिकडे मी त्याला जाऊ देतो. आणि गम्मत म्हणजे, माझ्या सर्व उत्तमोत्तम कल्पना मला इथंच सुचल्या आहेत,'' असं स्कूलर म्हणतो.

नव्या कल्पना आणि 'इनसाईट'चं उगम स्थान कोणतं, हे कळल्यामुळे या नवनिर्मितीच्या प्रक्रियेला आपण खत-पाणी घालू शकतो. एखादा जटिल प्रश्न सोडविताना आपण 'डेड-एंड'ला पोहोचलो असलो तर मनाला विरंगुळा देत, उजव्या मेंदूतून निघणाऱ्या अस्पष्ट संदेशांकडे आपण लक्ष देऊ शकतो. अशा वेळी एखादा कप कॉफी पिण्यापेक्षा जरा स्वप्नरंजन करून पाहा. सतत एकाग्रतेनं काही तरी करता करता मध्येच उबदार शॉवर घ्या किंवा पिंग-पाँग खेळा, नाही तर समुद्रकिनाऱ्यावर फेरफटका मारून या.

'सायन्स' नियतकालिकाच्या अंकात प्रकाशित झालेल्या या प्रयोगाकडे बघा. ब्रिटिश कोलंबिया विद्यापीठाचे संशोधक 'कल्पनाशक्तीवर विविध रंगांचा काय परिणाम होतो,' याचा अभ्यास करत होते. त्यांनी सुमारे ६०० प्रयुक्त निवडले; बहुतेक जण पदवीचे विद्यार्थी होते. त्यांना लाल, निळ्या किंवा करड्या (न्युट्रल) पार्श्वभूमीवर दर्शविलेली काही 'कॉग्निटिव्ह' कोडी घालण्यात आली.

...आणि काय आश्चर्य! जिथं जिथं अचूकता आणि बारकावे लक्षात येणं आवश्यक होतं (उदा.– स्पेलिंगच्या चुका शोधून काढणं किंवा मोठे आकडे लक्षात ठेवणं इत्यादी कृती), तिथं तिथं लाल पार्श्वभूमीवरची कोडी सोडविताना प्रयुक्तांचा 'परफॉर्मन्स' उत्तम झाला. संशोधकांच्या मते, याचं कारण असं आहे की, लाल रंगाचा संबंध 'धोका' या संकल्पनेशी निगडित आहे; यामुळे लाल रंग दिसला की, आपण आपोआपच अधिक सतर्क अन् जागरूक बनतो.

निळ्या रंगाचे अगदी वेगळे परिणाम होतात. वरील कोडी सोडविताना निळ्या पार्श्वभूमीवर काम करणाऱ्यांचा 'परफॉर्मन्स' वाईट झाला. पण जेव्हा कल्पनाशक्तीचा वापर करायचा होता, तेव्हा त्यांना ते उत्तम प्रकारे साधलं. उदा.– विटांचे कल्पक उपयोग करणं किंवा साध्या भौमितिक आकारांपासून मुलांसाठी खेळणी बनविणं इत्यादी. किंबहुना, इथं 'लाल' गटाच्या तुलनेत 'निळ्या' गटातील प्रयुक्तांना दुप्पट

कल्पना सुचल्या.[४] (गम्मत म्हणजे, कोडी सोडविताना नेहमीचा दिव्याचा बल्ब जरी खोलीत लावला, तरी कोडी अधिक चट्‌कन सुटतात. 'बल्ब' हा इनसाईटच्या बाबतीतला 'क्लिशे' आहे, ते काही उगीच नव्हे!)

निळ्या भिंतींच्या खोलीत आपण अधिक सर्जनशील का असतो, हे आपल्याला यावरून कळेल. निळा रंग दिसला की, आपलं मन आपोआप 'आकाश' आणि 'समुद्र' अशा गोष्टींचा विचार करू लागतं... विस्तीर्ण किनारे, आरामात घालविलेल्या सुट्या अशा 'मोकळ्या' वातावरणात विहार करू लागतं. मनात अल्फा लहरींचा ओघ सुरू होतो.[५] (केवळ निळा रंगच नव्हे, तर शास्त्रज्ञांच्या मते, कोणत्याही मोकळ्या, प्रकाशमान जागेत क्रिएटिव्हिटी वाढते. वास्तुकलेचादेखील क्रिएटिव्हिटीवर परिणाम होत असतो.) रोजच आपल्यासमोर वाढून ठेवलेल्या गोष्टींचा विसर पडायला मदत होते आणि मन मुक्तपणे संचार करतं, नव्या कल्पनांचा पाठपुरावा करू शकतं.

तसं पाहिलं तर, हे निष्कर्ष आश्चर्यकारक आहेत. कारण आपण साधारणपणे गृहीत धरतो की, काही लोक जात्याच जास्त सर्जनशील असतात आणि तो त्यांच्या व्यक्तिमत्त्वाचा एक भागच असतो. जर आपला मेंदू विशिष्ट पद्धतीचा नसेल, तर आपण कधीच गाणं लिहू शकणार नाही किंवा 'पोस्ट-इट' चिठ्ठ्यांसारखं नावीन्यपूर्ण काही बनवू शकणार नाही. पण सर्जनशीलता ही काही न बदलणारी, आधीच ठरलेली गोष्ट नाहीये; नाही तर केवळ निळ्या रंगामुळे ती दुप्पट झाली नसती. आपल्या कल्पनाशक्तीचा विस्तार आपण कल्पनाही करू शकणार नाही इतका विस्तृत आहे. मेंदूतला तो बारीक आवाज मात्र ऐकू यायला हवा.

---

४. गम्मत म्हणजे, कोडी सोडवितांना नेहमीचा दिव्याचा बल्ब जरी खोलीत लावला, तरी कोडी अधिक चट्‌कन सुटतात. 'बल्ब' हा इन्साईटच्या बाबतीतला 'क्लिशे' आहे, ते काही उगीच नव्हे!

५. केवळ निळा रंगच नव्हे, तर शास्त्रज्ञांच्या मते कोणत्याही मोकळ्या, प्रकाशमान जागेत क्रिएटीव्हिटी वाढते. वास्तूकलेचा देखील क्रिएटीव्हिटीवर परिणाम होत असतो.

खुल जा सिम सिम!

'तो एक स्फुरणाचा झटका होता... तीस वर्षं टिकलेला!'
-चार्ल्स इम्स

डब्ल्यू. एच. ऑडेन हा कवी अमली पदार्थांचे सेवन करीत असे. रोजचा दिवस एकाच पद्धतीनं तो घालवी. सगळीकडे पसारा असलेल्या टेबलापाशी बसून एक कप कडक कॉफी प्यायची. मग एक सिगरेट. 'मला कॅफीन आणि निकोटिनची नितांत गरज आहे,' असे तो प्रांजळपणे कबूल करी. पण एवढंही पुरेसं नव्हतं. आणि म्हणून, लिहायला सुरुवात करण्याअगोदर तो मेंदूला उत्तेजित करणारी एक बेन्झेड्रिनची गोळी घेत असे. केवळ एका गोळीनं त्याचे विचार वाऱ्याच्या वेगानं धावू लागत आणि सूक्ष्म, गुंतागुंतीच्या काव्याचा ओघ कागदावरून वाहू लागे. "हे औषध म्हणजे माझं काम कमी करण्याचं यंत्र आहे. ते घेतलं असता, मीही एक मशिन बनून जातो," ऑडेन म्हणतो.

न्यूयॉर्कमध्ये १९३८ ची सुटी घालविताना एका संपादकानं ऑडेनची बेन्झेड्रिनशी ओळख करून दिली. हे औषध १९२७ पासून दम्यासाठी दिलं जायचं आणि त्यात बेकायदा असं काही नव्हतं. याखेरीज डॉक्टरमंडळी लठ्ठपणा, अर्धशिशी, नपुंसकत्व इत्यादी व्याधींवरही ते द्यायचे. ऑडेननं जागं राहता यावं म्हणून ते घ्यायला सुरुवात केली. त्याला मॅनहटनमधल्या नाईट क्लब्जमध्ये भटकायचं होतं. पण जागं राहण्याच्या बरोबरीनं त्याच्या लक्षात आलं की, हे औषध घेतल्यावर त्याची एकाग्रता वाढायची आणि त्याच्या हातून काव्य निर्माण व्हायचं. कविता लिहिणं हे कष्टांचं काम होतं आणि त्यात त्याची दमछाक होत असे; पण गोळ्यांमुळे तो नेटानं बसून कविता निर्दोष व परिपूर्ण होईपर्यंत तग धरू शकत असे. (काम झालं की, ऑडेन मग औषधाचा परिणाम धुऊन काढण्याकरिता मार्टिनी आणि बार्बिचुरेट्स घेत असे.) याबाबत वॅलेरींचे उद्गार ऑडेनला पटतात– "काव्य रचताना येणाऱ्या

अडचणींमुळे ज्याची प्रतिभा उत्तेजित होते, तोच कवी होऊ शकतो; अडचणींमुळे ज्याची बुद्धी मंद होते, तो नव्हे.'' ऑडेनला अडचणींमुळे उत्तेजन मिळत होतंच, तरीही गोळ्या घेण्यातही फायदा होताच.

भराभर वाङ्मयनिर्मितीच्या बाबतीत ऑडेन काही एकटा नव्हता. लेखक आणि 'अँफेटामिन' या औषधाचा फार जुना संबंध आहे. रॉबर्ट लुई स्टीव्हन्सनने सलग सहा दिवस कोकेनच्या नशेत असताना 'द स्ट्रेंज केस ऑफ डॉ. जेकिल अँड मि. हाइड'चं लिखाण पूर्ण केलं. ग्रॅहॅम ग्रीन, जेम्स अजी आणि फिलिप के डिक हे तिघंही बेंझेड्रिनचा वापर करीत. आपलं लिखाण दोन प्रकारांत मोडतं, असं डिक एकदा म्हणाला होता– ''नशेत असताना केलेलं आणि नशेत नसताना केलेलं... आणि जेव्हा मी नशेत नसतो, तेव्हादेखील 'अमली पदार्थ' हाच लिखाणाचा विषय असतो.'' ऑडेनप्रमाणे डिकनंही जागं राहता येण्यासाठी बेंझेड्रिन घ्यायला सुरुवात केली. तो म्हणतो, ''आम्हाला लिखाणाकरिता इतका कमी मोबदला मिळायचा की, जास्त काळ लिहीत राहणं आवश्यक होतं. या औषधामुळे मला ही ताकद मिळत असे.'' बेंझेड्रिन सेवनाच्या काळात त्यानं पाच वर्षांत तब्बल सोळा कादंबऱ्या पूर्ण केल्या.

जॅक केर्वाकचंही बघा. मेंदूला बेंझेड्रिनच्या अमलाखाली ठेवून त्यानं विक्रमी तीन आठवड्यांत 'ऑन द रोड' लिहिली. छोट्याशा टाइपरायटरवर बसून, तो अठरा-अठरा तास काम करीत होता. अर्थात, पहिल्या 'खर्ड्यात' त्यानं नंतर अनेक बदल केले; पण या सगळ्यामधून त्याचा लिहिण्याचा भन्नाट वेग जाणवतो. त्याच्या वाक्या-वाक्यातून वाहणाऱ्या बेंझेड्रिनची खळखळ आपल्याला ऐकू येते.

बेंझेड्रिनचा वापर करणाऱ्यांत फक्त लेखकच होते, असं नाही. विसाव्या शतकातला अग्रगण्य गणितज्ञ पॉल अरडॉसही त्याच्या आहारी गेला होता. (त्याच्या कारकिर्दीत त्यानं १४७५ शोधनिबंध प्रकाशित केले; म्हणजेच दर आठवड्याला एक निबंध!) सडपातळ बांध्याच्या अरडॉसचा संसार एका पेटीत मावत असे. तो जणू फक्त कॅफीन आणि बिस्किटांवर जगत होता. तो म्हणे एकदा म्हणाला होता, 'गणितज्ञ म्हणजे कॉफीचं प्रमेयांमध्ये रूपांतर करणारं यंत्र.'[१] याशिवाय तो अँफेटामिनही

---

१. कॉफी बेंझेड्रिनप्रमाणेच, पण थोड्या सौम्य प्रमाणात माणसाला उत्तेजित करते. एका मतप्रणालीनुसार, सतराव्या शतकात कॅफीनयुक्त पेयांच्या प्रचंड प्रसारामुळे औद्योगिक क्रांती शक्य झाली. याचं कारण असं की, कॉफीसेवनामुळे लोकांना कामावर जाताना ताजंतवानं होऊन जाता येऊ लागलं. तसंच, गरजेप्रमाणे जागं राहणं शक्य झालं. चहा आणि कॉफीच्या प्रसाराअगोदर लोक सकाळी न्याहारीबरोबर बिअर पीत असत. बिअरच्या तुलनेत कॉफीचा मनावर किती वेगळा परिणाम होतो, हे वेगळं सांगायची गरज नाही.

घ्यायचा. एखादी जास्त अवघड समस्या सोडविण्याच्या काळात त्याचं वजनही कमी व्हायचं. एकदा रॉन ग्रॅहॅम या त्याच्या गणितज्ञ मित्रानं त्याच्याशी पैज लावली– 'तू जर तीस दिवस अँफेटामिनशिवाय राहून दाखवलंस, तर मी तुला पाचशे डॉलर देईन.' अरडॉस जिंकला खरा, पण "गणित विषयाची प्रगती एका महिन्यानं मागं पडली," असं तो नंतर म्हणाला! तो म्हणतो, "पूर्वी माझ्या पुढ्यात कोरा कागद आला की, डोक्यात एकापाठोपाठ एक कल्पना येत. आता फक्त कोरा कागदच तेवढा दिसतो."

वरकरणी आपल्याला अशी 'फोकस्ड' प्रक्रिया काही 'योग्य' वाटत नाही. एकाग्रता साधण्यासाठी केलेली ही धडपड आणि सर्जनशीलता यांची आपण सांगड घालू शकत नाही. साक्षात्कारांविषयी बोलायला आपल्याला आवडतं, पण त्यामागं केल्या गेलेल्या कष्टांविषयी मात्र नाही. जिद्द आणि चिकाटीला आपण महत्त्व देतो– निदान तसं भासवितो तरी; पण या गुणांचं आपल्याला तितकंसं कौतुक वाटत नाही. किमान 'रॅडिकल जिनिअस'बद्दल जितकं कौतुक वाटतं तितकं तर नाहीच नाही. ज्यांना सुमार दर्जाच्याच कल्पना सुचतात, अशांनाच 'चिकाटी'चा आधार घ्यावा लागतो, असं आपल्यापैकी बहुतेकांना वाटतं. सर्जनशीलतेचा चिकाटीशी संबंध नसतो, असं आपण मानतो. आणि म्हणूनच ऑडेनकडे 'अमली पदार्थांचे सेवन करणारा कॉपी-एडिटर' अशा नजरेनं आपण बघतो; किंवा केर्वाकला दुय्यम दर्जाचा लेखक मानतो. ('ऑन द रोड' वाचल्यावर ट्रूमन कपोते म्हणाला होता, "हे लेखन नव्हे, हे निव्वळ टंकलेखन आहे.")

पण कपोतेचं हे म्हणणं चुकीचं होतं. 'उत्तर सापडेपर्यंत समस्येवर चिकाटीनं लक्ष केंद्रित करता येणं' हा सर्जनशीलतेच्या प्रक्रियेचा अविभाज्य घटक आहे. मनाला एकाग्रतेचा लगाम लावून रात्र-रात्र बसून तुम्हाला लिहावं लागतं... निर्दोष होईपर्यंत कवितेतले शब्द पुनःपुन्हा बदलत राहावं लागतं. उत्तर अचानक मिळत नसतं; अपार कष्ट घेतल्यानंतरच ते दर्शन देणार असतं.

सर्जनशीलता फक्त गरम शॉवर आणि 'रीमोट असोसिएशन'पुरती मर्यादित नसते, असं व्यापक दृष्टीनं विचार केला तर आपल्याला दिसतं. डिलननं जरी या मार्गानं 'लाइक अ रोलिंग स्टोन' लिहिलं असलं तरी हाच एकमेव मार्ग आहे, असं नाही. कल्पनाशक्तीला अनेक पैलू असतात. जेव्हा उजव्या मेंदूला काही सांगायचं नसतं, जेव्हा विरंगुळा हा फक्त विरंगुळाच असतो; तेव्हा मेंदूतली अन्य कनेक्शन्स आणि सर्किट उपयोगी पडतात. 'इनसाइट' येईल म्हणून तिची वाट बघत न बसता, तिच्या शोधात आपल्याला बाहेर पडावं लागतं.

शिवाय, उपयुक्त 'इनसाइट' मिळण्याइतका कोणी भाग्यवान असला, तरी 'इनसाइट' ही सर्जनशीलतेची फक्त पहिली पायरी असते. सर्वोत्तम 'इनसाइट'नंतरही

पुढे भरपूर काम करावं लागतं. 'गामा' लहरींच्या ३० सेकंदांच्या त्या उद्रेकाला दिशा द्यावी लागते. उजव्या मेंदूनं दिलेल्या कच्च्या आराखड्याला आकार द्यावा लागतो. हे काम क्वचितच आनंददायी असतं, पण तरी ते आवश्यक असतं. कविता लिहिणं काही सोपी गोष्ट नाही. रुतलेल्या कुसळाप्रमाणे ती आपल्यामधून खेचून काढावी लागते.

या सगळ्याचा बेंझेड्रिनशी काय संबंध आहे, हे बघण्याकरता पुन्हा एकदा न्यूरॉन्सच्या जगात जाऊ या. ऑडेननं गोळी गिळल्यावर काही सेकंदांत त्याच्या रक्तवाहिन्यांधून बेंझेड्रिन वाहू लागतं. खरं म्हणजे, मेंदूभोवती संरक्षक अशी एक 'भिंत' असते. हिला 'ब्लड ब्रेन बॅरिअर' असं म्हणतात. बहुतेक रसायनं या बॅरिअरपलीकडे पोचू शकत नाहीत. पण बेंझेड्रिनचे छोटेसे रेणू मात्र यातून सटकतात. त्यामुळे गोळी घेतल्यानंतर पाच मिनिटांच्या आत तिचे परिणाम दिसू लागतात.

या गोळीनं ऑडेनचं रूपांतर 'कविता लिहिणाऱ्या यंत्रा'त केलं होतं. पण या गोळीचे भयानक दुष्परिणामही असतात. एक तर हिचं व्यसन चट्‌कन लागतं. शिवाय निद्रानाश, भास होणं, कंप सुटणं, बद्धकोष्ठता- इतकंच नव्हे, तर मृत्यूही संभवतो. एकीकडे मन 'फोकस' करण्याची क्षमता वाढते; पण त्याचबरोबर या औषधामुळे उजव्या मेंदूतून निघणारे संदेश आणि अल्फा लहरीदेखील शांत होतात. असं असल्यानं, या उत्तेजक द्रव्यांमुळे 'इनसाइट' प्राप्त होण्यातही अडथळा निर्माण होऊ शकतो.

एवढं सगळं असूनही अन्य मार्गांनी या औषधांमुळे सर्जनशीलतेत वाढ होते. ऑडेनचे 'म्युझे द बो आर्ट्‌स'पासून 'इन मेमरी ऑफ डब्ल्यू. बी. यीट्‌स'पर्यंतचं काव्य पाहा. बेंझेड्रिनचे स्वतःवर प्रयोग केल्यानंतरच्या काही महिन्यांतच त्यानं या रचना रचल्या आहेत. किंबहुना, निद्रानाशाच्या या कालावधीतलं त्याचं काव्य म्हणजे विसाव्या शतकातील सर्वोत्तम साहित्यापैकी मानलं जातं. जणू या गोळ्यांनी त्याची सुप्त प्रतिभा जागृत केली आणि काव्याची दैवी देणगी लाभलेल्या या माणसाचं एका अग्रगण्य कवीत रूपांतर केलं.

अँफेटामिननं ऑडेनची केवळ 'उत्पादकता' वाढली असं नाही, त्याची शैलीसुद्धा बदलली. बेंझेड्रिनच्या अमलाखाली असताना रचलेलं काव्य म्हणजे सुस्पष्टतेचा नमुना आहे. सर्व अनावश्यक शब्दांची काटछाट करून फक्त आवश्यक तेवढंच त्यानं ठेवलं आहे. दुसऱ्या महायुद्धाच्या थोडंसं आधी लिहिलेल्या '१ सप्टेम्बर १९३९'मधील या ओळी पाहा :

All I have is a voice
To undo the folded lie

The romantic lie in the brain
Of the sensual man-in-the-street
And the lie of Authority
Whose buildings grope the sky:
There is no such thing as the State
And no one exists alone;
Hunger allows no choice
To the citizen or the police;
We must love one another or die.

हे लिखाण अतिशय 'मनमोकळं' ('कँडिड') आहे. बारमध्ये बसून एखाद्या नॅपकिनच्या मागं त्यानं ओळी खरडल्या आहेत, असं आपल्याला वाटतं. पण लिखाणातला हा 'स्वाभाविकपणा' हा केवळ आभास आहे. या ओळींवर ऑडेननं कित्येक महिने कष्ट घेतले होते. एकही अनावश्यक शब्द त्यानं शिल्लक ठेवला नाहीये, असं आपल्या लक्षात येतं. एखाद्या वेड्यावाकड्या वाढलेल्या झुडपाच्या फांद्या छाटून त्याला आकार द्यावा, त्याप्रमाणे त्यानं शब्द हाताळले आहेत. अँफेटामिनचं खत-पाणी लाभलेल्या संपादनामुळेच या काव्यात जबरदस्त ताकद निर्माण झाली आहे. इथं ऑडेनला शब्दांवर संपूर्ण लक्ष केंद्रित करणं प्रथमच जमलं होतं. वाईट उपमांचा त्याला कंटाळा येईनासा झाला आणि सुमार दर्जाच्या ओळी तो अर्धवट सोडून देईनासा झाला. उलट, सतत काम करण्याची चिकाटी त्याला लाभली.

अर्थात, एक प्रश्न उरतोच. या छोट्याशा गोळीमुळे एखाद्या गोष्टीवर लक्ष केंद्रित करून सर्जनशीलतेची प्रक्रिया सुलभ कशी होते? बेंझेड्रिन घेणाऱ्यात चिकाटी कशी येते? तर, न्यूरॉन्स एकमेकांशी संपर्क साधण्यासाठी डोपामिन नामक पदार्थ (न्यूरोट्रान्समीटर) वापरतात. रसायनाच्या भाषेत बोलणाऱ्या या पेशींवर अँफेटामिन काम करते. हे औषध घेतल्यापासून काही मिनिटांतच दोन पेशींमधल्या 'रिकाम्या' जागेतलं डोपामिनचं प्रमाण वाढतं.[२] (नुसतंच प्रमाण वाढतं असं नाही, तर तिथून डोपामिनचा निचरा होण्याचा वेग मंदावतो; जेणेकरून हा पदार्थ तिथं अधिक काळ रेंगाळतो.) या वाढीव डोपामिनमुळे न्यूरॉन्स सतत कार्यरत ('ऑन') राहतात.

---

२. नुसतंच प्रमाण वाढतं असं नाही, तर तिथून डोपामिनचा निचरा होण्याचा वेग मंदावतो, जेणेकरून हा पदार्थ तिथे अधिक काळ रेंगळतो.

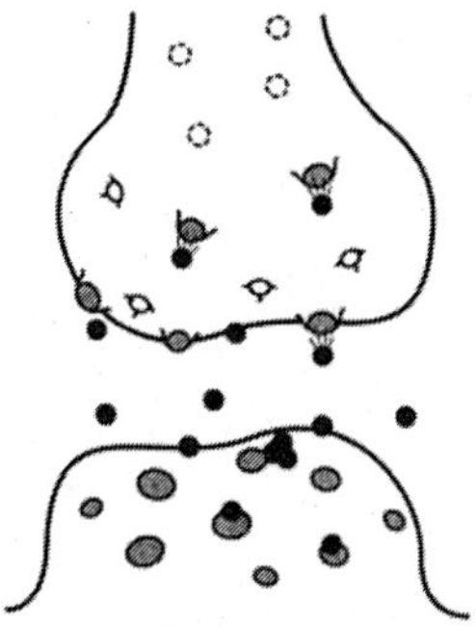

डोपामीनचे नॉर्मल प्रमाण

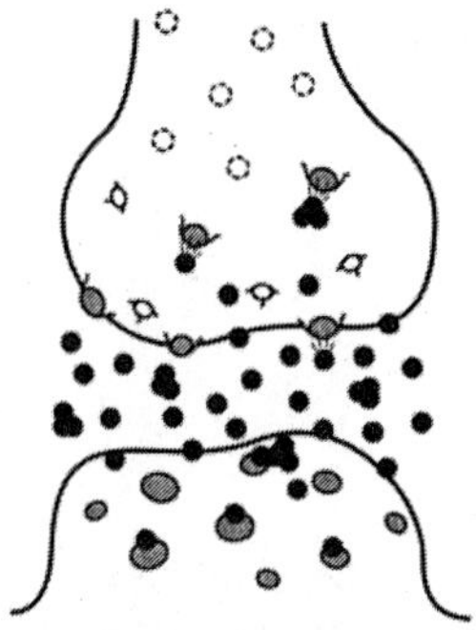

अँफेटॅमाइन्सच्या प्रभावाखाली डोपामीनचे प्रमाण

दोन चेतापेशींच्या मधल्या जागेत (सायनॅप्स) अँफेटॅमाइन्समुळे डोपामीनचे प्रमाण वाढते, ज्यामुळे चेतापेशी सतत उद्दीपित अवस्थेत राहतात.

डोपामिनवर अवलंबून असलेल्या न्यूरॉन्सचं प्रमाण आपल्या मेंदूत तसं फार नसतं. पण 'न्युक्लिअस अकम्बन्स' आणि 'व्हेंट्रल स्ट्राएटम' या भागांमध्ये मात्र ते मुबलक प्रमाणात आढळतात. मेंदूचे हे दोन भाग म्हणजे– 'आनंददायी गोष्टींमुळे निर्माण होणाऱ्या भावनांशी संबंधित मेंदूतील महामार्ग', अर्थात 'डोपामिन रिवॉर्ड पाथवे.' आइस्क्रीम खाणं असो वा कोकेन हुंगणं असो वा सेक्स; या पेशी उत्तेजित झाल्यामुळे आपल्याला 'छान वाटतं', इथंच आनंदाचा उगम होतो.

या सुखाचं, 'छान वाटण्याचं' प्रयोजन काय? 'आनंद' या भावनेचा अवधानाशी ('अटेन्शन') जवळचा संबंध आहे. 'कुठले विचार आपल्या जाणिवेपर्यंत पोचतील', हे आनंद निर्माण करणारे (आणि बेंझेड्रिननं उत्तेजित होणारे) न्यूरॉन्स ठरवितात. 'आनंद' या भावनेच्या माध्यमातून 'तू इकडे बघ' किंवा 'तिकडे लक्ष दे' असं मेंदू आपल्याला सांगत असतो. या व्यवहारात डोपामिन 'चलना'ची भूमिका पार पाडतं. कुठल्या गोष्टीवर लक्ष केंद्रित करायचं, हे आपल्याला डोपामिन सांगतं.

उत्क्रांतीनं केलेल्या या युक्तीचा 'पुरावा' आपल्याला मेंदूच्या 'वायरिंग'मध्ये दिसून येतो. मज्जातंतूंचा एक महामार्ग 'सुख केंद्रा'पासून 'प्री-फ्रंटल कॉर्टेक्स'पर्यंत जातो. एखाद्या गोष्टीकडे 'लक्ष देण्याची' आपली क्षमता 'प्रीफ्रंटल कॉर्टेक्स' नियंत्रित करतो. यामुळेच आपण भोवताली चाललेल्या गोष्टींपैकी एखादीवर (उदा.– कवितेतली एखादीच ओळ) 'झूम इन' करू शकतो. डोपामिनमुळेही प्रक्रिया अधिक सुलभ होते. म्हणून, ज्यांचं लक्ष सहज विचलित होतं, अशांसाठी तरी अँफेटामिन खूप उपयोगी ठरतं. अँफेटामिनमुळे आपल्याला एक रासायनिक 'शॉर्टकट' उपलब्ध होतो. मध्य मेंदूतले न्यूरॉन्स एवढे उत्तेजित झाल्यामुळे

आपल्याभोवतालचं खूप काही 'इंटरेस्टिंग' आहे, असं आपल्याला वाटू लागतं.[३]

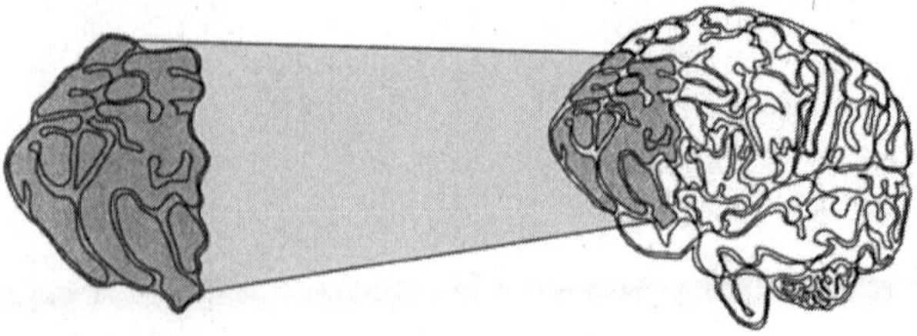

प्रीफ्रंटल कॉर्टेक्स

मेंदूचा प्रीफ्रंटल कॉर्टेक्स हाती घेतलेल्या कामावर लक्ष केंद्रित करायला मदत करतो.

एरवी सैरभैर पळणाऱ्या मनाला मग एखाद्या कंटाळवाण्या गोष्टीतही खूप रस वाटू लगतो. ऑडेनला तर हे वरदनच होतं, कारण पुनःपुन्हा लिहिणं (रिव्हिजन) हा त्याच्या लेखनशैलीचा एक भाग होता. ओळन्‌ओळ, शब्दन्‌शब्द तो परतपरत लिहून काढीत असे. कुठं यमक बदल, तर कुठं एखादा शब्द कमी कर.

अँफेटामिनचा परिणाम एवढ्यावर थांबत नाही. त्याच्यामुळे मनातल्या दोन भिन्न कल्पना एकमेकींशी जोडायला मदत होते; एकाग्रतेचं रूपांतर कवितेत होतं. प्री-फ्रंटल कॉर्टेक्स म्हणजे नवी कल्पना आणि आल्हाददायी व रंजक विचारांचं आगार. लाखो वर्षं मानवाच्या मेंदूची जी उत्क्रांती होत गेली, त्यादरम्यान प्री-फ्रंटल कॉर्टेक्सचा भाग आकारानं खूप मोठा झाला. याचा आपल्याला झालेला फायदा म्हणजे आपली 'वर्किंग मेमरी'. इथं सर्व प्रकारची माहिती (या माहितीचा ओघ संदेशरूपाने मेंदूच्या विविध भागांमधून प्री-फ्रंटल कॉर्टेक्सकडे सतत वाहत असतो) थोड्या काळापुरती साठविली जाते. यामुळे तिच्यावर आपल्याला विचार किंवा प्रक्रिया ('प्रोसेसिंग') करता येते.

'वर्किंग मेमरी'चं महत्त्व सांगावं तितकं थोडंच आहे. एक तर एकूणच बुद्धीशी हिचा थेट संबंध आहे. (माणूस प्रीफ्रंटल कॉर्टेक्समध्ये जितक्या जास्त कल्पना ठासून भरू शकतो, तितका तो जास्त हुशार असतो.) वेगळ्या शब्दांत सांगायचं तर, बुद्धिमत्तेचा ६०% भाग 'वर्किंग मेमरी'शी निगडित असतो. हिच्यामुळेच आपण

---

३. डॅनिएल काहनेमान आणि जॅक्सन बीएटी यांनी दाखवून दिलं आहे की खूप वेळ 'फोकस्ड' राहून एखादं काम करतांना आपल्या डोळ्याच्या बाहुल्या मोठ्या होतात. उदा: कविता संपादित करणे, किंवा बीजगणितातली एखादी समस्या सोडविणे. अशी कामं करतांना मेंदू जितकी जास्त उर्जा वापरतो, तितक्या बाहुल्या जास्त मोठ्या होतात. हे लक्षात घेता, अँफेटामीन्स ने देखील बाहुल्या विस्फारतात, यात आश्चर्य वाटायचं कारण नाही.)

अमूर्त कल्पनांशी खेळू शकतो, कवितेचं विश्लेषण करू शकतो, गणितांचा विचार करू शकतो. आल्हाददायी कल्पना केवळ अनुभवू शकतो असं नाही, तर त्यांवर विचारही करू शकतो. एवंच, सुखाबद्दल चिंतन करू शकतो.

सर्जनशीलतेची धार वाढविण्याकरिता कवी आणि गणितज्ञ अँफेटामिनचं सेवन का करतात, हे 'वर्किंग मेमरी'च्या ताकदीवरून कळू शकतं. आपण एकाग्रतेनं एखादी गोष्ट करत असलो, तर प्री-फ्रंटल कॉर्टेक्सकडे वाहणाऱ्या माहितीचा ओघ आणखी वाढतो. (एरवी एखाद-दोन वादकांच्या चमूसारख्या असलेल्या 'वर्किंग मेमरी'चं रूपांतर अँफेटामिनमुळे एखाद्या ऑर्केस्ट्रात होतं.) कल्पनांच्या या महापुरामुळे न्यूरॉन्स एकमेकांशी नव्याने संपर्क साधू शकतात आणि नवी 'नेटवर्क्स' तयार करू शकतात.

पण नवी कल्पना म्हणजे काही साक्षात्कार नव्हे. 'वर्किंग मेमरी'तली ही नवी कनेक्शन्स एखाद्या 'इन्साइट'प्रमाणे आपल्याला गूढरम्य अशी जाणवत नाहीत. यांचं स्वरूप 'टप्प्या-टप्प्यानं वाढत जाणं, काही तरी सर्जनशील कृती घडणं' असं असतं. यानं एखाद्या कवितेचं उत्तम प्रकारे संपादन करणं शक्य होईल, पण पूर्णपणे नवी काव्यरचना मात्र निर्माण होणार नाही.

काही प्रकारच्या क्रिएटिव्ह समस्या सोडविण्याकरता आपल्याला 'फोकस्ड' विचार करावा लागतो. 'आनंदात न्हाऊन निघालेल्या प्री-फ्रंटल न्यूरॉन्स'मुळे हे शक्य होतं. बेंझेड्रिनच्या अमलाखाली असतानाचं ऑडेनचं काव्य बघा– सडपातळ आणि पीळदार स्नायूंच्या शरीरासारखं. कुठेही अनावश्यक शब्दरूपी स्थूलपणा नाही. आपल्यापुढे भव्य कल्पनांचा नेमका अर्क आणि त्याच्या सर्व भाव-भावनांचं सार येतं. म्हणून 'इन मेमरी ऑफ डब्ल्यू. डी. यीट्स'च्या शेवटच्या भागात ब्लेकशी साधर्म्य सांगणाऱ्या या ओळी पाहा :

In the deserts of the heart
Let the healing fountain start
In the prison of his days
Teach the free man how to praise.

ही कविता आपल्याला काव्याचं माहात्म्य सांगते आहे. ''भाषेच्या ताकदीला योग्य दिशा देऊन लेखक किंवा कवी बेपर्वाईने भरलेल्या जगातसुद्धा काही तरी चांगलं शोधायला, 'कौतुक करायला' आपल्याला उद्युक्त करतो,'' असं ऑडेन म्हणतो. बेंझेड्रिनमुळे ऑडेन ही भावना नेमक्या शब्दांत मांडू शकला.

ऑडेनची 'फोकस्ड' प्रतिभा आणि 'इनसाईट' यामध्ये जो मूलभूत फरक आहे,

तो डिलनच्या ‘लाइक अ रोलिंग स्टोन’मधल्या ‘शिथिल’ शैलीतून स्पष्ट होतो. ऑडेनचं यमक थेट आणि सरळ आहे. याउलट, डिलनच्या काव्यातले शब्द ‘अनपेक्षित’ आहेत. याशिवाय काव्यात्मक मूल्यांचा मुद्दा आहेच. ऑडेनचे शब्द एखाद्या ‘लीनिअर आर्ग्युमेंट’सारखे आपल्यासमोर येतात. डिलन मात्र आपल्या उजव्या मेंदूतून निघणारा विचारांचा आणि भावनांचा भडभडून येणारा ओघ आपल्यासमोर मांडतो. साहित्यिक दृष्टीनं याचा अर्थ आपल्याला फारसा लागत नाही.

नीत्स्शे या तत्त्वज्ञानं ‘द बर्थ ऑफ ट्रॅजेडी’मध्ये सर्जनशीलतेचे दोन प्रमुख प्रकार (ग्रीक पुराणांवर आधारित) सांगितले आहेत. एकाला तो ‘डायोनिशियन ड्राइव्ह’ असं संबोधतो. डायोनिशियस म्हणजे मद्य आणि मद्यधुंदीची देवता. या ड्राइव्हमुळे लोक आपल्या सबकॉन्शसमध्ये हात घालून क्रांतिकारी किंवा पूर्णपणे नव्या कलेची निर्मिती करू शकतात. (डिलन एकदा म्हणाला होता– ‘मी गोंधळाचा स्वीकार करतो आणि तो मला स्वीकारेल, अशी मला आशा आहे.’) याउलट, ‘अपोलोनियन’ कलाकार भोवतालच्या गोंधळातून काही तरी समजण्यासारखं आणि शिस्तबद्ध असं निर्माण करू पाहतो. ऑडेनप्रमाणेच अपोलोचे ‘कार्यकर्ते’ उजव्या मेंदूवर फारसा विश्वास ठेवत नाहीत. ते आपल्या विचारांकडे बारकाईनं बघतात आणि त्यातून उमगण्याजोगं काय काढता येईल, ते पाहतात. “सर्व अस्सल काव्य म्हणजे ‘सार्वजनिक गोंधळातून’ वैयक्तिक वर्तुळ निर्माण करणं,” असं ऑडेन म्हणतो.

आधुनिक विज्ञानानं नीत्स्शेच्या वर्गीकरणाला नवी नावं दिली आहेत. डायोनिशियसचे ‘अनुयायी’ जे करतात, ते म्हणजे ‘बहुलक्ष्यी विचार’– अर्थात, ‘डायव्हर्जण्ट थिंकिंग’. जेव्हा तर्कशुद्ध विचार करून वर्किंग मेमरी खुंटते, तेव्हा अनपेक्षित विचारांचा आधार घ्यावा लागतो. अशा वेळी अंतर्मनाचा शोध घेऊ शकणाऱ्या उजव्या मेंदूची गरज भासते. नवं पॉप गीत निर्माण करताना किंवा ‘पातळ डिंकाचं काय करायचं’ अशा समस्या सोडविताना याचा उपयोग होतो. अशा विचारप्रक्रियेला गरम शॉवर किंवा निळ्या रंगाची खोली पोषक असते.

अपोलोनियन कलाकार ‘संलक्ष्यी विचारां’वर (कॉन्व्हर्जण्ट थिंकिंगवर) भरोसा ठेवतात. एकाग्रता आणि विश्लेषण ही या प्रक्रियेची वैशिष्ट्यं. एखादी कविता अधिक चांगली करणं, गणिती समस्या सोडविणं किंवा निर्दोष सिम्फनी बनविणं, अशा कामांना हे आवश्यक असतं. इथं आपल्याला भरकटणारे विचार नको असतात; उलट आवश्यक तेवढ्याच विचारांवर लक्ष केंद्रित करायचं असतं. म्हणून गैरलागू, असंबद्ध माहिती/विचार एक-एक करून बाजूला सारत लक्ष्य गाठायचं असतं. इथं संघर्ष आहे, कष्ट आहेत, तसंच कालापव्ययही आहे.

१.

वर्किंग मेमरीचं भांडार असलेल्या प्री-फ्रण्टल कॉर्टेक्सचं कार्य समजून घेण्यात अर्ल मिलर यांनी स्वतःचं आयुष्य खर्ची घातलंय. पांढरी 'गोटी' दाढी आणि टक्कल असलेल्या मिलर यांचं ऑफिस एम.आय.टी.मधील चकचकीत पिकॉवर इन्स्टिट्यूटच्या इमारतीत आहे. इमारतीच्या बाजूनं मालगाड्यांचे जुने रूळ जाताना दिसतात. त्यामुळे दररोज दुपारी लॅबची शांतता एखाद्या इंजिनाच्या खडखडाटानं भंग पावते. मिलर यांचा आवडता शब्द म्हणजे 'एक्झॅक्टली'. तंतोतंतपणाचा आग्रह हे त्यांच्या कामाचं वैशिष्ट्य आहे. त्यांचा पहिला महत्त्वाचा शास्त्रीय शोध एका गरजेपोटी निर्माण झाला. सन १९९५ मध्ये खिशात फारसे पैसे नसताना त्यांनी प्रयोगशाळा सुरू केली. अभ्यासाचा विषय होता- 'माकड वेगवेगळ्या गोष्टी करत असताना त्याच्या मेंदूतील न्यूरॉन्समध्ये निर्माण होणाऱ्या विद्युत लहरी.' तर, "त्या काळी एकाच वेळी ८-९ न्यूरॉन्समधला विद्युत प्रवाह मोजणारी यंत्रं उपलब्ध होती, पण ती खूप महाग होती," मिलर सांगतात. "त्या वेळी माझ्या संशोधनाला अनुदानही मिळालं नव्हतं." मग फावल्या वेळात मिलर स्वतःच उपकरणं बनवू लागले. काही महिन्यांच्या खटपटीनंतर काचेच्या नळ्या आणि तारांचं एक जंजाळ तयार झालं. या उपकरणामुळे माकडाच्या मेंदूच्या विविध भागांतील विद्युत लहरींचं एकाच वेळी मापन (अभिलेखन) करणं शक्य झालं. महागड्या यंत्रांपेक्षा हे यंत्र अधिक चांगलं झालं होतं. हे यंत्र अधिकाधिक लहान करण्यात जसजसं मिलरना यश येत गेलं, तसतसं त्यांना जास्त न्यूरॉन्सचं मापन करता येऊ लागलं. याला 'मल्टिपल इलेक्ट्रोड रेकॉर्डिंग' असं म्हणतात. मेंदूतील न्यूरॉन्स एकमेकांशी संपर्कात असताना त्यांच्या दरम्यान वाहणारे विद्युत प्रवाह मिलर आता 'पाहू' शकत होते. अर्थात, मिलरना प्री-फ्रंटल कॉर्टेक्समध्ये जास्त रस होता. त्यांच्या शब्दांत– "इथेच सगळ्या माहितीचा ओघ एकत्र येऊन जणू समुद्र तयार होतो."

प्री-फ्रंटल कॉर्टेक्समध्ये जरी सर्जनशील (क्रिएटिव्ह) कल्पनांचा साठा असला, तरी नव्या कल्पनांचं उगमस्थान हे नाही. बेज़ल गँगलिया आणि डोपामिन रिवॉर्ड पाथवेच्या सहयोगानंच प्री-फ्रंटल कॉर्टेक्स काम करत असतो. ही प्रक्रिया साधारणपणे अशी होते :- 'फलदायी माहिती' (मग 'फल' म्हणजे मिठाई असो किंवा काव्यातलं रूपक असो) वर डोपामिन न्यूरॉन्स प्रक्रिया करतात. तिथून ती माहिती प्री-फ्रंटल कॉर्टेक्सकडे पाठविली जाते. आता ही विचारधारा वर्किंग मेमरीमध्ये शिरलेली असते. या नव्या माहितीचा काही उपयोग होणार असेल (उदा.– कवितेत सुधारणा होणं किंवा माकडांना ठिपक्यांचा आकृतिबंध लक्षात येणं), तर ती माहिती/कल्पना तरून जाते. दोन न्यूरॉन्मध्ये कनेक्शन निर्माण होतं.

पण ही प्रक्रिया इथंच थांबत नाही. हा नवा विचार पुन्हा त्याच्या उगमापाशी, म्हणजे मध्य मेंदूतल्या सुखलोलूप डोपामिन न्यूरॉन्सकडे पाठविला जातो. यामुळे हे न्यूरॉन्स सदर नव्या विचारांपासून बोध घेतात. ''याला आम्ही 'रिकर्सिव्ह लूप' म्हणतो,'' असं मिलर सांगतात. ''या लूपमुळे एका नव्या कल्पनेतून दुसरी कल्पना सुचू शकते. असं एकापासून दुसरी करत करत अधिक समृद्ध संबंध (कनेक्शन्स) निर्माण होतात.''

एकाग्रतेत काय ताकद सामावली आहे, हे या सर्जनशीलतेच्या चक्रातून दिसून येतं. आपण एखाद्या गोष्टीवर लक्ष केंद्रित केलं की, ती गोष्ट किंवा कल्पना वर्किंग मेमरीत शिरते. यामुळे आपण हळूहळू कल्पक उत्तराकडे वाटचाल सुरू करतो; मग ती समस्या कोणतीही असो- उत्कृष्ट नृत्यलेखन (कोरिओग्राफी) काय किंवा एखादी स्थापत्यातील समस्या काय- मेंदूच्या गर्भात होणाऱ्या विचारांच्या या देवाण-घेवाणीतून मेंदूच ठरवू शकतो की, जास्त महत्त्व कशाला द्यायचं आणि कशाला नाही. आपण वास्तवाकडे वेगळ्या भिंगातून पाहू लागतो; यातूनच नवी कल्पना आणि आपल्या जाणिवांचं (पर्सेप्शन्स) मीलन होतं. नुसतेच विखुरलेले ठिपके न दिसता, त्यामध्ये आकृतिबंध दिसू लागतो... जणू आपल्या बघण्यानं समोरचं जगच बदललंय!

२.

सोळा वर्षांचा असताना मिल्टन ग्लेसरनं आपल्या आईचं व्यक्तिचित्र रेखाटायचं ठरवलं. ''एके रात्री मला वाटलं की, आईचं चित्र काढायला मजा येईल,'' ग्लेसर म्हणतात. ''पण मी जेव्हा कागद आणि पेन्सिल घेऊन बसलो; तेव्हा माझ्या लक्षात आलं की, माझी आई कशी दिसते, याची मला जराही कल्पना नाहीये. मी दोन-एक वर्षांचा असतानाची तिची जी प्रतिमा माझ्या मनावर कोरली गेली होती, ती आजही तशीच होती. म्हणजे आता जी अस्तित्वातही नाही, अशा माझ्या आईचं चित्र मी काढायचा प्रयत्न करत होतो.''

पण एकीकडे तिच्या चेहऱ्याकडे टक लावून बघता बघता दुसरीकडे कागदावर उमटलेल्या पेन्सिलीच्या रेघा बघता बघता, तिचा खरा चेहरा त्याला स्पष्ट दिसू लागला. मग ती सध्या जशी होती तशी तो चितारू शकला- कल्पनेतली आई नव्हे. ''या चित्र काढण्यावरून मी मनाविषयी काही तरी रंजक शिकलो,'' ग्लेसर म्हणतात. ''आपण नेहमी सर्व काही 'बघत' असतो; पण समजावून घेत 'पाहण्याचा अनुभव' आपण घेतच नाही.'' ग्लेसर आईला रोज बघायचे, पण चित्र काढायला बसेपर्यंत त्यांनी तिला खऱ्या अर्थानं कधीच 'पाहिलं' नव्हतं. ते म्हणतात, ''चित्र

काढताना आपलं मन खूप एकाग्र होतं. यामुळे आपण त्या वस्तूकडे जाणीवपूर्वक बघू लागतो. अशानं त्या गोष्टीबद्दल आपण खऱ्या अर्थानं 'जागरूक' बनतो. 'आईचं व्यक्तिचित्र काढताना, 'चित्रकला' म्हणजे एक प्रकारचं विचार करणंच आहे, असं माझ्या लक्षात आलं.''

आज मिल्टन ग्लेसर ऐंशी वर्षांचे आहेत आणि फिलिप रॉथच्या कादंबरीतील एखाद्या कुलप्रमुखासारखे दिसतात. अजूनही मॅनहटनच्या 'ईस्ट थर्टी-सेकंड स्ट्रीट'वर स्वतःच्या स्टुडिओत काम करतात. त्या छोट्या जागेत खूप काही आहे. पांढऱ्या भिंती जुन्या भित्तिचित्रांनी भरल्या आहेत. तसेच १९८०च्या दशकातील रॉक कॉन्सर्टचे फोटो आणि कलाविषयक पुस्तकांच्या थप्प्या आहेत. दरवाज्याच्या काचेवर 'आर्ट इज वर्क' हे शब्द कोरलेले आहेत.

हे शब्द म्हणजे ग्लेसर यांच्या तत्त्वप्रणालीचं सार आहे. 'सर्जनशील व्यक्तिमत्त्व' असं काहीही नसतं, असं ते मानतात. ''क्रिएटिव्ह लोक कुठून तरी आकाशातून पडून आपलं काम करून जातात काय? हे एवढं सोपं असतं, तर बरं झालं असतं! लोकांना आठवण करून द्यायला पाहिजे की, 'सर्जनशीलता' हे क्रियापद आहे आणि ते खूप वेळखाऊ आहे. सर्जनशीलता म्हणजे, एखादी कल्पना डोक्यात घेऊन तिच्यापासून काही तरी मूर्त तयार करणं. आणि हे नेहमीच अवघड आणि वेळ घेणारं असतं. तुम्ही जर योग्य मार्गानं जात असाल, तर आपण काही तरी काम करतोय, असंच तुम्हाला वाटणार.'' ग्लेसर म्हणतात.

ग्राफिक डिझाईनच्या जगतात ग्लेसर यांचं नाव एखाद्या दंतकथेतल्या, पण जिवंत नायकासारखं आहे. सन १९६७ मधल्या बॉब डिलनच्या सुप्रसिद्ध पोस्टरपासून ते 'आय लव्ह एन वाय' ही चित्रं म्हणजे विसाव्या शतकातल्या गाजलेल्या प्रतिमांपैकी आहेत. त्यांनी डी.सी. कॉमिक्सचा लोगो (प्रतीकचिन्ह) तयार केला, 'न्यूयॉर्क' मासिकाचे ते सह-संस्थापक होते आणि ते अनेक टाईपफेसचे जनक आहेत. अनेक उपाहारगृहांची अंतर्गत सजावट, असंख्य वस्तूंची लेबल्स त्यांच्या नावेच आहेत. अलीकडच्या काळात त्यांच्या प्रतिमांना 'म्युझियम ऑफ मॉडर्न आर्ट', 'स्मिथसोनिअन' आणि 'कूपर-ह्युइट नॅशनल डिझाईन म्युझियम'मध्येही स्थान मिळलं आहे.

पण ग्लेसर इथपर्यंत पोचले ते कसेबसेच. त्यांनी जेव्हा १९५० च्या उत्तरार्धात मॅडिसन ॲव्हेन्यूमध्ये कामाला सुरुवात केली, तेव्हा छायाचित्रण हेच जाहिरातविश्वाचं भविष्य मानलं जायचं. एके काळी तज्ज्ञ रेखाचित्रकारांवर अवलंबून असलेलं जग आता 'फोटो-ॲप्स'कडे झुकू लागलं होतं. फोटो काढता येत असताना किंवा टी. व्ही. असताना रेखाचित्रांची काय जरुरी? कॅमेरा हा नवा बादशहा होता; हातानं चित्रं काढणारे कलाकार बेरोजगारीच्या दिशेनं चालले होते.

पण पुशपिन स्टुडिओजचे सहसंस्थापक या नात्यानं ग्लेसर यांनी ग्राफिक डिझाईनच्या पुनरुज्जीवनात महत्त्वाची भूमिका बजावली. त्यात भडक निऑन रंग आणि थोडीशी अमूर्त कला आणली. अगदी सरधोपट कामांमध्येही त्यांनी कलेची झलक सादर केली. निव्वळ रिॲलिस्टिक प्रतिमाच खणखणीत असतात असं नाही, हे त्यांना माहीत होतं. एखादी गोष्ट प्रातिनिधिक स्वरूपात दाखविण्याऐवजी ग्लेसर यांना त्या वस्तूचं निश्चित आणि 'खरं' रूप लोकांसमोर आणायचं होतं. त्यांच्या दृष्टीनं निर्दोष 'व्हिज्युअल' म्हणजे चित्रापलीकडे आणखी काही तरी होतं. दृश्य म्हणजे विचारांचा नकाशा आणि परस्परसंबंधांचा (असोसिएशन्सचा) सारांश- मानवी बुद्धीनं घासूनपुसून तयार झालेली रचना.

ग्राफिक आर्टमध्ये काय करता येतं, हे ग्लेसर यांच्या सर्वांत प्रमुख डिझाईनमधून प्रतीत होतं. सन १९७५ मध्ये त्यांनी एक अवघड काम हाती घेतलं. न्यूयॉर्क शहराच्या ढासळलेल्या प्रतिमेचं पुनरुज्जीवन होईल, अशी जाहिरात मोहीम तयार करायचं हे काम होतं. त्या वेळी मॅनहटन कोलमडून पडत होतं, गुन्हेगारीनं थैमान घातलं होतं आणि आर्थिक दिवाळखोरीही होतीच. ग्लेसर यांना आठवतं त्याप्रमाणे तेव्हा न्यूयॉर्क म्हटलं की, लोकांना घाण आणि धोका हेच शब्द सुचायचे. या लोकांना काही तरी करून हे चित्र पालटून टाकणारी जाहिरात मोहीम हवी होती. आणखी एक कलमही त्यात होतं– प्रिंट ॲडमध्ये *Love New York* हे शब्द असायला हवेत.

ग्लेसरनी विविध फॉन्ट्सपासून सुरुवात केली. त्या शब्दांची वेगवेगळ्या प्रकारे रचना करून पाहिली. काही आठवड्यांनंतर पांढऱ्या पार्श्वभूमीवर *I Love NY* हे काहीशा गोंडस, 'कर्सिव्ह' फॉन्टमध्ये त्यांनी सादर केलं. ते म्हणतात, "ही रचना मी त्यांना पाठवली. सगळ्यांना ती आवडलीही. मी जर नॉर्मल माणूस असतो, तर या कामाचा मी पुढे विचारही केला नसता. पण मी तसं करू शकलो नाही. कुठं तरी काही तरी चुकतंय, ही भावना मला खुपत राहिली."

मग या पूर्ण झालेल्या कामावर ग्लेसर तासन्तास विचार करू लागले. त्यांच्या डोक्यातून काही केल्या हा विषय जाईना. मग एके दिवशी टॅक्सीत बसले असताना खिशात नेहमीच असलेले कागद आणि पेन्सिल बाहेर काढून ते चितारू लागले. "...आणि विचार करता करता, रेखाटनं करता करता एकदम मला कळून चुकलं," ते सांगतात. "मला 'टाईपरायटर' हा टाईपफेस आणि त्या अक्षरांच्या मधोमध हृदयाचा लालभडक गोळा चपखलपणे बसलेला दिसला. हे असंच असलं पाहिजे, असं मला वाटलं."

ग्लेसरच्या दृष्टीनं 'आय लव्ह एनवाय' ही जाहिरात म्हणजे चिकाटीचा वस्तुपाठच. केवळ त्यावर विचार चालू ठेवल्यानं, मनातल्या मनात लोगो पुनः पुन्हा

चितारल्यामुळे त्यांना अखेर योग्य प्रतिमा सापडली. त्या ट्रॅफिक जॅममध्ये सुचलेलं ग्राफिक हे जगातलं सर्वांत जास्त 'कॉपी' केलेलं ग्राफिक ठरलं.

वर्किंग मेमरी आणि लक्ष देता येण्यामध्ये काय ताकद असते! आपल्या कल्पना सतत, अधिकाधिक चांगल्या करायला ती मदत करते. ग्लेसर म्हणतात, "डिझाईन म्हणजे विचारपूर्वक निर्माण केलेली अर्थपूर्ण रचना. ऐकायला हे जरा भारदस्त वाटतं. पण खरोखर 'अस्पष्ट कल्पना घेऊन ती थोडी स्पष्ट करणं,' अशीच ही प्रक्रिया आहे. *I Love New York* ची ही कल्पना मला कशी सुचली, याबद्दल मी काही तरी भंपक गोष्ट तुम्हाला सांगू शकतो. पण खरं तर मलाही माहीत नाहीये. कदाचित मला कुठं तरी कोपऱ्यात लाल हृदय दिसलं असेल किंवा मी काही शब्द ऐकले असतील... हे असंच होत असतं. तुम्ही एखाद्या संकल्पनेवर विचार करत राहता, मनोमन तिच्यात सुधारणा करत राहता आणि तुम्ही खरंच चिकाटी दाखविली व तुम्हाला नशिबाची साथ मिळाली, तर तुम्ही निश्चित मुक्कामापर्यंत पोचता."

ज्या चिकाटीनं ग्लेसर काम करतात, ती पातळी गाठायला त्यांना अनेक वर्षं लागली. सन १९५१ मध्ये एकवीस वर्षीय ग्लेसरना फुलब्राईट शिष्यवृत्ती मिळाली होती. तिच्या आधारे हा तरुण 'इचिंग' शिकण्याकरता बोलोना येथील चित्रकार जिऑर्जिओ मोराण्डीकडे दाखल झाला. त्या वेळी मोराण्डी 'नेचर मॉर्टी' या मालिकेवर काम करत होते. राखाडी पार्श्वभूमीवर दारूच्या रिकाम्या बाटल्या आणि टेराकोटा फुलदाण्या असं चित्राचं स्वरूप होतं. ही साधी कला म्हणजे मोराण्डीच्या शिस्तबद्ध कार्यपद्धतीचं द्योतक होतं. एकेका कॅनव्हासवर मोराण्डी महिनोन्‌महिने काम करत आणि वास्तवाच्या जास्तीत जास्त जवळ जायचा प्रयत्न करत. कधी कधी त्या वस्तूंकडे बघता बघता ते हताश होत. ग्लेसर म्हणतात, "अतिशय सूक्ष्म बारकाव्यांवर ते लक्ष केंद्रित करताना मी पाहिलं आहे. एखादा ग्रे रंगाचा भाग पाव इंच डावीकडे सरकवण्यात ते आठवडेच्या आठवडे घालवायचे. असा केलेला सूक्ष्म फरक कोणाच्याही लक्षात आला नसता, हे मोराण्डीच्या ध्यानीमनीही नसायचं. त्यांच्या ते लक्षात यायचं आणि तेवढं त्यांना पुरेसं होतं."

चित्र हुबेहूब करण्याचा मोराण्डीचा अतिरेकी प्रयत्न पाहून ग्लेसरच्या सर्जनशीलतेविषयीच्या कल्पना कायमच्या बदलल्या. कलेतला त्यांचा अगोदरचा आदर्श म्हणजे पाब्लो पिकासा- 'जगाला खायला उठलेला, वेडापिसा झालेला अतिगुणवान.' पण त्यांचा नवा हीरो म्हणजे साधा, नम्र मोराण्डी. "एखाद्या गोष्टीला वाहून घेणं म्हणजे काय, हे मी मोराण्डीकडून शिकलो," ग्लेसर सांगतात. "कुठलीही चांगली गोष्ट सोपी नसते, कारण प्रथमदर्शनी आपल्याला काहीच दिसत नसतं; केवळ सखोल विचार करून आणि चिकाटीनंच आपण संवेदनेची

किंवा आकलनाची विशिष्ट पातळी गाठू शकतो. ही पातळी गाठण्याची कुवत आपल्यात असते, हेही आपल्याला ठाऊक नसतं.''

मार्टिन हायडेगर या तत्त्वज्ञानं या प्रक्रियेला 'अन्‌कन्सीलिंग' अशी संज्ञा दिली आहे. यालाच आपण 'पडदा सरकवणं' असंही म्हणू शकतो. 'वास्तव' हे जगाच्या पसाऱ्यात आणि मन विचलित करणाऱ्या अनेक कल्पना व संवेदनांमागं दडून गेलेलं असतं. 'जागरूक लक्ष'रूपी सुरीनं हा सगळा पसारा कापून काढत आपल्याला वास्तवापर्यंत पोचावं लागतं.

ग्लेसरच्या दृष्टीनं ही पडदा सरकवण्याची क्रिया हे त्यांचं प्रमुख हत्यार. वर्किंग मेमरीच्या साह्यानं ग्लेसर अवघड असाइन्मेंट्सचं रूपांतर जिवंत प्रतिमांमध्ये करतात. म्हणून त्यांची खास अशी शैली किंवा 'स्टाईल' नाहीये. शैली म्हणजे माणसाला अडकवून टाकणारं बंधन, असं त्यांना वाटतं. ते ना वास्तववादी आहेत, ना व्यंगचित्रकार; ना 'मिनिमॅलिस्ट', ना 'मॅक्सिमॅलिस्ट'. प्रत्येक असाइन्मेंटकडे ते एक स्वतंत्र, विशिष्ट समस्या म्हणून बघतात. ते सुरुवात करतात तेव्हा फायनल प्रतिमा कशी दिसेल किंवा ती काय पद्धतीनं करावी लागेल, याची त्यांना कल्पना नसते. म्हणून प्रत्येक असाइन्मेंटवर त्यांना स्वतंत्रपणे विचार करावा लागतो.

ब्रुकलिन ब्रुअरीज प्रकल्पाचंच पाहा. ब्रुकलिनमध्ये 'ब्रुइंग'ची एक परंपरा आहे. स्टीव्ह हिंडी आणि टॉम पॉटर नामक दोन बिअररसिक आणि उद्योजक ग्लेसरना १९८७ मध्ये भेटले. त्यांना या परंपरेचं पुनरुज्जीवन करायचं होतं, ज्यामध्ये ब्रुकलिन परगण्याचा 'आत्मा' दिसेल, असा लोगो तयार करण्यासाठी ते ग्लेसरकडे आले होते. यासाठी ब्रुकलिन ब्रिजचा वापर करावा किंवा त्यांच्या बिअरला 'ब्रुकलिन ईगल्स' म्हणावं, असं त्यांना आधी वाटलं. आणि ते चाललंही असतं; पण ग्लेसर त्यांना म्हणाले, ''सारं ब्रुकलिन तुमच्यासमोर असताना, ब्रुकलिनच्या छोट्याशा तुकड्यावर का समाधान मानता?''

आणि मग पुढचे अनेक दिवस ब्रुकलिन आणि बिअरवर ग्लेसरचं चिंतन चालू होतं. सुरुवात झाली 'ब्रुकलिन डॉजर्स' या बेसबॉल संघावरून. त्यांच्या टोपीतला 'B' वापरून त्यापासून एक रुंद, वळणदार 'B' ग्लेसर यांनी योजला. (वास्तविक डॉजर्सचा 'B' सरळसोट होता, पण ग्लेसरच्या ते लक्षात नव्हतं.) ग्लेसर म्हणतात, ''...'B' चूक का बरोबर हे तितकंसं महत्त्वाचं नव्हतं, पण तो 'B' बेसबॉलचाच वाटत होता. त्याला पाहून डॉजर्सचीच आठवण येत होती.''

पण यात काही तरी कमी होतं, हे ग्लेसरना जाणवलं होतं. तो लोगो 'अपूर्ण' होता. ''मी डोकं खाजवत होतो. या डिझाइनमध्ये युरोपचा अंश हवा होता, बिअरचा इतिहास यायला हवा होता. 'आणखी एक बड्‌वायझर' असं त्याचं स्वरूप व्हायला नको होतं.'' बाजारात उपलब्ध असलेल्या बिअरच्या बाटल्यांचा अनेक आठवडे

अभ्यास करून ग्लेसर यांनी डिझाइन निश्चित केलं- हिरव्या पार्श्वभूमीवर पांढऱ्या ठिपक्यांची चौकट आणि मध्यभागी मोठा 'B'. "मला हे कसं सुचलं, माहीत नाही. हा लोगो अगदी 'बरोबर' का आहे, हेही मी सांगू शकत नाही; पण मला जे हवं होतं, ते सापडेपर्यंत मी डिझाइनशी खेळत राहिलो."[४]

'विचारक्रिया बंद होईपर्यंत विचार करत राहायचं. एक तर एकाग्रता भंग पावेल, नाही तर उत्तर समोर ठाकेल'– अशी ग्लेसर यांची कामाची पद्धत आहे. अर्थात प्री-फ्रंटल कॉर्टेक्समधले न्यूरॉन्स एखाद्या कल्पनेला धरून ठेवू शकतात आणि बिअर व ब्रुकलिनसारख्या असंबद्ध गोष्टींमध्ये काही तरी साधर्म्य शोधू शकतात, म्हणूनच हे करता येतं. या लोगोत अनेक कल्पनांचा मिलाफ आहे. कर्सिव्ह 'B' मुळे बेसबॉलचा विचार मनात येतो, तसेच हिरव्या पार्श्वभूमीत जुन्या युरोपियन बिअर्सचा अंश (लेबल) डोकावतो. ज्या क्षणी या भिन्न कल्पनांचे प्रवाह एकमेकांत मिसळले, त्या क्षणी ग्लेसरना मनाजोगती प्रतिमा मिळाली आणि ही प्रतिमा बिअरच्या बाटलीवर चपखलपणे बसली.

३.

कल्पनाशक्तीसाठी वर्किंग मेमरी हे आवश्यक हत्यार आहे, असं आपण ग्लेसर आणि ऑडेनच्या उदाहरणांवरून पाहिलं आहे. कधी कधी लक्षपूर्वक विचार करणं पुरेसं असतं. हळूहळू का होईना, उत्तर आपल्यासमोर हजर होतंच. 'ह्यूमन, ऑल टू ह्यूमन' या आपल्या १७७८ मधल्या पुस्तकात नीत्स्शे म्हणतो–

> तथाकथित 'स्फुरण' आणि साक्षात्कारी क्षणांवर आपला विश्वास बसावा, ही कलाकारांच्या पथ्यावरच पडणारी गोष्ट आहे... जणू ईश्वरी कृपेचा किरण त्यांच्याप्रत खाली उतरला आहे. खरं तर कलाकाराच्या आणि विचारवंतांच्या कल्पनेतून सतत चांगलं, वाईट, सामान्य अशाची सरमिसळ बाहेर पडत असते. पण त्यांच्या धारदार निर्धारणक्षमतेमुळे ('जजमेन्ट'मुळे) ते प्रत्येक कल्पना तावून-सुलाखून घेऊ शकतात... सर्व थोर कलाकार आणि विचारवंत अथक परिश्रम घेणारे असतात– केवळ नव्या कल्पनांच्या बाबतीत नव्हे, तर नीर-क्षीर विवेकबुद्धीबाबतसुद्धा.

---

४. ग्लेसर यांनी सुरुवातीला जेव्हा ब्रुकलिन ब्रुअरीजच्या लोकांना लोगो दाखविला, तेव्हा त्यांची निराशा झाली. त्यात ब्रुकलिन ब्रिज नव्हता, गरुड नव्हता... होता फक्त 'बी'. पण ग्लेसर म्हणाले, "तुम्ही हा लोगो तुमच्या किचन काउंटरवर काही दिवस ठेवून तर बघा." मग हळूहळू या डिझाईनचा नेमकेपणा त्यांना जाणवला.

आपलं म्हणणं समजावून सांगायला बीथोवेनचा नीत्स्शे आधार घेतात. त्यांच्या संगीताच्या वह्यांमधून स्वरसंवाद (मेलडी) अधिक 'शुद्ध' करण्यासाठी त्यांनी घेतलेले कष्ट दिसून येतात. अनेकदा एखादी रचना फायनल करण्याआधी ते सत्तर-सत्तर विविध प्रयोग करून बघायचे. थोडक्यात काय, तर सर्जनशीलतेचं प्रतीक मानलं गेलेल्या बीथोवेनलासुद्धा आपल्या कल्पना, आपलं संगीत सतत 'सुधारावं' लागायचं. अपार कष्ट घेतल्यानंतरच त्यातलं सौंदर्य खुलून यायचं.

तुमच्याकडे जरी प्रतिभा असली, तरी पुढचा प्रवास खडतर असतो; तो खास आल्हाददायक तर नसतोच नसतो. सांगीतिक रचनेत बदल करत-करत ती पूर्णत्वाला नेणं असो किंवा मनासारखं न झालेलं रेखाटन टोपलीत फेकून देणं असो- प्रक्रिया क्लेशकारकच असते. किंबहुना, एखाद्या समस्येवर चिकाटीनं लक्ष केंद्रित करता येणं म्हणजेच दुःखाला आमंत्रण देणं आहे, असं आपल्याला मानायला वाव आहे. ॲरिस्टॉटलनं प्रथमच इ.पू. चौथ्या शतकात म्हणून ठेवलं आहे- 'ज्या-ज्या कोणी तत्त्वज्ञान, काव्य, कला आणि राजकारणात उत्तुंग यश प्राप्त केलं आहे, अशा सर्वांमध्ये आपल्याला विषण्णता ('मेलँकलिक डिसीज़') दिसून येते. अगदी सॉक्रेटिस आणि प्लेटोसुद्धा याला अपवाद नाहीत.' हीच विचारधारा रेनेसाँ कालावधीत पुन्हा समोर आल्याचं आपल्याला दिसून येतं. मिल्टननं 'इल पेन्सोरोसो' या काव्यात म्हटलंच आहे –*"Hail divinest melancholy/whose saintly visage is too bright/to hit the sense of human sight."*

रोमॅन्टिक कवींनी दुःखाला मानाचं स्थान देण्याची परंपरा आणखी टोकाला नेली. ते म्हणू लागले की, भोग आणि यातना सोसल्याशिवाय साहित्यिकाचं आयुष्य घडूच शकत नाही. दुःख ही पूर्वअटच आहे. कीट्स म्हणतो, "दुःख आणि वेदनेचे संस्कार झाल्याखेरीज 'बुद्धी'तून आत्मा निर्माण करता येत नाही, हे तुम्हाला दिसत नाहीये का?"

ऑस्ट्रेलियातल्या युनिव्हर्सिटी ऑफ न्यू साऊथ वेल्समधले सोशल सायकॉलॉजिस्ट जो फॉर्गस गेलं दशक 'नकारात्मक मनःस्थिती आणि सर्जनशीलतेच्या नात्या'चा अभ्यास करत आहेत. हा विषय लोक शक्यतो झटकून टाकतात. पण फॉर्गस यांनी पुनःपुन्हा दाखवून दिलं आहे की, थोड्याशा विषादामुळे एकाग्रता वाढते आणि आपण भोवताली घडणाऱ्या अधिक गोष्टींची नोंद घेऊ शकतो. (अर्थात दुःखी असल्यास आपल्याला 'इनसाइट' मिळण्याची शक्यताही कमी होते, हेही खरं आहे.) उपनगरीय सिडनीमधल्या पुस्तकांच्या (स्टेशनरी) दुकानांत त्यांनी केलेला प्रयोग या बाबतीत महत्त्वाचा आहे. प्रयोग तसा साधा-सोपा होता. त्यांनी दुकानातल्या चेक-आऊट काउंटरजवळ खेळातले शिपाई, प्लॅस्टिकचे प्राणी आणि गाड्या मांडून ठेवल्या. लोक जसे बाहेर पडत, तसे फॉर्गस त्यांना या मांडून ठेवलेल्या गोष्टींची

यादी करायला सांगत. त्यांनी आणखी एक गोष्ट केली. ज्या दिवशी पावसाळी किंवा ढगाळ हवामान असे, त्या दिवशी ते वर्डी यांची 'रिक्वीम' ही संगीतरचना तिथं वाजवीत. निरभ्र आकाश असताना गिल्बर्ट आणि सलीवन यांचा साउंडट्रॅक वाजवीत. निष्कर्ष अगदी साफ होते. ढगाळ दिवशीचे ग्राहक चौपटीनं जास्त वस्तू लक्षात ठेवू शकले. ढगाळ हवामानामुळे येणाऱ्या उदासपणानं ते अधिक संवेदनाक्षम बनले होते.

'अन्कन्सीलिंग'च्या प्रक्रियेत आणि याच्यात साम्य आहे. नकारात्मक मूडचा परिणाम थोडंसं अँफेटामिन घेण्यासारखा होतो. दुःखात बुडलं असताना एखाद्या काव्यपंक्तीवर अधिक लक्ष देता येतं. आपल्या आणखी एका प्रयोगात फॉर्गस प्रयुक्तांना गद्य पंक्ती लिहायला सांगत. जेव्हा असं लिहिण्याअगोदर कॅन्सर आणि मृत्यूविषयी चित्रफीत दाखवली गेली, तेव्हा लिखाणाचा दर्जा, वाक्यरचना अधिक प्रभावी झाली. जणू दुःखामुळे त्या लोकांच्या शब्दांना झळाळी प्राप्त झाली होती!

या भन्नाट निष्कर्षांवर कोलम्बिया बिझनेस स्कूलच्या प्रा. मोडुपे अकिनोला यांनी अधिक संशोधन केलं. त्यांचा अलीकडचा प्रयोग पाहा. त्यांनी विद्यार्थ्यांच्या दोन गटांना एक विषय दिला– 'आपल्या स्वप्नातल्या जॉबवर छोटंसं भाषण द्या.' एका गटाचा श्रोता वर्ग स्मितहास्य करून आणि माना डोलावून वक्त्यांना दाद देत होता. दुसऱ्या गटाचे श्रोते आठ्या घालून आणि नकारात्मक माना डोलावून प्रतिसाद देत होते. सर्वांची भाषणं झाल्यावर प्रत्येकाला कागद, डिंक आणि रंगीत पेन दिलं गेलं. या वस्तू वापरून त्यांना कोलाज करायचं काम देण्यात आलं. सर्जनशीलतेच्या दृष्टिकोनातून या कामाचं मूल्यमापन करायला व्यावसायिक चित्रकारांना बोलावलं होतं.

श्रोत्यांच्या प्रतिसादाचा या लोकांवर परिणाम झाला, हे वेगळं सांगायला नकोच. ज्यांना स्मितवदनाचा प्रतिसाद लाभला होता, त्यांना अर्थातच छान वाटत होतं. पण गम्मत म्हणजे, नकारात्मक प्रतिसाद मिळालेल्या, खचलेल्या लोकांनी अधिक चांगल्या दर्जाचे कोलाज केले होते. त्यांच्या दुःखी मनःस्थितीमुळे ते अधिक एकाग्रतेनं आणि चिकाटीनं काम करू शकले. रंगीबेरंगी डिझाइनचे वेगवेगळे प्रयोग करत करत ते उत्तम कोलाज निर्माण करू शकले.

सर्जनशीलता आणि तीव्र दुःख यांचा घनिष्ठ संबंध आहे. सन १९८० च्या सुरुवातीच्या वर्षांमध्ये युनिव्हर्सिटी ऑफ आयोवामधील न्यूरोसायंटिस्ट नॅन्सी अँड्रीॲलसेन यांनी आयोवा रायटर्स वर्कशॉपमधील अनेक लेखकांच्या मुलाखती घेतल्या. सदर लेखकांच्या पूर्वायुष्यात काही मानसिक विकार होता का, यावर मुलाखतींमध्ये भर दिला गेला. अँड्रीॲलसेन म्हणतात, "अतिहुशारी आणि वेड यांचं नातं सर्वश्रुत असल्यामुळे मला वाटलं होतं की, या गटांत स्किझोफ्रेनियाचं प्रमाण अधिक असेल. पण माझा अंदाज अगदी चुकीचा ठरला. उलट, ८०% लेखकांना उदासीनतेचा (डिप्रेशन) विकार असल्याचं आढळून आलं." यांच्यातले यशस्वी लेखक वेडे

नव्हते; ते अपार दुःखात होते. जॉन्स हॉपकिन्समधील मानसोपचार विभागाचे प्रा. के. रेडफील्ड जमेसन यांनी ब्रिटिश कवी आणि कादंबरीकारांच्या केलेल्या अभ्यासातही असंच चित्र दिसून आलं. सामान्य लोकांच्या तुलनेत प्रसिद्ध लेखकांमध्ये डिप्रेशनचं प्रमाण आठपटींनी जास्त होतं.

हे असं का असावं? अँड्रीॲलसेन यांच्या मते, डिप्रेशन आणि 'बोधात्मक शैली' (cognitive style) या दोन गोष्टी एकमेकींत गुंतलेल्या आहेत. एखादी चांगली कादंबरी लिहिणं काही सोपं नाही, असं त्या म्हणतात. असं लिखाण किंवा एखादी दर्जेदार संगीतरचना तयार करायला अनेक वर्षांची चिकटी लागते; आपल्या चुका दुरुस्त करत राहावं लागतं. हे खूप महत्त्वाचं आहे. ''यशस्वी लेखक उच्चतम मुष्टियोद्ध्यांसारखे असतात. कितीही मार खाल्ला तरीही ते परत उठून उभे राहतात,'' अँड्रीॲलसेन म्हणतात. दुःखी मनःस्थितीमुळे ही चिकाटी वाढत असावी. मानसिक विकार ही गोष्ट किती भयानक आहे याची त्यांना जाणीव आहे. रॉबर्ट लोवेलला या वेदनेतून मुक्त होण्यासाठी लीथियम घ्यावं लागे. असं असलं, तरी सौम्य स्वरूपातील डिप्रेशनचा कलाकाराला फयदा होतो. दुर्दैवानं तुम्ही जर आघाडीवर लढत असाल, तर तुम्हाला जखमा होणं अपरिहार्य आहे.

अर्थात, सर्वच समस्या या काही अँफेटामिन्स, प्री-फ्रंटल कॉर्टेक्स किंवा औदासीन्यानं सुटत नाहीत. सर्वांत अवघड असाइन्मेंट जमायला 'इनसाइट'चा एखादा झटका सोसावा लागतो, असा ग्लेसर यांचा अनुभव आहे. यानंतरच कष्टाला सुरुवात होऊ शकते. कित्येक वेळा अंतः प्रेरणेवर (इन्स्टिंक्ट) भरोसा ठेवून निर्मितिप्रक्रिया सुरू करावी लागते. एखादी अंतःप्रेरणा मनात का/कशी येते, हे आपल्याला सांगता येत नाही.

प्रतिभेला, सर्जनशीलतेला या विविध गोष्टींची आवश्यकता असते. म्हणूनच कदाचित सर्जनशीलता आणि 'बायपोलर डिसऑर्डर'चाही एकमेकांशी जवळचा संबंध आहे. या विकारात व्यक्ती अतिदुःख आणि अतिउत्साह अशा दोन टोकांमध्ये हेलकावे खात राहते. अँड्रीॲलसेन यांनी अभ्यासलेल्या यशस्वी प्रतिभावंतांपैकी सुमारे ४०% लोकांना 'बायपोलर डिसऑर्डर' होती. हे प्रमाण सामान्य लोकांच्या तुलनेत वीसपट जास्त आहे. (अलीकडे हागोप अकिस्काल या मानसशास्त्रज्ञाला आढळलं की, युरोपातील दोन तृतीयांश मान्यवर कलाकार 'बायपोलर' होते.) अतिउत्साही (मॅनिक) अवस्थेत लोकांना स्वतःच्या भावना व्यक्त करायची तीव्र इच्छा होते, असं अँड्रीॲलसेन म्हणतात. हे कित्येकदा त्रासदायक ठरू शकतं, कारण त्यांना नवनिर्मितीचा ओघ थांबविताच येत नाही. हे कल्पनाविलास टोकाचे असू शकतात, तसेच अनाकलनीयही असू शकतात. मॅनिक अवस्थेत मनाची दारं नव्या कल्पना/विचारांसाठी सताड उघडी असतात. यातूनच 'ओरिजिनल' संकल्पनांचा

जन्म होतो.

कालांतरानं भावनांचा ओघ आटतो आणि तो माणूस दुःखाच्या गर्तेत जातो. हे जरी क्लेशकारक असलं, तरी मॅनिक अवस्थेत सुचलेल्या कल्पनांवर दुःखी अवस्थेत काळजीपूर्वक विचार होऊ शकतो. निर्मितीच्या उत्साही अवस्थेनंतर संपादनाची प्रक्रिया होऊ शकते. अर्थात, मॅनिक आणि दुःखी अवस्थेत गेल्याशिवाय कोणी सर्जनशील बनूच शकत नाही, असा या सगळ्याचा अर्थ नव्हे.

वेगवेगळ्या प्रकारच्या क्रिएटिव्ह समस्या वेगवेगळ्या प्रकारे सोडविल्या जातात, हा बोध आपण या ऊहापोहातून घ्यायचा आहे. (टी. एस. एलियटना हे नीट कळलं होतं. ''जिथं 'बेशुद्ध' असायला हवं तिथं वाईट कवी जागृत/'शुद्धीवर' असतो. आणि जिथं शुद्धीवर असायला हवं तिथं तो 'बेशुद्ध' असतो.'') अर्थात, 'हाती असलेल्या कामाची आणि आपल्या विचारप्रक्रियेची सांगड कशी घालायची,' हा खरा प्रश्न आहे. उजव्या मेंदूकडे लक्ष देण्याऐवजी प्री-फ्रंटल कॉर्टेक्सचं म्हणणं कधी ऐकायचं, स्वप्नरंजनात मश्गुल कधी व्हायचं आणि गरम शॉवर कधी घ्यायचा? की, आणखी एक कप कॉफी ढोसायची?

मानवी मनात स्वतःच्या 'आजाराचं' निदान करण्याची क्षमता निसर्गतःच असते. याला इंग्रजीत 'फीलिंग्ज ऑफ नोइंग' असं संबोधलं गेलं आहे. एखादी गोष्ट अगदी तोंडावर असल्याचं आपण अनुभवतो. आठवड्यातून किमान एकदा तरी प्रत्येकाच्या बाबतीत असं होतं. एखादी ओळखीची व्यक्ती खूप काळानंतर भेटते. तिच्या नावाचं आद्याक्षर आपल्याला आठवत असतं; पण नाव मात्र काही केल्या डोक्यात येत नाही. किंवा नुकत्याच पाहिलेल्या चित्रपटाचं कथानक आठवतं, पण नावच आठवत नाही. यातली गम्मत अशी असते की, ती गोष्ट जरी आपल्या स्मृतीत नसली तरी 'हे आपल्याला माहीत आहे' याविषयी आपल्याला खात्री असते! म्हणूनच आपण आठवायची शिकस्त करतो. गूढ असं आहे की, एखाद्या माणसाचं नाव लक्षात नसूनसुद्धा ते आपल्याला सापडेल, अशी खात्री का वाटते? या सगळ्याचा नेमका अर्थ काय? जिथं जिथं इनसाइटची गरज नसते, तिथं तिथं ती समस्या सुटेल की नाही हे आपल्या मनाला बरोबर कळतं, असं अनेक संशोधनांतून दिसून आलं आहे. प्रश्न दिसायचा अवकाश, की (पुरेशी चिकाटी दाखविल्यास) उत्तर मिळणार, हे नक्की. या खात्रीमुळेच चिकाटी दाखवायला आपल्याला प्रेरणा मिळते.

'माहीत असल्याच्या जाणिवे'च्या बरोबरीनं आपण करत असलेल्या प्रगतीची जाणीवही आपल्याला होत असते. कोलम्बिया युनिव्हर्सिटीतील जॅनेट मेटकाफ या मानसशास्त्रज्ञानं हे प्रयोगांनी दाखवून दिलं आहे. त्यांच्या प्रयोगांत जी कोडी इनसाइटशिवाय सुटणारी होती, ती सोडविताना आपण उत्तराच्या किती जवळ

पोचलोय, याची जाणीव प्रयुक्तांना होत होती. प्रत्यक्ष उत्तर मिळायच्या अगोदरही आपण नेमके कुठे आहोत, हे अचूकपणे कळत होतं. याउलट, इनसाइटनं जिथं उत्तर मिळत होतं, तिथं उत्तर मिळेपर्यंत कुठलीही कुणकुण लागत नव्हती.

आपण किती प्रगती केली आहे, ही जाण सर्जनशीलतेच्या प्रक्रियेतला एक महत्त्वाचा भाग आहे. आपण उत्तरापासून दूर आहोत, असं जेव्हा वाटत असतं; तेव्हा बहुधा इनसाइटची गरज असते. अशा वेळी उजव्या मेंदूवर भरवसा ठेवावा (कारण हा भिन्न गोष्टींमधील साम्य शोधून काढू शकतो). 'डेड एंड'ला पोचल्यावर प्रयत्न करत राहणं म्हणजे वृथा परिश्रम घेणं. अशा स्थितीत कॉम्प्युटरकडे बघत बसण्यापेक्षा काही तरी करून रिलॅक्स होण्याचा मार्ग शोधा आणि अल्फा लहरींचं प्रमाण वाढवा! हातचं काम विसरणं, हेच इथं उपयोगी ठरेल.

पण जेव्हा जेव्हा उत्तराच्या समीप पोचल्याची जाणीव होईल, तेव्हा तेव्हा प्रयत्न करत राहणं गरजेचं आहे. अशा वेळी त्रास होईपर्यंत लक्ष केंद्रित करा. तुमची वर्किंग मेमरी भरून जाऊ द्या. शेवटी यश प्राप्त होईलच.

या सर्व प्रक्रियेत रोमॅण्टिक असं काहीही नाही. अपयश, घाम आणि यातना हेच फक्त आहे. या प्रक्रियेत फेकून दिलेली चित्रं आहेत, टाकून दिलेला पहिला खर्डा आहे. यात ट्रॅफिकमध्ये अडकलेलं असताना केलेलं विचारमंथन आहे, तसंच कविता मनाजोगती होईपर्यंत घेतलेले अमली पदार्थही आहेत. पण कधी कधी या निर्दयी प्रक्रियेला पर्याय नसतो आणि म्हणून आपण विचार करतच राहतो. मनात येणारा पुढचाच विचार म्हणजे आपण शोधत असलेलं उत्तरही असेल, कोण जाणे!

मुक्त होणे

'ज्या गांभीर्याने लहान मूल खेळत असतं, ती मानसिकता पुन्हा मिळविणं, हे परिपक्वतेपुढचं आव्हान आहे.'
- नीत्स्शे

मंद प्रकाश. रिकामं नाट्यगृह. यो यो मा आपला 'चेलो' घेऊन रंगमंचाच्या मध्यावर असलेल्या एकाकी लोखंडी खुर्चीकडे चालला आहे. हे वाद्य जड आहे. मा जपून पावलं टाकत चालतोय. तो सावरून बसतो आणि स्वरलिपी असलेल्या कागदाकडे एक प्रदीर्घ कटाक्ष टाकतो. मग उजवा हात वर करून चेलोच्या 'मानेवर' ठेवतो आणि तारांवरून 'बो' फिरवतो. पहिला सूर म्हणजे एक सुंदर विलाप.

मा ज्याचा रियाज करतोय, त्या संगीतकार ब्रूस अडॉल्फबरोबर मी बसलोय. ब्रूस जरा बेचैन वाटतोय. मा हे एक प्रस्थ आहे आणि ब्रूस त्याचं वादन प्रथमच ऐकतोय. गेल्या दोन महिन्यांत अठरा शहरांमध्ये माच्या तेवीस मैफली झाल्या आहेत. ''एखादी नवी रचना पहिल्यांदा वाजविली जाते, तेव्हा नेहमीच जरा अस्वस्थता जाणवते. मी या स्वरांबरोबर खूप काळ घालविला आहे, पण रंगमंचावर नेहमीच वेगळं वाटतं,'' अडॉल्फ मला सांगतोय.

हा तुकडा मा बघून वाजवतोय, त्यामुळे तो संथपणे सुरुवात करतोय... अनोळखी भाषेतली एखादी कादंबरी वाचताना जसं आपण पहिली काही पानं अजमावून पाहतो, तसं. कधी तो वाजवता-वाजवता मध्येच थांबतो आणि मग थोड्या वेगळ्या पद्धतीनं तेच स्वर वाजवतो; त्यांचा वेगळा अन्वयार्थ लावतो.

आणि मग काही मिनिटांनी मा त्या स्वरांमध्ये हरवून जातो. त्याचं शरीर मंद हेलकावे घेतंय, हे मला पहिल्यांदा जाणवलं. ही हालचाल मग त्याच्या उजव्या दंडाकडे सरकते. त्यांचा 'बो' अधिकाधिक मोठ्या अर्धवर्तुळातून फिरू लागतो. थोड्याच अवधीत त्याचे रिलॅक्सड् खांदे भाव व्यक्त करू लागतात; लय वाढली

की एकमेकांच्या जवळ येऊ लागतात. आणि जेव्हा तो रचनेची 'थीम' पुन्हा वाजवतो, तेव्हा त्याचे डोळे मिटतात. जणू त्याच्या वाद्यातून अवकाशात पसरत जाणारं सौंदर्य तो मिटलेल्या डोळ्यांनी न्याहाळतोय. मी अडॉल्फकडे बघतो- त्याचा ताण जाऊन चेहऱ्यावर स्मित उमटलंय.

न्यूयॉर्क शहरातल्या ज्युलिआर्ड स्कूलमध्ये मा आणि अडॉल्फची पहिली भेट झाली, तेव्हाच १५ वर्षांच्या मानं उत्तम वादक म्हणून नाव कमावलं होतं. त्यानं व्हाईट हाऊसवर केनडींसाठी वादन केलं होतं आणि राष्ट्रीय टी.व्ही.वर लिओनार्ड बर्नस्टाईनसोबतही. अडॉल्फ एक होतकरू संगीतकार होता आणि त्यानं चेलोसाठी पहिली रचना लिहिली होती. ''मी काय करत होतो याची मला अजिबात कल्पना नव्हती,'' अडॉल्फ म्हणतो. ''मी त्याआगोदर कधी चेलोसाठी संगीत लिहिलंच नव्हतं.'' ज्युलिआर्डमधल्या एका शिक्षकाला कच्चा आराखडा दाखविला होता, तेव्हा त्यातला एक 'कॉर्ड' वाजवणं अशक्य आहे, असं तो म्हणाला होता. पण अडॉल्फने त्यात सुधारणा करायच्या आधीच मानं त्या रचनेचा रियाज करायचं ठरवलं. ''यो-योने 'साईट-रीडिंग' करत ती संपूर्ण रचना वाजवली,'' अडॉल्फ म्हणाला. ''आणि तो अशक्य 'कॉर्ड'सुद्धा त्यानं वाजवला. त्याचा 'बो' चारही तारांवर सरळ आडवा होता. त्यानं तो 'कॉर्ड' कसा काय वाजवला, हे मी नंतर त्याला विचारलं.'' आणि यो-यो म्हणाला, ''तुझं बरोबर आहे. मला वाटलं, तो नाही वाजवता येणार.'' मग आम्ही पुन्हा पहिल्यापासून सुरुवात केली आणि ती जागा आल्यावर मी ''थांबऽऽ!'' म्हणून ओरडलो. आम्ही दोघं माच्या डाव्या हाताकडे बघत होतो. तो हात फिंगरबोर्डवर पूर्णपणे वेड्या-वाकड्या अवस्थेत स्थिरावला होता. या स्थितीत हात धरणं खूप त्रासदायक होतं, कारण त्याची बोटं अगदीच अनैसर्गिक स्थितीत होती. पण यो-योनं तो 'कॉर्ड' वाजवून दाखवला होता!

अडॉल्फच्या दृष्टीनं ही गोष्ट म्हणजे, माच्या असाधारण प्रतिभेचं द्योतक आहे; असंभव वाटणारे 'कॉर्ड' वाजविण्याच्या त्याच्या कौशल्याचं द्योतक आहे. या कौशल्यामुळे जगातल्या अत्यंत नावाजलेल्या अभिजात संगीतवादकांमध्ये माचं नाव गणलं जातं. बाखच्या चेलो स्वीट्सपासून अमेरिकन ब्लुग्रासपर्यंत अनेकविध प्रकारची रेकॉर्डिंग्ज त्यानं दिली आहेत. हॉलीवूडच्या गाजलेल्या चित्रपटांसाठी संगीत दिलंय, बॉबी मॅक्फेरीनबरोबर संगीत दिलंय, तसंच मध्य आशियातल्या मेलडीजही लोकप्रिय केल्या आहेत. ''कधी कधी तो वाजवत असताना मी त्याला बघतो आणि मी ज्युलिआर्डमध्ये विद्यार्थी असताना मला वाटायचा, तसा अचंबा आजही वाटतो,'' अडॉल्फ सांगतोय. ''मा तुमचे स्वर घेतो आणि त्यांना जिवंत कसं करायचं, हे त्याला नेमकं सापडतं. तो तांत्रिकदृष्ट्या निर्दोष आहेच; पण शिवाय तंत्राला फाटा

देऊन आणि अधिक खोलात शिरून थेट भावनेला हात केव्हा अन् कसा घालायचा, हे त्याचा तोच करू जाणे!''

पण मा काही पहिल्यापासून असा नव्हता. किंबहुना, आठवणीत राहील अशा अपयशानंतरच त्याला संगीतात भावना शोधण्याचा ध्यास लागला. न्यूयॉर्कला १९८९ मध्ये मुलाखत देताना तो डेव्हिड ब्लूमला म्हणतो, ''मी १९ वर्षांचा होतो आणि तोपर्यंत मी काबाडकष्ट घेतले होते. मला संगीत अंतर्बाह्य माहीत झालं होतं. मैफलीत प्रत्येक स्वर अचूक, काटेकोरपणे वाजवत असताना 'मी इथं का आलोय,' असा मला प्रश्न पडला. मी माझं नेमकं काय पणाला लावलंय, तर- 'काही नाही.' श्रोत्यांप्रमाणेच मीही कंटाळलोय. 'निर्दोषपणा'च्या माध्यमातून तुम्ही फार काही सांगू शकत नाही.'' अचूकता आणि अभिव्यक्ती या दोन गोष्टींचं नातं थोडं विचित्र आहे, असं या कंटाळ्यातून माच्या लक्षात आलं. ''एकही चूक न करण्याचं तुम्हाला व्यवधान असेल, तर तुमच्याकडून काहीच अभिव्यक्ती (कम्युनिकेशन) होणार नाही. श्रोत्यांना काही तरी वाटायला लावणं, हे संगीताचं मूळ उद्दिष्ट आहे आणि नेमकं तेच तुम्ही विसरलेले असता.''

हा भावनेचा शोध माच्या प्रत्येक मैफलीला दिशादर्शक ठरतो. मैफलीतल्या चेलोच्या भागाचा अभ्यास तो करत नाही, की व्हायोलिन्स काय वाजवणार आहेत हे तो बघत नाही. तो संपूर्ण रचनेवर नजर टाकतो. ''मी संगीताकडे एखाद्या रहस्यकथेप्रमाणे बघतो,'' असं मा म्हणतो. ''कथा एखाद्या खुनाबद्दल असेल तर खुनी कोण आहे, त्यानं खून का केला, आणि कथेचा धागा धरून श्रोत्यांना सस्पेन्सची जाणीव करून देणं, हे माझं काम आहे. म्हणजे जेव्हा उच्चतम बिंदू येतो, तेव्हा माझी सुंदर कथा ऐकत श्रोते माझ्याबरोबरच असतात. हा सगळा खेळ 'पुढे काय?' ही भावना जागृत ठेवण्याचा आहे.''

रियाजातसुद्धा माचा हा अनोखा मार्ग आपल्याला जाणवतो. दुपारभरच्या रियाजात तो हळूहळू अडॉल्फचा 'स्कोर' त्याच्या खास पद्धतीनं सुधारत जातो. त्याचं शरीर सैल पडत जातं आणि वादन अधिकाधिक भावनापूर्ण होत जातं. गुंतागुंतीचे टोनल पॅटर्न्स असलेली रचना माच्या सूक्ष्म फेरफारांमधून गेली, की ती भावनांनी ओतप्रोत अशी एक कथा ('पॅशनेट नरेटिव्ह') बनते!– कुठं एखाद्या पिआनिसिमोचा आवाज किंचित कमी कर, कुठं मेलडिक रिफचा वेग वाढव, तर कुठं क्रिसेंडो अधोरेखित कर- मा हे सर्व करून बघतो. हे सूक्ष्म बदल स्कोरमध्ये केलेले नसतात; तरीही स्कोर जे सांगू पाहतोय, ते आपल्याला कळून चुकतं. बहुतेक वेळा हे बदल त्याला कसे व का सुचले, हे माला सांगता येत नाही; पण त्यानं काहीच बिघडत नाही. माचा स्वतःच्या अंतर्भावनांवर पूर्ण विश्वास आहे. स्वतःच्या अंतःप्रेरणा जिथं नेतील, तिथं जायला तो शिकलाय.

आणि म्हणून चेलो वाजवताना माचं शरीर हेलकावे घेतं. तो स्वतःला आवरू शकत नाही. ज्या भावना तो व्यक्त करू पाहतोय, त्या भावना तो स्वतः अनुभवत असतो. तो स्वत:ला मुक्त करतोय, मोकळं सोडतोय. "उत्तम कथाकथन करणारे नेहमीच त्यांच्या कथेत घुसतात," मा सांगतो. "ते हातवारे करतात, स्वतःच्या विनोदाला हसतात. मी रंगमंचावर असं बनण्याचा प्रयत्न करत असतो. स्वतःला जेव्हा तुम्ही भावनेच्या ओघात वाहून जाऊ देता, तेव्हाच तुमच्याकडून उत्कृष्ट संगीत दिलं जातं."

असं वादन सुलभ व्हावं, म्हणून रंगमंचावरून बाहेर पडल्यावरही मा हेतुपुरस्सर 'कॅज्युअल' वागतो. मैफलीच्या अर्धा तास अगोदर तो एखाद्या शांत खोलीत निघून जातो. तो बाहेर येतो तेव्हा गंभीर मनःस्थितीत असेल, अशी माझी अपेक्षा असते. पण मा खोडसाळ मूडमध्ये असतो. थट्टामस्करी करत, एखादं केळं खात खात, माझ्या टायबद्दल मला चिडवत, अडॉल्फशी हवा-पाण्याच्या गप्पा मारत तो वेळ घालवतो. पण ही काही 'पोझ' नव्हे. त्याला रिलॅक्स होणं आवश्यक असतं. तो खूप फोकस्ड असेल, नर्व्हस असेल, तर त्याच्या संगीताची व्याप्ती कमी होईल. जो 'मनातला आवाज' त्याला वादनात वाट दाखवत असतो, तो आवाज त्याला ऐकू येणार नाही.

"मी मैफलीच्या अगोदर 'लूज' कसा राहू शकतो, असं लोक मला नेहमी विचारतात," मा सांगतो. "मी सांगतो की, प्रत्येक माणूसच रंगमंचावर जाण्यापूर्वी नर्व्हस होतो; त्याला इलाज नाही. पण प्रेक्षागृह म्हणजे माझा दिवाणखाना आहे आणि मी सर्व मंडळींना जेवायला बोलवलं आहे, अशी मी कल्पना करतो. मग सांगा- अशा वेळी वाईन थंड नाहीये, बीफ शिजलंय का, वगैरे चिंता मी करू लागलो तर ते माझ्या चेहऱ्यावर दिसून येईल. मग माझे पाहुणेही अस्वस्थ होतील... मी हे ज्युलिया चाइल्डकडून शिकलो. कधी कधी मेजवानीच्या वेळी तिच्या हातून चिकन खाली- जमिनीवर पडायचं. मग ती रडायची का? गोंधळून जायची का? ...मुळीच नाही. चेहऱ्यावरचं स्मित कायम ठेवून ती तो तुकडा परत उचलून घेई. चेलो वाजवण्याचं असंच असतं. माझ्या हातून चूक होतेच; पण पहिल्या चुकीचं मी स्वागतच करतो. कारण मग मी खांदे उडवून स्मित करू शकतो. यानंतर माझ्या मनातल्या 'न्यायाधीशा'ला गप्प बसवून मी कार्यक्रम पुढे नेतो. मी आता चिंतेत नसतो. आणि मी जेव्हा माझ्या संगीताच्या भावनेत स्वतःला हरवून बसतो, जेव्हा मी काय करतोय याचं भानच मला राहत नाही; तेव्हाच मी सर्वोत्तम वादन करत असतो."

१.

स्वतःला झोकून देणं भीतिदायक असतं. तसं करणं म्हणजे आपण चुकू, हे आपण मान्य करणं असतं आणि निर्दोष बनण्याची शक्यता आपण सोडून दिलेली असते. झोकून दिल्यावर, बोलू नये ते आपण बोलण्याची शक्यता असते आणि ज्याची कारणमीमांसा होऊ शकत नाही अशा भावना आपण व्यक्त करू शकणार असतो. आपण रंगमंचावर असतो, पण परिस्थितीवर आपला पूर्ण ताबा नसतो. आपण काय वाजवणार आहोत, हे आपल्याला सुरुवात करेपर्यंत माहीत नसतं.

उत्स्फूर्तपणे काम करण्याची पद्धत भीतिदायक असली तरी ती सर्जनशीलतेचा स्रोत असते. किंबहुना, या पद्धतीमुळेच जॉन कॉल्ट्रेन यांचे सॅक्सोफोन सोलो किंवा जॅक्सन पोलॉक यांची ड्रिप पेंटिग्ज यांसारख्या गोष्टी आधुनिक संस्कृतीतली प्रसिद्ध स्फूर्तिस्थानं बनल्या आहेत. याखेरीज उदाहरणं द्यायची तर पहिल्याच 'टेक'मध्ये बहुतांशी अल्बम ध्वनिमुद्रित करणारे ट्रम्पेटवादक माइल्स डेव्हिस ('काइंड ऑफ ब्रू') आणि कार्नेजी हॉलमध्ये आयत्या वेळी उत्स्फूर्त विनोद करणाऱ्या लेनी ब्रूस यांचाही त्यात समावेश करता येईल. एके काळी या प्रकारच्या सर्जनशीलतेभोवती काहीसं गूढ ('सेक्सी') वलय असे, पण आता आपल्याला या प्रक्रियेबद्दल हळूहळू समजायला लागलं आहे.

उत्स्फूर्तपणाच्या या कथेची सुरुवात मेंदूमध्ये होते. जॉन्स हॉपकिन्सच्या चार्ल्स लिंब नामक न्यूरोसायंटिस्टनी 'एखाद्या गोष्टीत सुधारणा (इम्प्रूव्हायझेशन) करण्याची प्रक्रिया' अभ्यासली आहे. लिंब हे स्वयंघोषित 'संगीतव्यसनी' आहेत. त्यांच्या ऑफिसजवळ एक छोटासा रेकॉर्डिंग स्टुडिओदेखील आहे. 'क्रिएटिव्ह परफॉर्मन्स'मागच्या प्रक्रियेबद्दल ते कित्येक वर्षं विचार करत आहेत. लिंब विचारतात, "रंगमंचावर उभं राहून संगीतात उत्स्फूर्त आणि ऐन वेळचे बदल करत तासभर वाजवणं कॉल्ट्रेनला कसं जमायचं? हां, अनेक संगीतकारांना अधूनमधून असा एखादा बदल सुचतो; पण एकापाठोपाठ एक मास्टरपीस निर्माण करणं म्हणजे चमत्कारच म्हटला पाहिजे. हे कसं घडतं, हे मला जाणून घ्यायचं होतं."

त्यांची प्रयोगाची कल्पना तशी सरळ होती. ब्रेन स्कॅनरमध्ये असताना जॅझ पियानोवादक काय उत्स्फूर्त बदल (इम्प्रूव्हायझेशन) करतात, ते बघायचं. पण हे प्रत्यक्षात उतरवणं अवघड होतं. कारण एफ-एमआरआय मशिनच्या महाकाय चुंबकांना कुठलीही हालचाल चालत नाही. ज्या भागाचा स्कॅन करायचा आहे, तो भाग एकदम निश्चल असावा लागतो. म्हणजे वादक आडवा पडलेला असताना वाजवू शकेल असा पियानो की-बोर्ड लिम्बना तयार करावा लागणार होता. (शिवाय, वादकाला आपली बोटं दिसावीत यासाठी वेगवेगळ्या दिशांना आरशांची

रचना करावी लागणार होती.) अगोदर पाठ केलेल्या साध्या रचना (उदा.– सी-मेजर स्केल किंवा साधी 'ब्रूज' ट्यून) वाजविण्यापासून वादकांनी सुरुवात केली. पुढची अट अशी- ध्वनिमुद्रित जॅझ क्वार्टेटच्या बरोबर प्रयुक्ताने स्वतः सुधारणा केलेली मेलडी वाजवायची.

एकीकडे वादक की-बोर्डवर 'रिफिंग' करत असताना मेंदूतील बदल स्कॅनर न्याहाळत होता. सुरुवातीला मीडियल प्री-फ्रंटल कॉर्टेक्समध्ये 'खळबळ' माजली, असं संशोधकांच्या लक्षात आलं. मेंदूच्या पुढे असलेल्या या भागाचा 'सेल्फ-एक्स्प्रेशनशी' संबंध आहे. (लिम्ब या भागाला 'आत्मचरित्र केंद्र' असं म्हणतात.) वादक जणू 'एका प्रकारचं कथाकथनच करतोय आणि स्वतःची अशी खास शैली व्यक्त होईल असे सूर शोधतोय', असं अनुमान यावरून बांधता येतं.

याच्या बरोबरीनं मेंदूच्या या भागालगत असलेल्या DLPFC (डॉर्सो लॅटरल प्री-फ्रंटल कॉर्टेक्स) मध्येही काही तरी घडत होतं. DLPFC चा 'इम्पल्स कंट्रोल'शी संबंध आहे. एखादी लाजिरवाणी गोष्ट सांगून टाकणं, उचलेगिरी करणं किंवा अधाशासारखं जेवणं, अशा गोष्टी करण्यापासून DLPFC आपल्याला परावृत्त करतो. या एक प्रकारच्या मानसिक बेड्याच असतात.

या बेड्यांचा इम्प्रूव्हायझेशनशी काय संबंध? तर, संगीतात 'सुधारित' स्वर सादर करण्याअगोदर या वादकांच्या मेंदूनं DLPFCला 'स्विच ऑफ' केल्याचं आढळून आलं. (पण ज्या वेळी वादक ठरीव, पाठ केलेली रचना वाजवत होते, त्या वेळी DLPFC 'ऑन' होता.) म्हणजेच सुधारणा करताना ते वादक आपल्या मानसिक बेड्या तोडून 'मुक्त' होत होते. बेड्या गळून पडल्यावर 'आपण काय नवं करतोय' ही विवंचना भेडसावू शकत नाही.

पण केवळ एवढ्यानं भागत नाही. बेड्यांतून सुटका करून घेतल्यावरही मेंदूला 'काही तरी मनोरंजक' असं शोधावं लागणारच असतं. ही इम्प्रूव्हायझेशनमधली निर्मितीची पायरी आहे. पण ही निर्मिती दिशाहीन किंवा बेदरकार नसते. उत्स्फूर्तपणे निर्माण झालेल्या कल्पनांना त्या-त्या संगीतप्रकाराच्या नियमांची वेसण असते. प्रयोगातल्या या जॅझ पियानिस्ट्सना योग्य ठेक्यात किंवा योग्य 'की'मध्येच नवनिर्मिती करावी लागत होती. जॅक्सन पोलॉक त्याच्या कॅनव्हासवर विशिष्ट प्रकारेच रंग ओघळू देऊ शकत होता. किंवा यो यो माचं पाहा- त्याच्या भावना संगीताला अनुरूप अशाच प्रकट होतात. तो डोलतो तेही योग्य ठेक्यात किंवा तालातच. ''जेव्हा तुम्ही बरेचसे 'बेशुद्धीत' पण तरीही थोडे जागृत असता, तेव्हा तुमचं सादरीकरण उत्कृष्ट होतं,'' असं तो म्हणतो. पहाटे जाग आल्यावर आपण जेव्हा बिछान्यात लोळत असतो, तेव्हा एकीकडे अवचेतन (सबकॉन्शस) मन काय सांगतंय, हे आपल्याला ऐकू येत असतं; पण त्याचबरोबर आपण स्वप्न पाहत नाही

आहोत, हेही आपल्याला जाणवत असतं. याला 'नियंत्रित वेडेपणा' असं म्हणायला हरकत नाही. ही मानसिक अवस्था परफॉर्मन्सच्या दृष्टीनं सर्वांत चांगली असते.

मेंदूला ही अवस्था, ही 'जागा' नेमकी कशी सापडते, हे माहीत करून घेण्याकरता अलीकडेच हार्वर्डमधील न्यूरोसायंटिस्ट्सनी एफ-एमआरआयच्या मदतीनं बारा पियानिस्टवर प्रयोग केले. हे क्लासिकल शैलीतले वादक होते. 'तुम्ही नवनवीन मेलडी तयार करा', अशी सूचना त्यांना देण्यात आली आणि ते वेगवेगळ्या प्रकारच्या संगीतात 'सुधारणा' करत असताना त्यांचं स्कॅनिंग केलं गेलं. या प्रयोगामुळे संगीताखेरीजही अन्य क्रिएटिव्हिटीच्या बाबतीत मेंदूमध्ये काही समान धागा आहे का, हे समजणार होतं. संगीतप्रकार कुठल्याही वर्गवारीतला (जॉनर) असो, या संशोधकांना प्री-मोटर कॉर्टेक्स आणि इन्फिरियर फ्रंटल गायरसमधले न्यूरॉन्स उत्तेजित झालेले आढळले. प्री-मोटर कॉर्टेक्समधील बदल म्हणजे, संगीताप्रमाणे होणाऱ्या हालचालींचे मेंदूत उमटलेले पडसाद. पण इन्फिरियर फ्रंटल गायरसचा मात्र भाषा आणि बोलण्याशी जवळचा संबंध असतो. मग ऐन वेळी तयार केलेल्या संगीतरचनेशी त्याचं काय नातं आहे? शास्त्रज्ञांच्या मते, प्रत्येक स्वर एखाद्या शब्दाप्रमाणे असतो. त्यामुळे वाक्यरचना तयार करणं आणि संगीतरचना तयार करणं या दोन्ही प्रक्रियांमध्ये साम्य आहे. या अभ्यासातले प्रमुख अभ्यासक ऑरॉन बर्कोव्हिट्झ म्हणतात, "काही सेकंदांच्या कालावधीत हे वादक सुमारे सत्तर सूर वाजवतात. यातला प्रत्येक सूर विचार करून वाजवणं अशक्य आहे. त्यांच्या मनात काही तरी आकृतिबंध असलेच पाहिजेत."

अर्थात, अनेक वर्षांच्या रियाजानंतरच असे आकृतिबंध तयार होतात. यामुळेच इम्प्रूव्हायझेशन म्हणजे एखादी वेगळी भाषा शिकण्यासरखं आहे, असं बर्कोव्हिट्झ मानतात. भाषेच्या विद्यार्थ्याला सर्वप्रथम शब्दावलीतले अनेक शब्द माहीत करून घ्यावे लागतात; असंख्य नामं, विशेषणं आणि क्रियापदं लक्षात ठेवावी लागतात. तद्वत्, संगीतकाराला शोस्टाकोव्हिच, कॉल्ट्रेन, हेंड्रिक्ससारख्या दिग्गजांच्या कलेचे बारकावे आत्मसात करावे लागतात. अनेक वर्षं यात घालवल्यावर मग उच्चारांची (आर्टिक्युलेशन) प्रक्रिया आपोआप होऊ लागते. ज्याप्रमाणे भाषेच्या विद्यार्थ्याला बोलण्यापूर्वी क्रियापदांचा तक्ता समोर ठेवावा लागत नाही, त्याचप्रमाणे वादकाला बोटांच्या हालचालींचा विचार करावा लागत नाही. अशा प्रकारचं प्रभुत्व प्राप्त झाल्यानंतरच इम्प्रूव्हायझेशन शक्य होतं. मग जेव्हा नव्या रचनेची गरज भासते, तेव्हा सूर तुमच्याजवळच असतात; ते फक्त अभिव्यक्तीची वाट पाहत असतात. हे आपल्याला दिसायला सोपं दिसतं, कारण त्यावर कलाकाराचे आधीच कष्ट घेऊन झालेले असतात.

मेंदूत घडणाऱ्या या घडामोडींवरून आपल्याला सर्जनशीलतेच्या मागची जादू

थोडीफार कळू लागते. एरवी आपल्याला लगाम घालणाऱ्या मेंदूच्या भागावर मेंदूचाच दुसरा भाग लगाम घालून त्याला गप्प करू शकतो. आणि काही तरी नवं सादर करण्याचं धैर्य आपण एकवटत असतो, तेव्हा मेंदूतून अभिव्यक्तीचा ओघ बाहेर पडतो. हे सगळं म्हणजे, स्वतःला झोकून देण्याचं– 'letting go'चं रूप आहे.

२.

सारी सकाळ क्ले माझी लाटा येण्याची वाट बघत बसलाय. समुद्रकिनाऱ्याच्या जवळच्या टेकाडावर असलेल्या अननसांच्या मळ्यात लावलेल्या 'निषिद्ध क्षेत्र' या पाटीशी आपला सर्फबोर्ड घेऊन त्या निर्जन किनाऱ्याकडे तो बघत उभा आहे. वायव्य 'मावी'च्या या किनाऱ्यावर कोणीही पर्यटक नसतात. इथे वाळू नाही; आहेत ते फक्त वेडेवाकडे लाव्हा खडक आणि त्यांमधून जाणारा एक कच्चा रस्ता. भरती यायला अजून खूप वेळ आहे. गेल्या तासाभरात क्लेच्या तोंडून एकही शब्द बाहेर पडला नाहीये. त्या तापत्या उन्हात, हालचाल न करता तो समुद्राकडे एकटक पाहत उभा आहे.

व्यापारी वारे वाहू लागतात तेव्हा, म्हणजे दुपारी एकनंतर त्याची प्रतीक्षा संपते. आपल्या हाताचे तळवे एकमेकांवर घासत तो आनंदानं घशातून चीत्कार काढतो आणि मग सर्फबोर्ड काखोटीला मारून अनवाणी पायांनी भराभर टेकाड उतरून तो समुद्राकडे चालू पडतो. त्याच्या उजवीकडे फेसाळणाऱ्या, फुटणाऱ्या लाटांमध्ये थोडेच सर्फर आहेत. डावीकडे लाटा जरा मोठ्या आहेत. क्ले त्या दिशेनं जातो. पाण्यात थोडं पुढे जाऊन तो क्षितिज निरखू लागतो आणि दोन मोठ्या लाटांमध्ये किती वेळ जातो, ते अजमावू लागतो. काही मिनिटांनी तो अचानक वळतो आणि बोर्ड किनाऱ्याच्या दिशेनं ठेवतो. त्याचं शरीर एकदम ताठ होतं आणि तो मागं रेटा देऊ लागतो. अजून लाट दिसतही नाहीये, पण क्ले अचूक पोझिशन शोधतोय आणि मग ती लाट- ती सहा फूट उंच निळी भिंत– वर चढत-चढत जाते... आणि ती खाली येणार तेवढ्यात बोर्डवर क्ले स्वार होतो; तो लाटेआधी वेगानं पुढे सुटतो... त्याच्या गतीपुढे लाट मंद वाटू लागते... आणि मग क्षणार्धात बोर्ड हवेत उडवून, जादुई रीत्या फिरवून क्ले लाटेच्या फुटणाऱ्या कडेवर उतरतो. एका रोमांचकारी क्षणी त्याचा तोल सुटला आहे, असं वाटत असतानाच तो पुन्हा एकदा बोर्ड फिरवून पांढऱ्या फेसाळत्या पाण्यावर विहार करतो. लाट ओसरतेय न ओसरतेय तोवर तो पुढच्या लाटेच्या प्रतीक्षेत उभा राहतो.

मी नुकतीच पाहिलेली सर्फिंग क्रिया म्हणजे क्लेनंच शोधून काढलेली 'माझी

रिव्हर्स'. वरकरणी केवळ सहा सेकंद चाललेला हा पाण्यावरचा पदन्यास सर्फिंगच्या इतर खेळींसारखाच वाटतो- गिरकी घेणारे खाऱ्या पाण्याचे तुषार, हवेत घेतलेली बेदरकार उडी आणि असंभव वाटणारं खाली उतरणं (लॅन्डिंग). पण उडी मारल्यावर हवेत असतानाच क्लेनं घेतलेली गिरकी हा यातला अचम्बित करणारा भाग आहे. त्याचा बोर्ड वर्तुळाकार फिरतो आणि क्ले किनाऱ्याकडे पाठ करून त्यावर उतरतो. 'हे किती अवघड आहे याची आपण कल्पनाही करू शकत नाही,' असं क्लेचा व्यवस्थापक मिच व्हार्न्स म्हणतो. बोर्डचा आकार एकाच दिशेनं पुढे जाण्यासाठी योग्य असा तयार केलेला असतो; पण क्ले मात्र बोर्ड दोन्ही दिशांना हाकू शकतो.

अशा प्रकारची नवी चाल शोधून काढता येणं, हे क्लेच्या सर्फिंगचं खास वैशिष्ट्य आहे. क्लेचे प्रायोजक, क्विक सिल्व्हरमधले सर्फिंग संघाचे व्यवस्थापक स्ट्रायडर वासिल्युस्कीना क्लेचे सुरुवातीचे व्हिडिओ आठवताहेत. "इतर कोणीही करत नव्हतं अशा गोष्टी हा मुलगा करतोय, हे तेव्हाच आमच्या लक्षात आलं होतं. तो जे करत होता, त्याला तोपर्यंत नावही नव्हतं. हे किती कमालीचं दुर्मिळ आहे, याची तुम्हाला कल्पना तरी आहे का?"

या विलक्षण प्रतिभेमुळे क्लेचं नाव सर्फिंगच्या दुनियेत उच्चतम ठिकाणी जाऊन पोचलंय. त्याच्याकडे राष्ट्रीय विजेतेपद तर आहेच, तसंच हवाईमधली अनेक टायटल्स आहेत. यू-ट्यूबवर त्याचं नाव अत्यंत लोकप्रिय आहे आणि 'सर्फर' मासिकाच्या मुखपृष्ठावरही तो झळकला आहे. असोसिएशन ऑफ सर्फिंग प्रोफेशनल्सचे अकरा वेळा वर्ल्ड चॅम्पियन असलेले केली स्लेटर म्हणतात, "क्ले 'सर्फिंग फ्रीक' आहे. मला माहीत नसलेल्या गोष्टीही त्याला ठाऊक आहेत. त्याला कसाही फेका; तो मांजरीसारखा पायांवरच उतरतो." क्लेकडे असाधारण प्रतिभा आहे आणि नव्या खेळी शोधून काढायची त्याची भूक अतुलनीय आहे, असं अन्य व्यावसायिक सर्फर्सही मान्य करतात. स्वतःच्या हालचालींमध्ये तो सतत सुधारणा करत असतो. स्ट्रायडर म्हणतात की, क्लेला सर्फिंग करताना पाहिल्यानंतर इतरांच्या सर्फिंगमध्ये तोचतोपणा जाणवतो आणि त्या हालचालींचा कंटाळा येतो.

विशेष म्हणजे, क्ले 'ॲकसपर्जर्स सिंड्रोम'चा पेशंट आहे. हा विकार म्हणजे ऑटिझमचाच एक प्रकार आहे. यामुळे क्ले चारचौघांमध्ये भांबावून जातो आणि धड बोलूही शकत नाही. ऑटिझम जडलेल्या लोकांची कल्पनाशक्तीही खूप कमी असते, असंही अलीकडे मानलं गेलं आहे. मानसशास्त्रज्ञांची 'गीता' मानल्या गेलेल्या 'डी.एस.एम.- ४' या ८८६ पानी मार्गदर्शनपर पुस्तकातही याचा उल्लेख आहे. ऑटिझमसदृश विकारांच्या नऊ निकषांपैकी 'नॉर्मल क्रिएटिव्हिटीचा अभाव' हा एक निकष सांगितला गेला आहे.

केंब्रिज विद्यापीठाच्या सायमन बॅरन-कोहेन यांनी ऑटिस्टिक लोकांच्या या

पैलूचा विशेष अभ्यास केला आहे. त्यांनी एका प्रयोगात ऑटिस्टिक मुलांना वेड्यावाकड्या रेघांच्या चित्रांनी भरलेली पुस्तिका दिली आणि त्यांना सांगितलं, "या रेघोट्यांसोबत नव्या रेघा चितारून चित्र पूर्ण करा... जमतील तितकी वेगवेगळी चित्रं तयार करा."

या चाचणीमध्ये ऑटिस्टिक मुलांचा स्कोर नॉर्मल मुलांच्या स्कोरपेक्षा खूप कमी आढळून आला. त्यांनी 'कंट्रोल' गटाच्या तुलनेत ७५% कमी चित्रं पूर्ण केली. (दिलेल्या अपूर्ण चित्रांकडे पाहून 'पण हे तर कसलंच चित्र नाहीये!' अशी त्यांची साधारण प्रतिक्रिया होती.) बॅरन-कोहेन यांनी निष्कर्ष काढला की, या मुलांमध्ये कल्पनाशक्तीचा जबरदस्त अभाव (severe imaginative deficit) आहे. यामुळे त्यांचं जग हे ढोबळ वास्तवापुरतं मर्यादित राहतं. त्यांना त्या रेघोट्यांमध्ये दडलेल्या चित्राच्या शक्यता दिसल्याच नाहीत; त्या फक्त रेघोट्याच होत्या.

पण सर्जनशीलतेला अनेक पैलू असतात, हे क्लेच्या उदाहरणावरून लक्षात येतं. या सर्वच पैलूंना ऑटिझम झाकोळून टाकतो, असंही नाही. सन १९४४ मध्ये या सिंड्रोमचा शोध लावणारे व्हिएन्ना येथील बालरोगतज्ज्ञ हॅन्स ॲसपर्जर म्हणतात, "या मुलांचं आयुष्य म्हणजे एखाद्या विषयाचा ध्यास घेऊन जगणं... या एका विषयापुढे त्यांना दुसरं काही सुचत नाही, की दिसत नाही." काही मुलांना फक्त एकोणिसाव्या शतकातील आगगाड्यांमध्येच रस असतो; काहींना कॉफी बनविण्याच्या यंत्रांमध्ये. काहींना कॅमेऱ्यांचे सीरियल नंबर लक्षात राहतात, पण छायाचित्रणात काहीही रस नसतो. याची सामाजिक किंमत जरी मोजावी लागली, तरी महत्त्वाचं काही साध्य करायला असा एककल्लीपणा (ऑब्सेशन) आवश्यक असतो. 'किंबहुना, विज्ञान किंवा कलेत काही तरी साधायचं, तर तुमच्यात ऑटिझमचा अंश हवाच,' असं ॲसपर्जर मानतात. "दैनंदिन जगाकडे पाठ फिरवता येणं बहुधा आवश्यक असावं... जेणेकरून सर्व क्षमतांचा ओघ एकाच विषयात येऊन मिळेल."

क्लेचं वैशिष्ट्य असं की, त्याचं वेड (ऑब्सेशन) एका खेळावर केंद्रित झालं आहे; एखाद्या अमूर्त बौद्धिक गोष्टीवर नाही. तो जेमतेम बावीस वर्षांचा झालाय, पण रोजचा 'सामुद्री अहवाल' ('स्वेल रिपोर्ट') आणि सर्फबोर्डबद्दल ऑब्सेशनची भावना निर्माण झाली नाही, असा एकही दिवस त्याला आठवत नाही. कधी कधी वेळेचं भान पूर्ण विसरून तो आठ-आठ तास सर्फिंग करत राहतो. अशा वेळी त्याला डी-हायड्रेशन होऊ नये म्हणून त्याच्या मैत्रिणीला ताजं, गोडं पाणी घेऊन यावं लागतं. "तू सर्फिंग करू शकला नाहीस, तर काय करशील?" असं मी त्याला विचारल्यावर तो भांबावून जातो. अशा भीतिदायक गोष्टीची त्याला कल्पनाही करता येत नाही. मग तो म्हणतो, "मला माहीत नाही. बहुधा मला सर्फिंगच करावंसं वाटेल."

क्ले जन्मापासूनच वेगळा होता. तो कधीच रांगला नाही; सरळ चालायला लागला. सात महिने आणि एक आठवड्याचा असताना त्यानं उभं राहून पहिलं पाऊल टाकलं. वास्तविक क्लेची आई जिल ही एक हसरी, प्रेमळ आणि मसाज करणारी व्यावसायिक व्यक्ती आहे. पण तिनं स्पर्श केलेला क्लेला आवडायचं नाही. काही महिन्यांतच त्यानं स्तनपान बंद केलं. पुढे आईला जाणवलं ते क्लेचं पाण्याशी असलेलं अतर्क्य नातं. त्याला गरम पाण्यात डुंबविल्याशिवाय झोपच लागत नसे. जिल दिवसातून चार वेळा त्याला टबमध्ये ठेवी. ती सांगते, ''त्याच्या पाठीखाली हात धरून मी त्याला पाण्यात तरंगू द्यायचे. एकीकडे नळ चालू असायचा आणि कळायच्या आत त्याला झोप लागायची.''

एका वर्षाचा झाल्यावर वडिलांबरोबर त्यांच्या सर्फबोर्डवर तो विहार करू लागला. तीन वर्षांचा झाल्यावर तो बोर्डवर उभा राहू लागला. पाच वर्षांचा झाल्यावर तो स्वतःच्या लहान बोर्डवर स्वार झाला आणि पाहतापाहता समुद्र म्हणजे त्याची 'सुटके'ची जागा झाली! जिलला आठवतंय त्याप्रमाणे केवळ खाण्यापुरता तो पाण्यातून बाहेर यायचा. भराभर चार घास पोटात ढकलून पुन्हा हा आपला पाण्याकडे! कधी कधी मध्यरात्री झोपेतच उभा राहून, हात पसरून लाटेवर स्वार झाल्यासारखे हावभाव तो करी.

या एककल्ली, अघोरी म्हणता येईल अशा आवडीमुळे क्लेला सर्फिंगच्या मर्यादा जोखून त्या ओलांडता आल्या. समुद्र नेमका कसा 'वागणार', हे क्लेला उमगतं. त्यामुळे तो वैचित्र्यपूर्ण हालचालींचे प्रयोग करू शकतो. त्याला फक्त लाटांमध्येच रस आहे, दुसऱ्या कशातच नाही. त्याचा मर्यादित 'फोकस' हे वरदान ठरलं आहे. त्याच्या अबोल स्वभावामुळे आणि लोकांत न मिसळण्यामुळे त्याची भरपूर टिंगल व्हायची; याचा त्याला रागही यायचा. पण आता त्याला तसं वाटत नाही. ''मला ॲसपर्जर्स नसता, तर मी लाटांबरोबर एवढा वेळ घालविला नसता. मी सर्फिंगवर इतका फोकस ठेवू शकतो; म्हणूनच इतरांना जे जमत नाही, ते मी करू शकतो,'' असं क्ले म्हणतो.

खाऱ्या पाण्याचा स्पर्श त्याला इतरांपेक्षा वेगळा का जाणवतो, हे सांगता येत नाही. समुद्रात जाणं म्हणजे त्याला स्वतःला एक 'व्हेकेशन' वाटते. ही अशी एकमेव जागा आहे, जिथे तो पूर्णपणे रिलॅक्स्ड असतो. ''जेव्हा मी समुद्रात असतो, तेव्हा मला बाकी कसलाच विचार करावा लागत नाही. कसलीही काळजी नाही. बस्स- मी तिथं असतो!'' पाण्याचा स्पर्श होण्याचा अवकाश- त्याच्या सर्व ऑटिस्टिक भीती, अँक्झायटीज नाहीशा होतात. शरीर सैल होतं. लाटांच्या अविरत लयीनं जणू त्याच्या DLPFC (आपल्याला 'बेड्या' घालणारा मेंदूचा भाग) ला शांत वाटतं. एरवी जमिनीवर आखडून वावरणाऱ्या क्लेचं रूपांतर एखाद्या जॅझ

संगीतकारासारखं होऊन जातं. लाटांबद्दलच्या त्याच्या प्रचंड ज्ञानातून नवनवीन हालचाली निर्माण होतात. किनाऱ्यावरचे लोक काय म्हणतील, आपलं काही चुकलं का... कशाकशाचं भान त्याला राहत नाही. उलट, फायबरग्लासचा बोर्ड आणि पाण्याची भिंत यांच्या मिलाफातून कोणकोणत्या प्रकारच्या हालचाली निर्माण होऊ शकतात, हे पडताळून पाहण्यात तो गर्क होतो. तो म्हणतो, "...'तू हे कसं केलंस?" 'हे का केलंस?' असं लोक मला नेहमी विचारत असतात. पण मला खरंच माहीत नाही. मी जेव्हा पाण्यात असतो, तेव्हा विचारच करत नसतो. म्हणूनच मला याची एवढी गोडी आहे."

मावी बेटावर मी क्लेशी बोलत होतो. अशा वेळी, बोलत असताना तो नजरेला नजर देत नसे; स्वत:च्या पावलांकडे बघत उभा राही. त्याच्या तोंडून धड शब्दही फुटत नसत. अगदी साध्या प्रश्नानेसुद्धा तो चाचरत बोलू लागे किंवा गप्प बसे. पण हाच क्ले... हवाईच्या उबदार पाण्यात शिरला की, उत्तम प्रकारे बोलू लागे. जमिनीवर जो पोरगा एक वाक्यही धड बोलू शकत नव्हता, तोच पोरगा पाण्यात गेल्यावर आलंकारिक भाषेत बोलणारा कवी बनून जाई! एकदा आम्ही आपापल्या बोर्ड्सवर पाण्यात तरंगत असताना मी त्याला विचारलं की, बॅरलच्या आत बसून सर्फिंग करणं त्याला कसं वाटतं? तो म्हणाला, "तुम्ही एखाद्या माणसाच्या घशात आहात आणि खोकल्याच्या उबळीबरोबर तुम्ही बाहेर थुंकले जाताय– असं वाटतं." एकदा मी विचारलं, "तुला लाटांच्या बाबतीत काय आवडतं? आणि सारखं समुद्रात का राहावंसं वाटतं?" येणाऱ्या एका लाटेकडे एकटक बघत तो शांत झाला. मला वाटलं, त्यानं प्रश्नाकडे दुर्लक्ष केलंय. पण त्याचं 'स्लोगन' वाटावं असं काही तरी तो उद्गारला– "लाटा म्हणजे देवानं दिलेली खेळणी आहेत. मी इथं फक्त खेळायला येतो."

३.

लॉस एंजलिसमधलं 'सेकंड सिटी' नाट्यगृह व प्रशिक्षण केंद्र म्हणजे 'इम्प्रूव्ह'ची जगातली सर्वांत मोठी शाळा. हॉलिवूड बुलेव्हार्डच्या या काहीशा गलिच्छ भागात तुम्हाला हरवल्यासारखे दिसणारे पर्यटक, सुव्हेनीर विकणारी दुकानं आणि पोर्न चित्रपटगृहं दिसतील. फुटपाथवर प्रसिद्ध 'वॉक ऑफ फेम' आहे. इथं सेलेब्रिटीजच्या 'प्लाक्स'वर बहुतेक ठिकाणी चुइंग गम चिकटविलेली आढळतात. पण 'सेकंड सिटी'च्या शाळेत शिरलात म्हणजे, एकदम वेगळ्या जगात आल्यासारखं वाटेल. इथल्या जागेत बोलण्याचे आणि हास्याचे आवाज भरून राहिले आहेत. क्रीडांगणावर पळणाऱ्या बालकांप्रमाणे इथं आपल्याला 'हिप्स्टर्स' इकडून तिकडे फिरताना

दिसतात.

सन १९५९ मध्ये केवळ 'कॉमिक इम्प्रूव्ह'साठी 'सेकंड सिटी'ची स्थापना झाली, तेव्हा ही संकल्पनासुद्धा विचित्र वाटली होती. रंगमंचावर आयत्या वेळी तयार केलेले संवाद ऐकायला किंवा बघायला कोणी कशाला येईल? नट-नट्यांनी आपापले नेमून दिलेले संवाद म्हणणं अपेक्षित असतं; स्वतः तयार केलेले नव्हेत. त्यात भर म्हणजे, 'सेकंड सिटी'ची शिकविण्याची पद्धत. ती व्हायोला स्पोलिन नामक समाजसेविकेनं लहान मुलांसाठी तयार केलेल्या थिएटर गेम्सवर आधारित होती. पण 'सेकंड सिटी'वाल्यांना नेमका हाच बालिशपणा महत्त्वाचा वाटला. त्यांच्या मते, प्राथमिक शाळेतल्या मुलांना 'मुक्त' करणारा उपक्रम व्यावसायिक रंगकर्मींनादेखील उपयोगी ठरेल. म्हणून व्हायोला स्पोलिन लिखित 'इम्प्रूव्हायझेशन फॉर द थिएटर' या १९६३ मधल्या क्रमिक पुस्तकातल्या ओळी 'सेकंड सिटी'चा 'क्रेडो' बनल्या– ''प्रत्येक माणसाला अभिनय करता येतो. प्रत्येकाला इम्प्रूव्हाइज करता येतं. ज्याची इच्छा आहे, असा कोणीही रंगाभूमीवर 'खेळू' शकतो'... कसं खेळायचं, एवढं फक्त शिकायचं.''

स्थापनेनंतरच्या वर्षांत 'सेकंड सिटी' म्हणजे 'कॉमिक' प्रतिभेचा कारखानाच बनलाय. अमेरिकन कॉमेडी विश्वातले अनेक दिग्गज इथले माजी विद्यार्थी आहेत. उदा.– जॉन बेलुशी, डॅन अॅक्रॉइड, जॉन कॅन्डी, जोन रिव्हर्स, हॅरॉल्ड रॅमिस, माईक मायर्स, क्रिस फार्ले, स्टीव्ह कॅरेल, स्टीफन कॉल्बर्ट, अॅरडम मॅके आणि टिना फे. नेटवर्क सिटकॉम्स व 'सॅटर्डे नाइट लाइव्ह' यांसारखे कार्यक्रम यांनी गाजविले आहेत. कॉमेडी सेंट्रलचे शोज अँकर केले आहेत, तसेच हॉलिवूड ब्लॉकबस्टर्स-मध्ये कामं केली आहेत. अलीकडच्या काळात इम्प्रूव्हवर भर देत त्यांनी अमेरिकन कॉमेडीचा चेहराच बदलून टाकला आहे. एके काळी 'एअरप्लेन -१' किंवा 'नेकेड गन' हे विनोदी चित्रपटांचे नमुने होते. यात 'वन लायनर्स' आणि 'गॅग्ज'चा भरणा असायचा. आताशा मात्र इम्प्रूव्हाइज्ड दृश्यांवर सर्वाधिक भर असतो. 'द ऑफिस' किंवा 'द कॉल्बर्ट रिपोर्ट' ही उदाहरणं बघा. यांतले सर्वोत्तम विनोद हे ऐन वेळी तयार केलेलेच आहेत. मूळ पटकथेत ते नाहीयेत. यामुळे हे विनोद अधिक रसरशीत आणि उत्स्फूर्त वाटतात. 'सेकंड सिटी'चे आणखी एक माजी विद्यार्थी बिल मरे म्हणतात, ''चांगले अभिनेते नेहमीच स्क्रिप्टमध्ये स्वतःची काही तरी सुधारणा करतात. हा त्यांच्या कामाचाच भाग असतो. जणू ते म्हणत असतात- 'अच्छा, अशा ओळी आहेत का? मग आता हे बघा. पाहू या आपण कुठवर त्या सुधारतोय!'...''

हे सर्व समजावून घेण्यासाठी मी सेकंड सिटीच्या प्रशिक्षण केंद्रात आलोय. विनोदबुद्धी ही आपल्याला नैसर्गिक देणगी वाटते- काही लोकांकडे असते, काहींकडे

नसते. पण विनोद करण्याची कला शिकवता येते, असं इथं मानलं जातं. अर्थात, हे सोपं नाही. काही वर्ग शिकून प्रत्येक जण स्टीफन कॉल्बर्ट होणार नसतो. तिथले एक दिग्दर्शक जोशुआ फुंक म्हणतात, ''लोकांना हे सगळं खूप सोपं वाटतं. हा गैरसमज दूर करणं, ही कॉमिक इम्प्रूव्ह शिकविण्यातली सर्वांत अवघड पायरी आहे. एखाद्या विनोदी व्यक्तिरेखेला हे विद्यार्थी बघतात आणि त्यांना वाटतं– 'हां, हे सोपं आहे. मीही करू शकतो.... मागच्याच आठवड्यात मी एक विनोद केला होता!' पण असं नसतं. अनेक वर्षं मेहनत घेतल्यावरच ते साध्य होतं. संगीताचंही असंच असतं की. सॅक्सोफोन उचलला की, कोणी लगेच कॉल्ट्रेन होऊ शकत नाही.''

सेकंड सिटीमध्ये शिकविली जाणारी एक मूलभूत गोष्ट म्हणजे, 'दुसऱ्याचं काय वाटतं,' याकडे दुर्लक्ष करता येण्याचं कसब. प्रत्येक वर्गाची सुरुवात 'वॉर्म-अप'ने होते. विद्यार्थी लहान मुलांचे खेळ खेळतात. त्यानंतर विविध आवाज काढत (ढेकर देत, वारा सारत!) विद्यार्थी तोऱ्यात इकडून-तिकडे फिरतात. मग काहीशा शिस्तबद्ध ओरडण्याकडे वळतात. एखाद्या गोष्टीबद्दल बेंबीच्या देठापासून ओरडतात. आणि मग शेवटी घडीच्या खुर्च्या वर्तुळाकार मांडून 'पाच मिनिटांची थेरपी' घेतात. यामध्ये आढेवेढे न घेता आपल्या मनातले सुप्त विचार आणि भावना मोकळ्या मनानं व्यक्त करणं अपेक्षित असतं... एका विद्यार्थ्यानं फसलेल्या प्रेमप्रकरणाबद्दल सांगितलं, तर एकानं आईशी झालेल्या भांडणाबद्दल. या छोट्या छोट्या, खासगी कथा मुलामारहित असतात. हाच त्यांतला महत्त्वाचा मुद्दा आहे. ''आपल्या मनातला 'सेन्सॉर' काढून टाकणं हा यामागचा हेतू आहे,'' अँडी कॉब हे ज्येष्ठ प्रशिक्षक म्हणतात. ''डोक्यात आलेला विचार झट्‌कन बोलून टाकता आला पाहिजे, अशी आपल्या मनाची अशी अवस्था हवा- असं करणं जरी वेडपटपणाचं वाटलं, तरी. कारण 'असं करू नकोस' असं आपल्याला सांगणारा मनातला आवाज इम्प्रूव्ह शिकण्याला मारक असतो.''

अर्थात हा आवाज आपल्या DLPFC मधून येतो, हे आपण पाहिलंच आहे. ब्रेन स्कॅनरमध्ये असताना वादन करणाऱ्या त्या जॅझ संगीतकारांप्रमाणे हे विद्यार्थी हा आतला आवाज 'स्विच ऑफ' करायला शिकतात. कॉल म्हणतात, ''जेव्हा रंगमंचावर तुम्ही झगडत असता, तेव्हा प्रेक्षकांना तुमच्या भीतीचा 'वास' येतो. अगदी सूक्ष्म असा संकोच किंवा तुमची द्विधा मनःस्थिती प्रेक्षकांना जाणवते. म्हणूनच मनातल्या आवाजाकडे दुर्लक्ष करता यावं म्हणून आम्ही विद्यार्थ्यांवर एवढे कष्ट घेतो.'' (आणखी एक प्रभावी प्रशिक्षक कीथ जॉन्स्टोन म्हणतात, ''दैनंदिन जीवनात बहुतेक सगळे लोक 'कृती' दाबून टाकण्यात पारंगत असतात. हे 'दाबून टाकणं', उलथवणं, हेच इम्प्रूव्ह प्रशिक्षकाचं काम असतं. यामुळे आपल्याला 'दैवी देणगी' लाभलेले कलाकार मिळतात.'') कॉबच्या मते, जे लोक हा आंतरिक

आवाज बंद करून उत्कृष्ट कलाकार होतात, त्यांना शो संपल्यावर आपण रंगभूमीवर काय केलं, हे आठवतही नाही. ते अक्षरशः स्वत:ला हरवून बसलेले असतात. तुम्ही लोकांना हसविता, पण ते हसवणारे 'तुम्ही' हे तुम्ही नसताच.

अर्थात, 'संयम सोडणं' पुरेसं नसतं. DLPFC ला जरी गप्प बसवलं, तरी रंगमंचावर काय चाललंय याचं भानही सतत ठेवावंच लागतं. 'कॉमिक इम्प्रूव्ह' हा प्रकार समूहानं करण्याचा आहे. प्रत्येक उत्स्फूर्त विनोद आधीच्या ओळींवर अधारित असतो. म्हणून सेकंड सिटीचे विद्यार्थी ही पायरी ओलांडल्यावर 'येस, अँड...' तंत्र आत्मसात करायला हाती घेतात. 'आपल्याअगोदर काय म्हटलं गेलं' यावर कोणीही शंका किंवा 'ऑब्जेक्शन' उपस्थित करू शकत नाही- हा 'येस'चा अर्थ आहे. मग पुढच्या विनोदाची तयारी करणं, हा 'अँड'चा भाग आहे. एका रात्री सेकंड सिटीचे सहा कलाकार हे तंत्र अवलंबत असलेले मला पाहायला मिळाले. या नाट्यप्रकाराला 'हॅरॉल्ड' म्हटलं जातं. यामध्ये प्रेक्षक दोन 'थीम' ओरडून सांगतात. त्यांवर आधारित एक 'स्किट' सादर करायचं असतं. इथं स्थूलपणा आणि धर्म या थीम होत्या. काही क्षण कलाकारांना काहीच सुचलं नाही. मग एकानं रंगमंचावर मध्यभागी एक खुर्ची आणली आणि काही तरी खात असल्याचा अभिनय तो करू लागला. लगेच दुसरा एक जण आणखी एक खुर्ची आणत उद्गारला, "देवा! काय भूक लागली आहे." तेवढ्यात जमीसन नामक नट मंचावर येत म्हणाला, "हां, मी आलोय. आता आपण सगळे जेवू शकतो! आणि सोबत पाण्यापासून बनविलेली वाइनसुद्धा मी आणली आहे." आणखी काही संवादांनंतर स्पष्ट झालं की, हा गट 'द लास्ट सपर' सादर करतोय. अतिशय खुसखुशीत संवाद फेकत नाट्य पुढे गेलं. उदा.– 'हा जुडास साला नेहमी उशीर का करतो?' किंवा 'येशू, ही बिस्किटं तुझ्या त्वचेच्याच रंगाची आहेत! विचित्रंय, नाही?' थोड्या वेळानं मेरी मॅगडॅलीन अवतरते आणि पॉल व पीटरला काही तरी अश्लील सांगते. प्रेक्षकांत हास्यकल्लोळ उठतो. अर्थात, प्रत्येक ओळीला काही हास्यस्फोट होत नव्हते. कधी कधी केवळ सौजन्य म्हणून प्रेक्षक स्मित करत होते. पण एकंदरीत जो हशा पिकत होता, तो केवळ विनोदांच्या उत्स्फूर्तपणामुळेच शक्य झाला होता.

४.

आपणच आपल्या सर्जनशीलतेला लगाम लावत असतो. चुकीचा स्वर वाजविणं किंवा नको ते बोलायला आपण एवढे घाबरत असतो की, आपल्या हातून काहीच होत नाही. ही भेदरलेल्या कल्पनाशक्तीची शांतता असते. जरी आपल्यातले उत्कृष्ट कलाकार मनाचे लगाम हवे तेवढेच सैल करू शकत असले, तरी ताळमेळ

पूर्णपणे सुटण्याची शक्यताही असतेच. याचे परिणाम हमखास 'ट्रॅजिक' होतात; पण या ट्रॅजेडीलादेखील कलेची झालर असते.

ॲनी ॲडम्स – युनिव्हर्सिटी ऑफ ब्रिटिश कोलम्बिया येथील ४६ वर्षीय सेल बायॉलॉजिस्ट. त्यांना रंगविण्याच्या इच्छेनं अचानक पछाडलं. त्यांना ना त्याचं शिक्षण मिळालं होतं, ना गाठीशी काही अनुभव होता; होती ती फक्त निर्मितीची इच्छा. मग त्यांनी कॅनव्हास विकत आणले आणि एका बेडरूमचं स्टुडिओत रूपांतर केलं. लवकरच दिवसाचे दहा-दहा तास त्या चित्रं रंगवू लागल्या. स्थानिक देखाव्यांपसून ते अमूर्त विषयांपर्यंत काहीही. काही वर्षांनी त्यांना उच्च दर्जाची कामं मिळू लागली. कलादालनांमध्ये आणि प्रदर्शनांमध्ये त्यांची चित्रं दिसू लागली. पुढे पंधरा वर्षं हे रंगकर्म चालू होतं... आणि त्यांना मेंदूचा असाध्य आजार झाला.

पत्नीच्या निधनानंतर जॉन कार्टरनं पेंटर व्हायचं ठरवलं. तो ५२ वर्षांचा एक यशस्वी गुंतवणूक सल्लागार आणि उत्तम गोल्फपटूही होता. याअगोदर त्याला कलेत काहीच रस नसल्यामुळे त्याचे मित्र आश्चर्यचकित झाले. (तो कधी स्थानिक म्युझियममध्येही गेला नव्हता.) पण जॉनच्या मते, त्याला 'काही पर्यायच नव्हता.' त्याच्यावर अनेक 'व्हिजन्स'चा भडिमार होत होता. मग तो एका जुन्या-पुराण्या मळ्यावर राहायला गेला, मांसाहार बंद केला आणि भडक जांभळे शर्ट घालू लागला. त्याची सुरुवातीची चित्रं म्हणजे केवळ रंगांचे वेडेवाकडे फटकारे. त्यांत काहीही सौंदर्य नव्हतं. पण काही महिन्यांनंतर त्याच्या कॅनव्हासना एक 'तरल' सौंदर्य प्राप्त झालं. त्याचे न्यूरॉलॉजिस्ट ब्रूस मिलर म्हणतात–

> "नीटसं सांगता आलं नाही तरी जसजसे त्याला शब्दांचे अर्थ समजेनासे होऊ लागले, तसतशी त्याची चित्रं सुंदर होऊ लागली. एकीकडे भाषिक ऱ्हास, तर दुसरीकडे नजर अधिकाधिक संवेदनक्षम. नव्यानं सापडलेल्या या कौशल्यामुळे जॉन तासन्‌तास कॅनव्हाससमोर बसून प्रत्येक फटकारा अचूक कसा होईल, ते बघू लागला. अनेकदा कपड्यांतला जांभळा आणि पिवळा रंग त्याच्या चित्रांत दिसू लागला.

"जॉनला स्थानिक कला पारितोषकं मिळू लागली. न्यूयॉर्क सिटी गॅलरीत त्याची चित्रं लावली गेली. पण या यशाच्या बरोबरीनंच त्याचं मानसिक आरोग्य खालावत गेलं. शॉर्ट-टर्म मेमरी नाहीशी झाली. तो चिडखोर बनला. एकट्यानं राहणं अशक्य झालं. अनेक औषधं घेऊनही काहीच उपयोग झाला नाही. तो ६८व्या वर्षी मृत्युमुखी पडला; तेव्हा तर त्याला बोलताही येत नव्हतं, की खाता येत होतं. पण तरीही शेवटपर्यंत दररोज तो चित्रं रंगवीतच राहिला."

ॲनी आणि जॉन या दोघांनाही 'फ्रॉन्टो-टेम्पोरल डिमेन्शिया'ने ग्रासलं होतं. या

आजाराचं कारण माहीत नाहीये, पण यामुळे झालेली हानी भरून निघत नाही. 'प्री-फ्रंटल कॉर्टेक्स'मधले 'स्पिंडल न्यूरॉन्स' मरू लागले की, या आजाराला सुरुवात होते. मेंदूला चक्क भोकं पडतात. स्मृतिभ्रंशापासून अर्धांगवायूपर्यंत अशी भयानक लक्षणं असलेल्या या आजारात मात्र रुग्णांच्या मनात कलानिर्मितीची अनिवार्य इच्छा निर्माण होते.

या विषयातले तज्ज्ञ असल्यानं ब्रूस मिलर यांनी ॲनीसारखे अनेक पेशंट्स पाहिले आहेत. जोआन या चाळिशीतल्या गृहिणीनं घरकाम सोडून तिच्या बालपणातली दृश्यं रंगवायला सुरुवात केली. मार्क हा श्रीमंत धंदेवाईक; तो मेणाच्या मूर्ती करू लागला. मिग्वेल नामक जॅनिटरनं न्यू मेक्सिकोमधील आदिवासींच्या रीती-रिवाजांची चित्रं काढायला सुरुवात केली. या सर्व रुग्णांना जोडणारा समान धागा म्हणजे, कला जोपासण्याची तीव्र इच्छा आणि याबरोबरच अन्य कुठल्याही गोष्टींमध्ये काडीचाही रस न उरणं. काही वर्षं चाललेल्या भरघोस कलोत्पादनानंतर त्यांच्यातली कला उद्दीपित करणारा आजार त्यांच्या मेंदूचा नाश करून टाकतो.

या भयानक आजारामुळे सर्जनशीलता का वाढते, हे समजण्यासाठी आपण पुन्हा एकदा प्री-फ्रंटल कॉर्टेक्समध्ये येतो. आपल्या मनाला लगाम घालणाऱ्या मेंदूतल्या भागावरच हा आजार आघात करतो. वेगाने पसरणाऱ्या आजारामुळे हे लगामच नष्ट होतात. उजव्या मेंदूतून कॉर्टेक्सच्या दिशेनं येणारा माहितीचा ओघ कोणतीही आडकाठी न राहता अचानक त्या व्यक्तीच्या 'कॉन्शसनेस'मध्ये येतो. ही कलानिर्मिती म्हणजे रुग्णानं या नव्या परिस्थितीला योग्य दिशा देण्याचा केलेला प्रयत्न.

हे सगळं 'सरियल' वाटण्याची शक्यता आहे, पण यासारखी अवस्था प्रत्येक जणच झोपेत अनुभवत असतो. आपल्याला झोप लागली की, प्री-फ्रंटल कॉर्टेक्सही झोपी जातो- मनातला 'सेन्सॉर' शांत होतो. पण मग मेंदूच्या इतर भागांमधून न्यूरॉन्स 'ॲसेटिल-कोलिन' नामक रसायनाच्या पिचकाऱ्या मारू लागतात. या प्रक्रिया रॅन्डम आणि दिशाहीनही असतात- जणू इम्प्रूव्ह पद्धतीनं मेंदू स्वतःचीच करमणूक करतोय!

अर्थात, 'आपल्याला स्वप्नं का पडतात' हा प्रश्न आहेच. या निरर्थक नाट्यांमध्ये मेंदू एवढी ऊर्जा खर्ची का घालतो? काही शास्त्रीय पुराव्यांवरून असं वाटतं की, स्वप्नांमुळे सर्जनशीलता वाढते. यूलरिख वॅगनर आणि जॅन बॉर्नचा 'नेचर'मधील २००४ मधला शोधनिबंध पाहा. त्यांनी विद्यार्थ्यांचे गट केले आणि त्यांना असं काम दिलं : आकड्यांच्या अनेक माळांपासून नव्या माळा तयार करायच्या. या प्रयोगाची रचना अशी तयार केली होती की, त्यांत एक सुबक शॉर्ट-कट दडलेला होता. पण या कोड्याबद्दल इनसाइट मिळाल्याशिवाय तो लक्षात

येण्यासारखा नव्हता. कोडं सोडविण्यात अनेक तास घालवूनसुद्धा फक्त २०% लोकांनाच ते जमलं. पण स्वप्न बघण्यानं मात्र चित्र एकदम पालटलं. लोकांना झोपू दिल्यावर जवळजवळ ६०% लोकांना उत्तर सापडलं. कीर्कैगार्ड म्हणाला होता ते खरंय- 'स्लीपिंग इज द हाइट ऑफ जीनिअस'.

सॅन डिअॅगोस्थित युनिव्हर्सिटी ऑफ कॅलिफोर्निया येथील न्यूरोसायंटिस्ट सारा मेडनिक यांचा शोधनिबंधही पाहा. त्यांनी आपल्या प्रयुक्तांना 'रीमोट-असोसिएशन' संबंधित कोडी घातली. मग त्यांना थोडा वेळ झोपायला सांगितलं. ज्यांना या अल्प झोपेच्या काळात स्वप्नं पडली, त्यांना ४०% जास्त कोडी सोडविता आली. ज्यांनी न झोपता थोडीशीच विश्रांती घेतली, त्यांचा परफॉर्मन्स थोडा कमीच झाला. मनाला लगाम घालणारा प्री-फ्रंटल कॉर्टेक्स झोपी गेला की, मेंदूत अनेक चित्र-विचित्र कल्पना आणि कनेक्शन्स उचंबळून येतात. अर्थात, यातल्या बहुतेक सर्व कल्पना निरर्थक असतात; पण क्वचित एखादी 'क्लिक' होते.

रोलिंग स्टोन्सचे प्रमुख गिटारिस्ट कीथ रिचर्ड्‌सच्या बाबतीत असंच घडलं. मे १९६५ च्या एका रात्री हातात गिटार आणि सोबत टेपरेकॉर्डर असतानाच हॉटेलच्या खोलीत तो झोपी गेला. टेरी ग्रासला २०१० मध्ये दिलेल्या मुलाखतीत रिचर्ड्‌स म्हणाला, ''त्या रात्रीनंतर सकाळी उठून पाहतो, तर टेपरेकॉर्डरमधली टेप शेवटाला पोचलेली. कदाचित झोपेत माझ्या हातून बटण दाबलं गेलं असेल. मग मी टेप रीवाइंड केली आणि 'प्ले'चं बटण दाबलं. ऐकतो तर... त्या टेपवर अगोदर गाण्याच्या ओळी आणि पुढे चाळीस मिनिटं माझ्या घोरण्याचा आवाज!'' हे 'झोपेत सुचलेलं' गाणं म्हणजे 'आय कान्ट गेट नो सॅटिस्फॅक्शन'– रॉक गाण्यातल्या सर्वांत प्रसिद्ध गाण्यांपैकी एक!

आपण सगळे रात्री झोपेत इम्प्रूव्ह कलाकार बनतो. कारण स्वप्न बघत असताना आपण लॉजिक, सत्य वगैरे सगळं विसरलेलो असतो. मनात येणारे विचित्र विचार खोडून न काढता आपण विचारस्वातंत्र्याचा आनंद उपभोगतो आणि कपोलकल्पित कथाकल्पनांमधून आपल्याला नवी कनेक्शन्स सापडतात.

फ्रॉन्टो-टेम्पोरल डिमेंशियावर औषध नाही. मेंदूची 'हायर फंक्शन्स' एक-एक करत हळूहळू विझून जातात. पण या आजाराच्या अभ्यासावरून बाहेर आलेली उत्साहवर्धक माहिती अशी की, आपल्या सर्वांमध्ये सर्जनशीलतेचा प्रचंड साठा असतो, ज्याला आपण कधी हातच घातलेला नसतो. काही तरी सुंदर निर्माण करणं किंवा स्वतःची अभिव्यक्ती कराविशी वाटणं, हे काही फक्त कलाकारांपुरतं मर्यादित नसतं. तुम्ही जीवशास्त्रज्ञ असा वा शेअर दलाल, वा दारवान (जॅनिटर) वा गृहिणी... ही सुप्त इच्छा आपल्या लक्षात येत नाही, कारण आपला प्री-फ्रंटल कॉर्टेक्स आत्मअभिव्यक्तीचा धोका पत्करायला तयार नसतो.

गेली कित्येक वर्षं सिडनी विद्यापीठातील न्यूरोसायंटिस्ट ॲलन स्नायडर या सुप्त आणि 'अनूटॅप्ड' सर्जनशीलतेचा अभ्यास करत आहेत. यासाठी ते ट्रान्सक्रेनिअल मॅग्नेटिक स्टिम्युलेशन (टी.एम.एस.) तंत्राचा वापर करतात. चुम्बकीय शक्तीचा झोत टाकून मेंदूतलं एखादं विवक्षित मंडल ('सर्किट') या तंत्रानं तात्पुरतं बंद पाडता येतं. 'मेंदूचे काही भाग असे बंद पाडून सर्जनशीलता वाढविता येते का?' हे शोधण्यात त्यांना अधिक रस आहे. ते टी.एम.एस.ला सर्जनशीलता वाढविणारं यंत्र ('क्रिएटिव्हिटी ॲंप्लिफाइंग मशिन') म्हणतात. अलीकडे हे यंत्र वापरून, डाव्या बाजूनं फ्रंटल आणि टेम्पोरल लोब हे मेंदूचे भाग ते काही मिनिटं बंद पाडू शकले आहेत. मग या अवस्थेत ते प्रयुक्तांना कोडी सोडविणं किंवा चित्रं काढणं अशी कामं सांगतात. या यंत्राला जोडलेलं असताना सुमारे ४०% लोकांमध्ये विचित्र नव्या प्रज्ञा आढळून येतात. उदा.– यंत्राला जोडलेलं नसताना काढलेली चित्रं ढोबळ असतात- काड्या-काड्यांची माणसं, वगैरे. पण चुंबकीय झोतात आल्यावर मात्र याच लोकांची चित्रं कलात्मक बनतात. इतकी की, त्यांचा स्वतःचाही विश्वास बसत नाही. आपण पुन्हा पोचतो ते आपली सर्जनशीलता सतत अडवत असणाऱ्या मेंदूतल्या त्या लगामाकडे.

हा विरोधाभास पिकासोनं उत्तम शब्दांत मांडला आहे– 'प्रत्येक मूल एक कलाकार असतं. पण मोठं झाल्यावरही आर्टिस्ट कसं राहायचं, हा खरा प्रश्न आहे.' मेंदूचा विचार केला तर पिकासोचं म्हणणं खरं आहे. मेंदूच्या विकासाच्या टप्प्यांमध्ये DLPFCचा शेवटचा नंबर लागतो. लहान मुलं अधिक कल्पक असतात, कारण त्यांच्या मेंदूतला हा 'सेन्सॉर' पूर्णपणे कार्यरत झालेला नसतो. ज्याला 'फोर्थ ग्रेड स्लम्प' म्हणतात, त्या वयात (आपण चौथीत असण्याच्या सुमारास) अचानक मुलांना वर्गात बसून चित्रं काढायची नसतात. त्यांना बहुधा आपली चित्रं दुसऱ्यांनी पाहू नयेत, अशी भावना नव्यानं आलेली असते.

याचा अर्थ असा नव्हे की, 'फ्रंटल लोब नसता तर बरं झालं असतं'. कारण जगण्यासाठी तो आवश्यक असतोच. पण म्हणूनच 'लेटिंग गो' – स्वतःला झोकून देण्याची सवय करत राहणं महत्त्वाचं असतं.

जाता-जाता मायकेल रॉबिन्सन या मानसशास्त्रज्ञाचे प्रयोग पाहू या. त्यानं पदवीच्या पाचशे विद्यार्थ्यांचे दोन गट केले. पहिल्या गटाला सांगितलं– 'तुमचं वय सात वर्षं आहे आणि आज शाळेला सुटी दिलेली आहे. तुम्ही दिवसभर हवं ते करू शकता. तुम्ही काय कराल? कुठे जाल? कोणाला भेटाल?' दुसऱ्या गटाला पहिलं वाक्य गाळून बाकी त्याच सूचना दिल्या. थोडक्यात, या गटाला त्यांचं वय सात आहे, हे सांगितलं नाही. या विषयावर दहा मिनिटं 'निबंध' लिहून झाल्यावर दोन्ही गटांना क्रिएटिव्हिटीच्या विविध चाचण्या दिल्या. उदा.– जुन्या टायरचे काय काय

उपयोग करता येतील? किंवा, विटा वापरून काय काय तयार करता येईल? ज्या गटाला 'तुम्ही सात वर्षांचे आहात' असं सांगितलं होतं, त्या गटाला दुसऱ्या गटाच्या तुलनेत दुप्पट कल्पना सुचल्या. म्हणजे आपण लहान मूल आहोत, अशी कल्पना करणंसुद्धा सर्जनशीलतेची दारं खुली करायला पुरेसं असावं!

यो यो मासुद्धा असंच काहीसं मानतात. ''एखाद्या सादरीकरणाला कसं सामोरं जावं, असं लोक मला विचारतात. मी त्यांना सांगतो की, व्यावसायिक संगीतकारानं नवशिक्याच्या अवस्थेत जायचा प्रयत्न केला पाहिजे. व्यावसायिक पातळी गाठायला तुम्हाला कित्येक वर्षं रियाज करावा लागतो. तुमचे गुरू तुमच्या चुका काढतात; टीकाकार टीका करतात. तुमची परीक्षा सतत असते. रंगमंचावर जाताना 'टीकाकार काय म्हणतील' याच विचारांनी तुमचं मन भरलं असेल, तर तुमचं वादन नक्कीच वाईट होईल. त्याच्यात मोकळेपणा नसेलच. त्यामुळे लहान मूल ज्या निर्धास्तपणे वाद्य वाजवेल, तसा निर्धास्तपणा तुमच्यात आणावा लागेल. मूल निव्वळ आनंद मिळवत असतं. त्याला चेलोचा आवाज आवडतो, म्हणून ते वाजवतं. आणि अजूनही, 'आनंद मिळविणं' हेच कोणतंही वाद्य वाजविण्याचं एकमेव कारण असू शकतं.''

बाहेरचा

'माझ्याकडे नैसर्गिक देणगी नव्हती. पण क्रिएटिव्हिटीसाठी आवश्यक असलेली सर्वांत महत्त्वाची गोष्ट- निरागसता- ती मात्र होती. आपण जे करायला निघालोय, त्याकरता आपण किती नालायक आहोत, ही जाणीव आपल्याला या निरागसतेमुळे होत नाही.'

-स्टीव्ह मार्टिन (बॉर्न स्टॅन्डिंग अप)

डॉन लीच्या क्रिएटिव्ह प्रवासाची सुरुवात प्रेमभंगानं झाली. एका विमा कंपनीत तो कॉम्प्युटर प्रोग्रामर म्हणून काम करत होता. दिवसाचे नऊ तास मॅनहटनच्या गगनचुंबी इमारतीत कॉम्प्युटरकडे टक लावून बघण्यात त्याचा वेळ जायचा. त्याचं बरं चाललं होतं. कामानंतर थोडा वेळ मैत्रिणीबरोबर टी.व्ही. बघत वेळ चांगला जायचा. सोबत पाळलेलं मांजरही असे.

पण मग २००५ च्या थंडीच्या मोसमात त्याची मैत्रीण त्याला सोडून गेली. तिनं मांजरही तिच्याबरोबर नेलं! मग एकाकी संध्याकाळ आणि हाताशी भरपूर वेळ, अशी त्याची स्थिती झाली. रिकाम्या घरात त्याला उदासवाणं वाटे. मग त्याच्यासारख्या अनेकांनी करून पाहिलेला इलाज त्यानंही करून पाहिला- दारू! पावलं रोज घराजवळच्या 'बार'कडे वळू लागली. तो सांगतो, "मी तर्र होण्यासाठी पीत नसे. हळूहळू घुटके घेत बसत असे. मला आजूबाजूला माणसं हवी असावीत, असं मला वाटतं."

सुरुवातीला त्याला कोणती दारू मागवावी, हेही माहीत नव्हतं; म्हणून तो 'बारटेंडर्स'चं काम न्याहाळत असे. बर्फाचा कीस करणं, लिंबू पिळणं आणि मोजूनमापून कॉकटेल्स तयार करण्याचे साग्रसंगीत विधी पाहून तो मंत्रमुग्ध होई. मग त्या विविध प्रकारच्या उंची दारूंचे सूक्ष्म स्वाद आणि लज्जत लक्षात ठेवण्याचा

तो प्रयत्न करू लागला. रम, स्कॉच आणि जिनमधले बारकावे त्याला समजू लागले. ''मला दुसरं काहीच व्यवधान नव्हतं,'' तो म्हणतो. ''बोलायलाही कोणी नव्हतं, म्हणून मी त्या बारटेंडर्सशी गप्पा मारू लागलो.''

डॉन नशीबवान होता. तो जात असलेला 'पेगू क्लब' दर्जेदार कॉकटेल्स प्रत्येकी पंधरा डॉलर्समध्ये, यासाठी न्यूयॉर्कमध्ये प्रसिद्ध होता. ऑड्रे सॅन्डर्स हा तिथला प्रमुख जुन्या, अभिजात क्लासिक स्वादांचं पुनरुज्जीवन करू पाहत होता. अर्वाचीन मार्गारिटा किंवा हिरव्या ॲपलटिनीजऐवजी त्याच्या मेनूमध्ये तशी कालबाह्य ठरलेली नावं होती– जिन-जिन म्यूल, टॉम अँड जेरी किंवा बरा पेग. डॉनच्या मते, निर्दोष तंत्र आणि सर्वोत्तम घटक वापरण्याचं महत्त्व तो इथंच शिकला. शिवाय, तयार केलेल्या कॉकटेल्सचा स्वाद पुनःपुन्हा घेण्याचं महत्त्वही त्याला इथंच शिकायला मिळालं. आणि 'ड्रिंक्स' म्हणजे नेमकं काय, हेही इथंच उमगलं.

सहा महिन्यांच्या या शिक्षणानंतर डॉन स्वतः कॉकटेल्स करायला सज्ज झाला. यातला प्रत्यक्ष अनुभव नसूनसुद्धा, ईस्ट व्हिलेजमधल्या 'डेथ अँड कंपनी' या बारमध्ये त्याला थोडं काम मिळालं. त्याचा उत्साह पाहून तिथला प्रमुख बारटेंडर ब्रायन मिलर खूष झाला. एकीकडे डॉनची विमा कंपनीतली नोकरी चालू होती. बारमधलं काम जसं वाढत गेलं, तसा तो आठवड्यातले पाच दिवस रात्रपाळी करू लागला. तो खूप दमायचा, कारण रोजच्या ऑफिसनंतर पहाटे दोनपर्यंत इथलं काम. त्यानंतर पहाटे चारच्या सुमारास अंथरुणाला पाठ लागे. 'डेथ अँड कंपनी'त काही महिने काम केल्यावर त्याला पी.डी.टी. ('प्लीज डोंट टेल') नामक ठिकाणी कामाची ऑफर आली. या 'हटके' बारचं प्रवेशद्वार एका हॉट डॉग उपाहारगृहाच्या मागं असलेल्या फोन बूथमधून होतं. ''सुरुवातीला या सर्व वैचित्र्यांमुळे हा बार लोकांना माहीत झाला होता. पण मग आम्ही ड्रिंक्सकडे गांभीर्यानं लक्ष द्यायचं ठरवलं. योग्य तंत्रावर जोर देणारा आणि सर्वांपेक्षा उत्तम अभिजात कॉकटेल्स देणारा बार मला विकसित करायचा होता,''[१] असं डॉन म्हणतो. अजूनही डॉनची दिवसाची नोकरी चालूच होती. पण बारटेंडिंगमधलं त्याचं कौशल्य लोकांना माहीत होऊ लागलं होतं. त्यानं तयार केलेली ड्रिंक्स घ्यायला 'कॉकटेल स्नॉब्स' रांगा लावून उभे राहू लागले.

एवढं असूनही डॉन अस्वस्थ होता. कितीही निर्दोष का असेनात, पण आयुष्यभर तीच ती ड्रिंक्स मिक्स करत बसण्यात त्याला रस नव्हता. तो उत्कृष्ट मार्टिनी बनवू शकत होता, पण त्याचं काय? भले तिच्यातली जिन, व्हरमाउथ आणि ऑलिव्ह्ज

---

१. जुलै २००९ मध्ये 'कॉकटेल स्पिरिट अ‍ॅवॉर्ड्स'मध्ये पी.डी.टी. ला 'बेस्ट कॉकटेल बार इन् द वर्ल्ड'चं पारितोषिक मिळालं.

कितीही चांगली असली, तरी अखेर ती एक मार्टिनीच होती. तो अजूनही दुसऱ्या कोणाच्या तरी रेसिपीजचा अवलंब करत होता आणि त्यात काहीच नावीन्य नव्हतं.

डॉनचा कंटाळा फार काळ टिकला नाही. बारटेंडिंगच्या कडक नियमावलींचे पालन करता करताच त्याला इनसाइट प्राप्त झाली. तो क्षण त्याला व्यवस्थित आठवतो. ''बार उघडायच्या अगोदर बाकीची तयारी मी करत होतो- लिंबं चिरणं, सिरप तयार करणं, वगैरे. त्या सुंदर बाटल्यांवर माझी नजर गेली आणि माझ्या एकदम लक्षात आलं की, मी नवं ड्रिंक तयार करू शकतो- माझं स्वतःचं कॉकटेल! आता मला वाटतं की, हे सूर्यप्रकाशाइतकं स्वच्छ होतं... पण तेव्हा मात्र मलाच माझी कल्पना खूप भारी वाटली.''

डॉन लगेच कामाला लागला. सोमवार आणि मंगळवारची रात्र पी.डी.टी.मध्ये प्रयोगांची रात्र बनली. त्याच्या डोक्यात आलेल्या कल्पना तो गिऱ्हाइकांना चाखून बघायला सांगे. चेरीच्या ड्रिंकमध्ये सोडा घालण्याच्या त्याच्या प्रयोगाप्रमाणे बहुतेक प्रयोग फसले; पण तो नाउमेद झाला नाही. ''मला इतकी मजा येत होती की, काय सांगू! चॉकलेटांच्या दुकानात मोकाट सोडलेल्या मुलाप्रमाणे माझी स्थिती झाली होती. फक्त मी दारूच्या दुकानात होतो, एवढंच.'' नवं तंत्र आणि नवे घटक वापरून डॉन प्रयोग करत राहिला. त्याला रसायनशास्त्राची आवड होतीच. ''बारच्या मागं मी नवशिकाच होतो. इतर बारटेंडरप्रमाणे मला व्होडका आणि सिंगल मॉल्ट व्हिस्कीचं सखोल ज्ञान नव्हतं; पण रसायनशास्त्राचं मात्र बऱ्यापैकी होतं. म्हणून मी बारटेंडिंगकडे थोड्या वेगळ्या नजरेनं बघू शकलो.''

त्याच्या पहिल्या यशस्वी 'शोधा'कडे पाहा- त्याचं नाव आहे 'बेकन-इन्फ्यूज्ड ओल्ड-फॅशन्ड'. यामध्ये शिजविलेल्या बेकनसारखा एखादा पदार्थ दारूमध्ये घालतात. मग ती गोठवितात. असं केल्यानं त्यातली चरबी तरंगून वर येते. मग हे रसायन गाळून त्यातला चरबीचा अंश काढून टाकायचा. चरबी आणि दारूचे गुणधर्म डॉनला नीट ठाऊक होते, त्यामुळे हा प्रयोग यशस्वी होईल याची त्याला खात्री होती. या प्रयोगात अधिक खोलवर जात, पाणी आणि चरबी एकमेकांपासून विलग का राहतात, यामागचं शास्त्र डॉननं समजावून सांगितलं. जे पाण्याचं, तेच दारूचं. पण गंमत अशी की, चरबीला तो विशिष्ट स्वाद देणारे रेणू (मॉलेक्यूल्स) दारूमध्ये व्यवस्थित विरघळतात.

काही आठवडे चरबी व दारूचं प्रमाण कमी-अधिक करून पाहिल्यावर आणि ड्रिंक नेमकं किती वेळ फ्रिजमध्ये ठेवायचं हे पक्कं झाल्यावर डॉन खूश झाला. ''बूरबॉनचा स्वाद आणि न्याहारीतल्या पदार्थाचा खारटपणा, यांचा सुरेख संगम,'' अशा शब्दांत डॉननं या ड्रिंकचं वर्णन केलं. यापुढेही त्यानं प्रयोग चालूच ठेवले. कुठं थोडी बिटर मिसळ, कुठं स्वीटनर घाल... अखेरीस, एकदा ब्रेकफास्ट करताना

त्याला ब्रेकथ्रू मिळाला. ''मी पॅनकेक्स खात होतो... जेव्हा आपण त्यांवर मेपल सिरप ओततो, तेव्हा त्यातलं थोडं चुकून बेकनवर जातं... हे जबरदस्त रुचकर लागतं. मग मी साध्या साखरेच्या पाकाऐवजी माझ्या बेकन-बूरबॉनमध्ये मेपल सिरप मिक्स केलं... आणि प्रयोग जमला– अतिशय उत्तम जमला!''

मग त्यानं एका प्रायोगिक रात्री ही कॉकटेल त्याच्या सर्वांत धाडसी गिऱ्हाइकांना चाखायला दिली. ती एकदम 'हिट' ठरली. इतकंच नव्हे, तर पुढे त्या बारची 'सिग्नेचर ड्रिंक' बनली. 'गूर्मे', 'साव्ह्यूर', 'न्यूयॉर्क'सारख्या नियतकालिकांनी या कॉकटेलला डोक्यावर घेतलं. डॉन आता शेफ डेव्हिड चँगच्या न्यूयॉर्कमधल्या मोमोफुकू रेस्तराँमध्ये प्रमुख 'मिक्सर' आहे. त्याच्या अलीकडच्या ड्रिंक्सपुढे त्याचा पहिला शोध केव्हाच फिका पडलाय. कधी कधी तुमचा विवेक बाजूला ठेवून, केवळ जिभेवर विश्वास ठेवायचा असतो, असं तो म्हणतो. इथं अधिक खोलात न शिरता, 'सेलरी नोरी', 'पिकल्ड रँप मार्टिनी', 'मूव्ही थिएटर' या डॉननं शोधलेल्यांपैकी काही कॉकटेल्सच्या नावांचा उल्लेख पुरेसा आहे.

डॉनची यशोगाथा म्हणजे 'बाहेरच्या' माणसांच्या सर्जनशीलतेची कथा आहे. डॉन हा कॉकटेल्सच्या क्षेत्रात 'बाहेर'चा माणूस होता. एखाद्या गोष्टीबद्दल कमी माहिती असणं किंवा जुन्याच विषयात एखादी नवी संकल्पना रुजविणं, हे महत्त्वाचं असतं. डॉनच्या कथेनं हे अधोरेखित होतं. तो एक कॉम्प्युटर प्रोग्रामर होता. तो म्हणतो, ''मी 'चरबी धुण्याचा' प्रयोग केला, कारण मी एकूणच कंटाळलो होतो आणि कोणीही मला 'असं करू नकोस' म्हणून सांगितलं नव्हतं. मी 'हे करू का?' असं विचारलं असतं, तर बहुधा मला वेड्यात काढलं असतं; आणि 'चांगली बूरबॉन वाया का घालवतो आहेस?' असा सवाल केला असता. पण रसायनशास्त्रानुसार ते जमेल, असं मला वाटलं आणि मी ते करून पाहिलं, एवढंच.''

१.

सन १९९० च्या दशकाच्या शेवटी शेवटी इलाय-लिली या भल्या मोठ्या औषध कंपनीत 'व्हाइस प्रेसिडेंट' पद अल्फियस बिंगहॅम सांभाळत होता. त्याच्यावर संशोधनाच्या नियोजनाची जबाबदारी होती; हाताखाली हजारो संशोधक शेकडो प्रकल्पांवर काम करत होते. 'प्रोझॅक' औषधाच्या यशामुळे कंपनी तेजीत होती; पण तरी बिंगहॅम चिंतेत होता. 'प्रोझॅक'नंतर काय? लक्षावधी डॉलर्स ओतूनसुद्धा नवा, आशादायी 'मॉलेक्यूल' काही गवसत नव्हता. एखाद्या समस्येवर अनेक वर्षं संशोधन करूनही हाती फारसं काही लागत नव्हतं. हे अपयश महागात पडत होतं. 'संशोधन अधिक कार्यक्षम पद्धतीनं कसं करता येईल' याचा विचार तो करू लागला.

संशोधन ज्या पद्धतीनं चालू होतं, ती पद्धत पूर्णपणे बेभरवशाची होती. बिंगहॅमच्या दृष्टीनं ही खरी चिंतेची बाब होती. कुठल्या समस्यांना उत्तर सापडेल आणि कुठल्यांना नाही, हे अगोदर सांगणं मुश्किल होतं. उत्तरं कुठे सापडतील आणि त्याला किती वेळ लागेल, हेही सांगणं अवघड होतं. तो म्हणतो, "संशोधन आणि विकासाची प्रक्रिया नेमकी कशी असावी, याचा मला अंदाज नव्हता. कुठल्या माणसानं कशावर काम करायचं, हे मला ठाऊक नव्हतं. दुसरं कोणी या समस्या सोडवू शकेल का? 'सर्वोत्तम रेझुमे असलेल्या लोकांना निवडायचं आणि अनुभवी लोकांना काम द्यायचं, ही कामाची पद्धत चुकीची होती का?" असे अनेक प्रश्न त्याला पडत होते. मग त्याला एक क्रांतिकारक कल्पना सुचली. जर इलाय-लिलीचे संशोधक एखादा प्रश्न सोडवू शकत नसतील, तर तो प्रश्न सर्वांना विचारला पाहिजे; कंपनीनं आपल्या समस्या जाहीरपणे जनमानसासमोर मांडायला हव्यात. अर्थात, हे व्यावसायिक जगातल्या 'आर.अँड डी.'च्या सर्व संकेतांच्या विरुद्ध होतं. स्पर्धेच्या युगात संशोधन प्रकल्पांबाबत कमालीची गोपानीयता बाळगली जायची. आपलं संशोधन दुसऱ्यांना कळू नये, अशीच सर्वांची धारणा होती; पण बिंगहॅमला कळून चुकलं होतं की, गोपनीयतेसाठी फार मोठी किंमत मोजावी लागते आहे.

म्हणून जून २००१ मध्ये त्यांनी 'इनोसेंटिव्ह' नामक संकेतस्थळ सुरू केलं. या संकेतस्थळावर न सुटणारे प्रश्न मांडले जायचे आणि उत्तर देणाऱ्याला बक्षीस दिलं जायचं. सुरुवातीला ते खरोखर जटिल प्रश्न संकेतस्थळावर टाकू लागले. इलाय-लिलीशी स्पर्धा करणाऱ्या कंपन्यांनाही या प्रश्नांची उत्तरं सापडली नव्हती, अशी बिंगहॅमला खात्री होती. किंबहुना, संकेतस्थळावरूनही उत्तरं मिळण्याची फारशी शक्यता नव्हती.

काही आठवडे असेच गेले. संकेतस्थळावर काहीही घडत नव्हतं. आपली कल्पना 'फेल' झाली, असं बिंगहॅमला वाटू लागलं. "मग सुमारे एक महिन्यानंतर संकेतस्थळावर एका प्रश्नावर तोडगा टाकला गेला. मग आणखी एक... आणखी एक. लवकरच वेगवेगळ्या तोडग्यांचा आणि उपायांचा ओघ सुरू झाला. ज्यांची नावंही कधी ऐकली नव्हती, अशांकडून आम्हाला प्रतिसाद मिळत होता. समस्येकडे बघण्याचा त्यांचा दृष्टिकोन आम्हाला सुचलाही नव्हता."

एका वर्षाच्या आत हे संकेतस्थळ इलाय-लिलीच्या 'आर.अँड डी.'चं अत्यावश्यक अंग बनून गेलं. सन २००३ मध्ये मूळ कंपनीपासून हा उपक्रम विलग करण्यात आला. एव्हाना 'प्रॉक्टर अँड गॅम्बल' किंवा 'जनरल इलेक्ट्रिक'सारख्या कंपन्याही आपल्या समस्या यांच्याकडे पाठवू लागल्या. बिंगहॅम खूश होते. जगभरातल्या प्रतिभावंतांचा हा साठा, त्याचा असा हुशारीनं वापर- सगळंच रोमहर्षक होतं.

इनोसेंटिव्हचं काम झपाट्यानं वाढत चाललंय. गणितापासून शेतकीपर्यंत आठ विविध विषयांशी निगडित शेकडो कंपन्या इनोसेंटिव्हचा लाभ घेत आहेत. संकेतस्थळांवर मांडल्या जाणाऱ्या समस्यांमध्ये जबरदस्त वैविध्य असतं- प्रश्न चॉकलेटच्या आवरणाच्या स्वादाचा असो किंवा सौर ऊर्जेवर चालणाऱ्या संगणकासाठी बॅटरी तयार करण्याचा असो- विविध समस्यांवर काम करणाऱ्या दोन लाखांहून अधिक हौशी वैज्ञानिकांनी इनोसेंटिव्हवर आपली नावं नोंदविली आहेत. हे सगळे लोक १७० देशांच्या कोनाकोपऱ्यातून ही कामे करतात.

'इनोसेंटिव्ह' ही संकल्पना कमालीची परिणामकारक ठरली आहे. म्हणूनच कंपन्या तिचा एवढा वापर करतात. इथं त्यांच्या कठीणतम प्रश्नांवर तोडगा मिळतो. हे यश केवळ सांगोवांगीचं नाहीये. सन २००७ मध्ये हार्वर्ड बिझनेस स्कूलमधल्या प्रा. करीम लखानींनी इनोसेंटिव्हवरच्या शेकडो समस्यांचं विश्लेषण केलं. त्यांच्या म्हणण्यानुसार, संकेतस्थळावरील ४०% समस्या सहा महिन्यांच्या आत सोडविल्या जातात.

किती गंमत आहे पाहा- 'फॉर्च्युन ५००' यादीतल्या इलाय-लिली, क्राफ्ट फूड्स, एस.ए.पी., डाऊ केमिकल्स, जनरल इलेक्ट्रिकसारख्या कंपन्यांमधील संशोधकांना पडलेले प्रश्न जगभरातलं कोणी तरी सोडवत होतं. या कंपन्या संशोधनावर अब्जावधी डॉलर्स खर्च करतात. असं असूनही ऑनलाईन हौशी लोक हे प्रश्न कसे सोडवू शकले, याबद्दल लखानींना थोडा उलगडा झाला.

याला ते 'आऊटसायडर थिंकिंग' असं म्हणतात. या लोकांना आपापल्या मूळ क्षेत्राबाहेरचे प्रश्न सोडविण्यात सर्वाधिक यश मिळालं होतं. इथं जीवशास्त्रीय प्रश्नांची उकल रसायनशास्त्रज्ञ करत होते, वगैरे. बऱ्याचदा एखाद्या क्षेत्रातलं सखोल ज्ञान हाच अडथळा बनून जातो. हे हौशी लोक दोन वेगवेगळ्या क्षेत्रांतली माहिती एकत्रितपणे वापरून उत्तराप्रत पोचत होते. आपण ऐकतोच की, अनेक वेळा नवे शोध हे दोन 'भिन्न क्षेत्रांच्या सीमारेषेवर' लागतात. लखानींच्या अभ्यासामुळे यावर शिक्कामोर्तब झालंय, एवढंच.

याचं उत्तम उदाहरण म्हणजे, एड मेलकॅरेक. यांनी आतापर्यंत सात वेळा इनोसेंटिव्हसाठी 'शोध' लावला आहे. एडचं पार्टिकल फिजिक्समध्ये पदव्युत्तर शिक्षण झालं आहे. पण त्यानं सोडविलेल्या समस्यांपैकी एकही पदार्थविज्ञानातली नाहीये! उलट, तो रसायनशास्त्र किंवा अभियांत्रिकीतल्या प्रश्नांच्या शोधात असतो. काही वर्षांपूर्वी त्यानं कोलगेट-पामोलिव्हला टूथपेस्टच्या ट्यूबमध्ये फ्लोराइडची पूड कशी भरायची, हे शोधून दिलं. चालू पद्धतीत ही पूड ट्यूबमध्ये भरताना सगळीकडे पसरायची. मेलकॅरेकने या फ्लोराइडला विद्युत 'चार्ज' दिला आणि ट्यूबला 'ग्राउंड' केलं; अन् फ्लोराइडचा कण न् कण शिस्तीत ट्यूबमध्ये जाऊन

बसू लागला. एडला जे अतिशय सोपं वाटलं, ते कोलगेटच्या इंजिनिअर्सना अनेक वर्षं जमलं नव्हतं.

इनोसेंटिव्हचं यश सहजासहजी आपल्या पचनी पडत नाही. एखाद्या विषयातल्या समस्या त्या त्या विषयाचं प्रशिक्षण घेतलेले तज्ज्ञ लोकच सोडवू शकतील, असं आपण गृहीत धरतो; पण हे चुकीचं आहे. एखाद्या क्षेत्राचा सखोल अभ्यास असणं, हा एक बौद्धिक अडथळा ठरू शकतो. या अडथळ्यामुळे उत्तरं काही केल्या सापडत नाहीत. पण असा अडथळा नसलेला 'बाहेर'चा माणूस ते साध्य करू शकतो.

इनोसेंटिव्हची नेमकी ताकद काय आहे, याचं एक उदाहरण बिंगहॅम सांगतात. एक कंपनी विलक्षण आणि बुचकळ्यात टाकणारे गुणधर्म असलेल्या पॉलिमरच्या शोधात होती. इनोसेंटिव्हमध्येही कोणाला असं काही सापडण्याची शक्यता नव्हती. पण काही महिन्यांत पाच वेगवेगळे उपाय प्रस्तुत केले गेले. या पाचही जणांना बक्षीस दिलं गेलं. त्यांपैकी एक होता 'कार्बोहायड्रेट्स'वर संशोधन करणारा स्वीडिश माणूस, एकाचा शेतीविषयक व्यवसाय होता, एक होता निवृत्त हवाई इंजिनिअर, तर एक होता प्राण्यांचा डॉक्टर. पाचवा होता औषधशास्त्रज्ञ. या कंपनीला हे सगळे लोक त्यांच्या कर्मचाऱ्यांमध्ये कधीही सापडले नसते. त्यांच्या कन्सल्टंट्सनाही असं कोणी सापडलं नसतं. आणि शैक्षणिक पात्रता नसल्यामुळे या पाच लोकांना या कंपनीत कधी नोकरीही मिळली नसती!

२.

जगात असे असंख्य 'बाहेर'चे लोक- 'आउटसायडर्स'- आहेत; फक्त आपण त्यांना 'तरुण' हे विशेषण लावतो. तरुण लोकांना एखाद्या क्षेत्रातले 'आतले' म्हणवून घेण्याइतकं त्या क्षेत्राचं ज्ञान नसतं आणि तज्ज्ञांसारखे ते शंकेखोरही नसतात. अज्ञानाचे जरी अनेक तोटे असले तरी सर्जनशीलतेच्या दृष्टीनं अज्ञान हे वरदान असतं. म्हणूनच पदार्थविज्ञान असो की रॉक संगीत- या क्षेत्रांत अनेक नव्या गोष्टी त्या-त्या क्षेत्रातल्या अननुभवी लोकांमुळे आल्या आहेत. 'कमी ज्ञान-अधिक शोध' असं हे गणित आहे.

एकोणिसाव्या शतकात अडॉल्फ क्वेतले नामक गणितज्ञाला तारुण्याचे फायदे प्रथम लक्षात आले. 'आपापल्या कारकिर्दीत विविध नाटककारांनी किती यशस्वी नाटकं लिहिली,' याचा आलेख क्वेतलेने तयार केला. वाढत्या वयाबरोबर सर्जनशीलता वाढत नाही, असं या अभ्यासातून त्याच्या लक्षात आलं. उलट, सुरुवातीला वर-वर जाणारा सर्जनशीलतेचा आलेख पुढे हळूहळू खाली उतरत येतो. याला हल्ली

‘इन्व्हर्टेड कर्व्ह’ असं म्हणतात. आपल्याला पुरेसं (पण वाजवीपेक्षा जास्तही नाही) ज्ञान असताना आपण सर्जनशीलतेचं शिखर गाठतो. मध्य वयात उतरण सुरू होते.

गेली काही वर्षं क्वेतलेचा अभ्यास डीन सिमंटन या मानसशास्त्रज्ञानं पुढे चालविला आहे. ते यू-सी डेव्हिस इथं काम करतात. क्रिएटिव्ह कार्यावर कशाकशाचे सूक्ष्म परिणाम होतात, हे पाहण्यासाठी ते ऐतिहासिक माहिती (डेटा) ची भांडारं धुंडाळत आहेत. त्यांना आढळलंय की, पदार्थविज्ञानशास्त्रज्ञांनी महत्त्वाचे शोध हे बहुधा आपल्या तिशीच्या आत लावलेले आहेत. कवींचा उच्चतम बिंदू तर याहीपेक्षा तरुण वयात येऊन जातो.

कवी किंवा शास्त्रज्ञ इतक्या तरुण वयातच अधिक सर्जनशील का असतात? कदाचित वाढत्या वयाबरोबर कल्पनाशक्तीचा ऱ्हास होत असेल. पण हे काही जीवशास्त्रीय ‘कर्म’ (डेस्टिनी) नव्हे. सिमंटन म्हणतात की, तरुण लोक ‘बाहेरचे’ असतात. ते अज्ञानी, तसेच ‘निरागस’ असतात. यामुळे चाकोरीबाहेरच्या कल्पना ते सहज स्वीकारू शकतात. त्यांच्यावर सारासार विचारसरणीचा बोजा नसतो, त्यामुळे ‘जैसे-थे’ला ते आव्हान देऊ शकतात.[२] पण ॲकॅडमीत काही वर्षं घालविल्यावर ते ‘इनसायडर’ बनतात; त्यांच्या कामात तोचतो पणा येऊ लागतो.

पण ही प्रक्रिया याच मार्गानं जाणं अपरिहार्य नसतं. जोवर आपण ‘बाहेर’च्याची मानसिकता जिवंत ठेवू, तोपर्यंत आपल्या हातून काही तरी नवं घडत राहील, असं सिमंटनना वाटतं. आता पॉल अरडॉसचंच पाहा. तो अनेक लोकांबरोबर, विविध विषयांवर काम करायचा. तो चट्‌कन कंटाळायचा आणि तशी कुणकुण जरी लागली, तरी तो ताबडतोब नव्या प्रश्नाला हात घालायचा. यामुळे त्याच्या सर्जनशीलतेचा ओघ कधी आटलाच नाही. त्याच्या कारकिर्दीचा आलेख, ‘वर जाऊन, नंतर आडवी रेघ’ असा होता. हा आलेख कधी खाली आला नाही. “तुम्ही नवी आव्हानं स्वीकारत राहिलात, तर तुम्ही वृद्ध होऊनसुद्धा तरुण माणसासारखा विचार करू शकता. या निव्वळ कल्पनेनंही मला हुरूप येतो,” असं सिमंटन म्हणतात.

तात्पर्य : ‘बाहेर’च्या माणसाची सर्जनशीलता ही आयुष्यातली एक ‘फेज’ नसते; ती एक मानसिकता असते. अर्थात, ही मानसिकता वाढत्या वयाबरोबर

---

२. शिक्षण आणि क्रिएटिव्हिटी यांचा एकमेकांशी फारसा संबंध नसतो. सिमंटनच्या अभ्यासानुसार क्रिएटिव्ह करिअरसाठी दोन वर्षं पदवीपूर्व शिक्षण हे योग्य आहे. यापुढे शिक्षण घेतल्यास कल्पनाशक्ती खुंटते, असा अनुभव आहे. क्लेरमाँटचे मानसशास्त्रज्ञ मिली अधिक परखडपणे म्हणतात, “शाळेच्या चार भिंतींबाहेर मुलांना जे काही रंजक आणि कुतूहल निर्माण करणारं सापडतं, ते कुतूहल शाळेत नष्ट होण्याचा धोका असतो.”

जिवंत ठेवणं, ही सोपी गोष्ट नाही. कधी एकीकडे विमा कंपनीत काम करत असतानाच कॉकटेल्स मिक्स करावी लागतात; एखाद्या विक्षिप्त क्षणी बूरबॉन आणि बेकनचे प्रयोग करावे लागतात. मूर्खासारखे प्रश्न विचारायची, लाजिरवाणी परिस्थिती झेलण्याची- आपण काय बोलतोय हे न कळणाऱ्या माणसांत आपली मिसळायची तयारी हवी. आपल्या विषयावर असलेल्या प्रभुत्वातून निर्माण होणारी सुरक्षिततेची भावना झुगारून देणं आवश्यक असत- असं करण्याचीही आपली तयारी असायला हवी.

एवढं करूनही कधी कधी भागत नाही. आपलं सर्वस्व झुगारावं लागतं. प्रवास करणं- नेहमीचं वातावरण सोडून दूर जाणं, हा 'बाहेर'च्याचा दृष्टिकोन विकसित करण्याचा एक आनंददायी मार्ग आहे. जेव्हा आपण शारीरिकरीत्या समस्येच्या जवळ असतो, तेव्हा आपले विचार संकुचित बनतात. हे आपोआपच होत असतं. आपण मर्यादित 'असोसिएशन्स'चाच विचार करतो. यानं 'फोकस' ठेवणं जरी सुलभ होत असलं, तरी कल्पनाशक्तीला मात्र खीळ बसते.

जरा मक्याच्या शेताचा विचार करा. तुम्ही तरारलेल्या शेताच्या मध्यात उभे आहात. आजूबाजूला दाणेदार कणसं, वाऱ्यावर डोलणारी पानं, हवेत खताचा मंद वास... तुमच्या मनात मक्याचे विचार येतात– ते एक प्रकारचं धान्य आहे, मध्य व पश्चिम अमेरिकेतलं महत्त्वाचं पीक आहे, वगैरे. पण याच मक्याकडे थोड्या वेगळ्या दृष्टीनं बघा. तुम्ही पादचारी आणि वाहनांनी गजबजलेल्या रस्त्यात उभे आहात. आता मका ही केवळ एक वनस्पती उरत नाही. तुमचा मेंदू अनेक असोसिएशन्सनं भरून जातो. तुम्ही विचार करू लागता... तो कॉर्न सिरपचा, स्थूलपणाचा, नव्या शेती कायद्याचा, मद्यार्काचा आणि कॉर्नपासून बनविलेल्या अनेक स्वादिष्ट पदार्थांचा... 'मका' या एका शब्दापासून असं विविध कल्पनांचं एक जाळं आता उभं राहिलं आहे.

म्हणून प्रवास करणं फायदेशीर असतं. यामुळे एरवी मनाच्या कोपऱ्यात दडून बसलेल्या कल्पना 'उघड्या'वर येतात. कदाचित यापूर्वी न सुचलेल्या गोष्टी तुमच्या मनात येतील– मक्यापासून काढलेल्या इंधनावर गाड्या चालू शकतील! वगैरे. तुम्ही शेतातच राहिला असतात, तर हे कदाचित सुचलं नसतं. पण आता डोक्यात आलेल्या अनेकविध विचारांमधून तुम्हाला नवी उत्तरंही सापडू शकतील.[३]

---

३. पण केवळ विमानात बसून दुसरीकडे जाणं पुरेसं नाही. बहुतेक लोक दैनंदिन आयुष्यातल्या त्रासांपासून थोडीफार सुटका मिळावी म्हणून प्रवासाला जातात. पण इथंच नेमकी गोची आहे. दूरदेशीच्या एखाद्या बारमध्ये मद्याचे घोट घेत असतानाच तुमच्या समस्यांवर उपाय सापडण्याची शक्यता जास्त असते. त्यामुळे, त्या परदेशातल्या उपाहारगृहातील पदार्थांच्या स्वादावर मान रेंगाळू देण्यापेक्षा, तुमच्या प्रश्नांवर विचार करा... कदाचित तुम्हाला हवा असलेला ब्रेकथ्रू मिळेल.

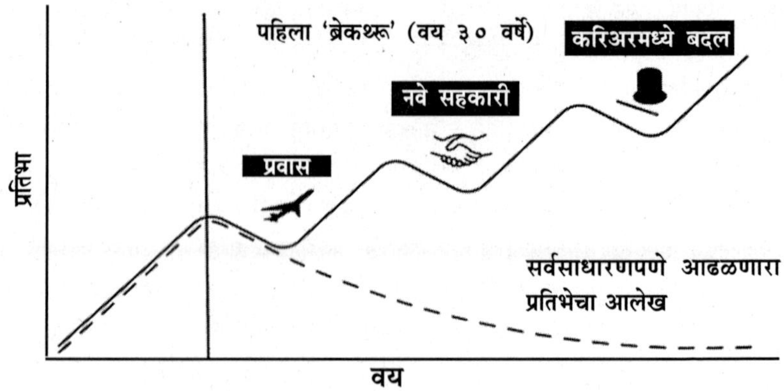

प्रतिभेचा आलेख उलट्या 'ळ' च्या आकाराचा असल्याने, बहुसंख्य लोकांमध्ये प्रतिभेला लगाम बसतो. तरीही, दीर्घकाळ प्रतिभा जागृत ठेवता येणं शक्य आहे.

इंडियाना युनिव्हर्सिटीच्या मानसशास्त्रज्ञ लीले जिया यांचे प्रयोग पाहा. काही डझन विद्यार्थी घेऊन, त्यांनी त्यांचे दोन गट केले. प्रत्येक गटाला 'प्रवासाच्या (ट्रान्सपोर्टेशन) जास्तीत जास्त साधनांची यादी करा' असं सांगण्यात आलं. मग हे काम ग्रीसमध्ये शिक्षण घेत असलेल्या इंडियानाच्या विद्यार्थ्यांनी योजलं आहे, असं एका गटाला सांगितलं. दुसऱ्या गटाला सांगितलं की, इंडियानातच राहणाऱ्या विद्यार्थ्यांनी हे योजलं आहे. तसं म्हटलं तर तपशिलातल्या या बारीक फरकाचा काय परिणाम होणार? यादी बनवायला कोणी सांगितलं, याला काय महत्त्व असेल?

पण दोन गटांत भरपूर फरक आढळून आला. 'ग्रीस' गटानं प्रवासाचे किती तरी जास्त मार्ग उद्धृत केले होते– कार, बस, आगगाडी आणि विमानांखेरीज त्यांच्या यादीत घोडे, सायकली, अवकाशयान आणि सेगवे स्कूटर्सचाही समावेश होता. हे विद्यार्थी मनानं ग्रीसला, म्हणजेच इंडियानापासून दूर गेल्यानं ते स्थानिक प्रवाससाधनांच्या पलीकडे जाऊ शकले. 'इंडियानात कसं फिरायचं' याऐवजी, 'जगात कसं फिरायचं' असा विचार त्यांच्या मनात आला असावा.

दुसऱ्या एका प्रयोगात 'इनसाईट कोडी' घातलेल्या विद्यार्थ्यांपैकी ज्यांना 'ही कोडी कॅलिफोर्नियातून आली आहेत' असं सांगितलं गेलं, त्यांचा परफॉर्मन्स अधिक चांगलं झाला. हा नमुना पाहा–

> एका मनोऱ्यातून एक कैदी सुटण्याचा प्रयत्न करतोय. पलीकडे जमिनीवर उतरायला फक्त एक दोर आहे. पण दोर निम्म्याच अंतरापर्यंत पोचण्याइतका लांब आहे.... कैद्यानं दोराचे दोन भाग केले, ते एकमेकांना जोडले आणि तो पळाला. तो हे कसं करू शकला?

केवळ 'कोडं दुसऱ्या गावातल्या कोणी तरी घातलंय' या कल्पनेने प्रयुक्त आपोआप जास्त पर्यायांचा विचार करू शकत होते. यामुळे त्यांना उत्तरं सापडणं जास्त सोपं गेलं. (उत्तर आहे– कैद्यानं दोराचे पेड एकमेकांपासून विलग केले आणि अशा प्रकारे तो दोरीची लांबी वाढवू शकला.)

यामध्ये लक्षात घेण्यासारखी गोष्ट अशी की– परिचित, त्याच-त्या वातावरणात राहिल्यानं बुद्धी जखडून जाते. मेंदू म्हणजे जवळपास अमर्याद शक्यता दडलेल्या न्यूरॉन्सचं जाळं. याचा अर्थ असा की, मेंदूचा बराच वेळ आणि ऊर्जा 'काय निवडायचं नाही' हे ठरविण्यात खर्ची पडत असते. यामध्ये सर्जनशीलतेचा बळी जातो. पण याच प्रक्रियेच्या जोरावर आपली कार्यक्षमता मात्र वाढते. आपण गद्यात विचार करू शकतो, पण प्रतीकात्मक काव्यात नाही. पण जेव्हा आपण परिचितापासून दूर जातो, तेव्हा हे चित्र बदलू लागतं. तुम्ही घरापासून जितका जास्त काळ दूर जाल, तितका हा परिणाम प्रकर्षानं जाणवतो. केलॉग स्कूल ऑफ मॅनेजमेंट आणि INSEADच्या २००९ च्या सर्वेक्षणातही हेच आढळून आलं. ज्या विद्यार्थ्यांनी काही काळ परदेशात घालविला होता, ते सर्जनशीलतेच्या बाबतीत स्वगृहीच राहिलेल्यांपेक्षा सरस ठरले. प्रयोग असा होता– टाचण्या, कॉर्कबोर्डचा तुकडा, काड्यापेटी आणि मेणबत्ती घालून एक पुठ्ठ्याचा खोका प्रत्येकाला देण्यात आला. कॉर्कबोर्डच्या तुकड्याला मेणबत्ती अशा पद्धतीनं लावायची की, मेण खाली न सांडता ती जळली पाहिजे. हा 'डंकर कॅन्डल प्रॉब्लेम' बहुतेकांना हताश करतो. ९०% लोक पुढील दोनपैकी कुठल्या तरी एका प्रकारे विचार करतात- एक तर ते टाचणीनं मेणबत्ती बोर्डावर लावायला जातात, ज्यामुळे तिला तडे जाऊन ती तुटते; किंवा मेणबत्ती पेटवून वितळलेल्या मेणाच्या साह्यानं ती बोर्डाला चिकटवायचा प्रयत्न करतात. अर्थात, ती तशी चिकटत नाही आणि मेण खाली सांडतंच. बहुतेक लोक इथंच माघार घेतात. या कोड्याला उत्तरच नाहीये, असं त्यांना वाटू लागतं. अगदी हाताच्या बोटांवर मोजता येईल एवढ्यांनाच उतर सापडतं. ते असं- मेणबत्ती आधी मेणानं पुठ्ठ्याच्या खोक्याला चिकटवायची आणि मग हा खोका कॉर्कबोर्डला टाचणीनं लावायचा. खोक्याचा उपयोग काही तरी ठेवण्यापलीकडेही होऊ शकतो, ही इनसाईट जोपर्यंत मिळत नाही, तोपर्यंत पुढचं काही लक्षात येत नाही. परिचित गोष्टींचा नेहमीपेक्षा वेगळा वापर होऊ शकतो, हे बहुतेकांना सुचत नाही.

याचा परदेशी राहण्याशी काय संबंध? तर... वेगळ्या देशांतल्या संस्कृती, रीतिरिवाजांचा परिचय झाल्यानं माणूस खुल्या मनाचा बनतो. एकाच गोष्टीकडे वेगवेगळ्या पद्धतीने बघू शकतो. आपण एखाद्याकडे जेवायला गेल्यावर थोडं अन्न ताटात टाकलं, तर चीनमध्ये तुमच्या यजमानाला तो प्रशंसोद्गार वाटतो; पण अमेरिकेत मात्र यजमानाला वाटेल की, अन्न संपविण्याच्या लायकीचं नव्हतं, म्हणून

तुम्ही टाकलंय. अनुभवी प्रवासी संदिग्धतेकडे खुल्या मनानं पाहू शकतात. जगाचा अर्थ वेगवेगळ्या प्रकारे लावता येतो, हे त्यांना समजलेलं असतं. म्हणून कुठल्याही प्रश्नाकडे बघताना प्रथमदर्शनी सुचलेल्या उत्तराखेरीज इतर चार गोष्टींचा विचार करून ते उत्तरं शोधायचा प्रयत्न करतात.

अर्थात, मनाची ही लवचिकता केवळ अंतरानं साध्य होत नसते किंवा 'चार ठिकाणचं पाणी पिऊन'ही होत नसते. त्यासाठी वेगळेपणा अनुभवण्याची गरज असते, मानवी रीतिरिवाजांची भांबावून टाकणारी भिन्नता अनुभवावी लागते. 'या देशात वेटरला टिप द्यायची पद्धत आहे का?', 'ही गाडी कुठं जाते?' दूरच्या देशांत पडणाऱ्या अशा प्रश्नांचा मनावर खोल परिणाम होत असतो. आपल्याला आपल्याच अज्ञानाची जाणीव होते. आपण एकापाठोपाठ एक आश्चर्यकारक गोष्टीना सामोरं जात असतो. आजच्या जागतिकीकरणाच्या काळातसुद्धा ('लेट्स गो'सारख्या प्रवासी मार्गदर्शकांमध्ये नसलेल्या) असंख्य नव्या गोष्टी आपल्याला अनुभवायला मिळतात. आपण प्रवासाहून परत येतो, तेव्हा आपलं घर होतं तसंच असतं; पण आपल्या मनात काही तरी बदललेलं असतं आणि यामुळे सगळंच बदलतं.

रुथ हॅन्डलर ही गोष्ट स्वानुभवातून शिकली. रुथची लहान मुलगी बार्बरा १९५०च्या सुमारास कागदी बाहुल्यांशी खेळत असे. ती खेळत असताना तिच्याकडे बघण्यात रुथचे कित्येक तास जात. खेळातल्या बाहुल्यांचे ते 'कट-आऊट्स' लहान मुलांसारखे दिसायचे; मात्र बार्बरा खूपदा त्यांना प्रौढ भूमिकेत टाकायची.

मग तिची बाहुली कधी आई बनायची, तर कधी वेट्रेस. हे पाहून रुथच्या डोक्यात एक भन्नाट कल्पना आली. तिनं 'ड्रीम डॉल' या आपल्या बखरीत याचं वर्णन असं केलं आहे–

> ''बार्बरा तिच्या स्वप्नातलं प्रौढत्व, मोठेपण या बाहुल्यांच्या माध्यमातून व्यक्त करत होती. मग माझ्या डोक्यात प्रकाश पडला– आपण जर या खेळाला त्रिमितीत बसवलं आणि तकलादू, कागदी बाहुल्याऐवजी 'रोल-प्लेइंग'साठी लहान मुलींना खऱ्या बाहुल्या दिल्या, तर किती छान होईल! हा मूलभूत आणि गरजेचा खेळ-प्रकार आजपर्यंत कधी बाहुली उद्योगानं लहान मुलींसाठी सादरच केला नव्हता.''

त्या वेळी रुथचा नवरा मॅटेल टॉय कंपनीत एक अधिकारी होता. ''मोठ्या माणसांसारखी दिसणारी बाहुली तुमच्या कंपनीनं बनवावी,'' असं रुथनं सुचविल्यावर त्यानं तिला वेड्यात काढलं. लहान मुलींना प्रौढांसोबत खेळायला नाही आवडत! शिवाय खेळण्यांच्या धंद्याबद्दल रुथला काय माहिती होती? ती फक्त एक आई होती. आणि म्हणून हा प्रस्ताव मागे पडला.

पुढे १९५६ च्या उन्हाळी सुटीत हॅन्डलर कुटुंब प्रथमच युरोप दौऱ्यावर गेलं. स्वित्झर्लंडमध्ये एका छोट्या गावात फिरत असताना सिगारेटच्या दुकानात रुथला एक विचित्र बाहुली दिसली. ती ११ इंच उंचीची बाहुली 'प्लॅटिनम ब्लॉन्ड', लांब पायांची आणि उन्नत उरोज असलेली होती. तिचं नाव होतं 'बिल्ड लिली'. रुथला जर्मन भाषा येत नव्हती, पण ही बाहुली म्हणजे मध्यमवयीन पुरुषांसाठी बनविलेली 'सेक्स-सिंबल' होती. (म्हणून विक्रीसाठी ती फक्त सिगारेट आणि दारूच्या दुकानात ठेवली जात असे.) पण यातला मार्मिकपणा रुथच्या लक्षात आला नाही. तिला 'बिल्ड लिली'त दिसलं ते मुलींसाठी एक सुयोग्य खेळणं.

घरी परतल्यावर 'बिल्ड लिली'चं अमेरिकन व्हर्शन बनविण्यासाठी रुथनं नवऱ्याकडे तगादा लावला. अखेर त्या युरोपीय बाहुलीशी मुलींना खेळताना पाहून मॅटेलच्या अधिकाऱ्यांना रुथचा प्रस्ताव मान्य झाला. अशा प्रकारे मार्च १९५९ मध्ये मॅटेलने 'बार्बी' बाजारात आणली. सुरुवातीला ती 'फ्लॉप' झाली. स्त्रीसदृश कमनीयता असलेली बाहुली विकायला 'सिअर्स'नं नकार दिला. पण शेवटी खप वाढू लागला आणि पाहता-पाहता पाहता बार्बी एक 'कल्चरल आयकॉन' बनून गेली– मुलींची लाडकी, स्त्रीमुक्तीवाल्यांची शत्रू आणि वॉरहॉलने अजरामर केलेली बाहुली. आतापर्यंत मॅटेलनं अब्जावधी बार्बी विकल्या आहेत. ही मूळ जर्मन 'फिगरीन' जगातल्या सर्वांत लोकप्रिय खेळण्यांपैकी एक बनली आहे. रुथ 'बाहेर'ची असल्यानंच तिला 'बिल्ड लिली'पासून काय घडविता येईल, हे लक्षात आलं. रुथ युरोपातली असती, त्या बाहुलीचा आंबटशौकिनांशी असलेला संबंध तिला माहीत असता; तर स्वतःच्या लहान मुलीसाठी तिनं 'बिल्ड लिली'चा विचार कधीच केला नसता. ती जर खेळणी बनविणाऱ्या कंपनीतली अधिकारी असती, तरी तिला ही कल्पना खचितच सुचली नसती, कारण लहान मुलींना बाळाशी खेळायला आवडतं ना! पण रुथला यातलं काहीच माहीत नव्हतं, म्हणूनच तिला इन्साईट मिळाली. परदेशात ती एक भांबावलेली आई होती, म्हणून तिनं बार्बीचा शोध लावला!

३.

आपण जाणकारांना, म्हणजेच 'आतल्या' लोकांना मानाचं स्थान देणाऱ्या जगात राहतो; पण प्रावीण्य मिळविण्यात सर्जनशीलतेचा बळी जातो. एखादी गोष्ट शिकायचा प्रयत्न करणं म्हणजे तिची गाढी ओळख करून घेणं; तिच्यातले गुण-दोष आत्मसात करणं. मग विषय काहीही असो– उद्यानाची निर्मिती, व्हिडिओ गेम, किंवा बॅलेची योजना– आपल्याला जे माहीत असतं, ते विसरण्याचा सतत प्रयत्न करावा लागतो.

लेखन करण्यातलंही हे एक मोठं आव्हान आहे. लेखकाला स्वतः लिहिलेलं पुनःपुन्हा वाचावं लागतं. या प्रकारात होतं असं की, झालेलं लिखाण एखाद्या वाचकाच्या भूमिकेतून वाचू शकण्याचं कौशल्य लुप्त होतं. लेखक एक 'लेखक' म्हणून त्या लिखाणाकडे बघू लागतो. आपल्याला काय म्हणायचं आहे, हे त्याला बरोबर ठाउक असतं (कारण त्यानंच तर ते लिहिलेलं असतं); पण एक सुसंबद्ध कथानक लिहिताना, 'संपूर्ण अनभिज्ञ' असल्याच्या भावनेनं त्याचं संपादन करावं लागतं; जणू ते शब्द लेखकानं कधी पाहिलेच नाहीयेत.

लेखकानं स्वतःच्या लिखाणाबाबत 'बाहेर'चा बनणं आवश्यक असतं. त्यानं लेखकाची वस्त्रं टाकून दिली की, मग चुकीच्या वाक्यरचना, अतिअलंकारिकपणा वगैरे लिखाणातले दोष दिसायला लागतात. झेडी स्मिथ या कादंबरीकारानं 'लिखाण कसं करावं' यावर एक निबंध लिहिला आहे. आपण लिहिलेली गोष्ट काही दिवस बाजूला ठेवून द्यावी आणि विस्मृतीची जादू दाखविण्याची संधी काळाला द्यावी, असं तो सुचवितो.

> "तुम्हाला जर पैशांची फार निकड नसली आणि तुमची कादंबरी ताबडतोब प्रकाशित व्हायची गरज नसली, तर लिहून झाल्यावर तिला कपाटात ठेवून द्या. जितके दिवस बाजूला ठेवणं शक्य आहे, तितके दिवस ठेवा; खरं तर किमान एक वर्षभर... पण तीन महिनेही चालतील. लिखाणाचं संपादन करायला एक विशिष्ट दृष्टी लागते. लेखकाची नाही किंवा ते लिखाण डझनभर रूपांत वाचलेल्या व्यावसायिक संपादकाचीही नाही; नजर लागते ती पुस्तकाच्या दुकानांत फळीवरून पुस्तक हाती घेणाऱ्या चुणचुणीत माणसाची. काहीही करून 'आपण हे पुस्तक लिहिलंय' हे तुम्ही विसरायलाच हवं."

मन बधिर होतं. वाढत्या वयाबरोबर सर्जनशीलता टिकवायचा एकच मार्ग आहे– ज्या बाबतीत आपलं ज्ञान तोकडं आहे, अशा गोष्टींमध्ये खुडबुड करणं, प्रयोग करत राहणं. सॅम्युएल टेलर कोलरिज हा १९ व्या शतकातला रोमॅन्टिक कवी काय करायचा, ते पाहा. तो फावल्या वेळात लंडनमध्ये रसायनशास्त्रविषयक व्याख्यानं ऐकायला जायचा; शास्त्रज्ञांचे प्रयोग बघायला जायचा. तो हे का करायचा? "माझ्याजवळ असलेला रूपकांचा साठा वाढवायला मी ही व्याख्यानं ऐकतो," असं उत्तर त्यानं दिलं. जेव्हा 'बाहेरचा' बनून आपण 'आत' डोकावून बघतो, तेव्हा आपल्या नजरेला जास्तीत जास्त गोष्टी दिसतात.

'एकत्र'

‘क्यू’ची शक्ती

‘प्रत्येक जण थोर कलाकार होऊ शकत नाही; पण थोर कलाकार कुठलाही असू शकतो’
- पिक्सारच्या ‘रातातुइये’ चित्रपटातील ॲन्टन ईगो

कोणत्याही नव्या कल्पनेचं उगमस्थान तेच असत- आपला मेंदू म्हणजे न्यूरॉन्सचं जाळं. या जाळ्यातून विद्युत लहरींची एक शिरशिरी इकडून तिकडे अचानक जाते आणि मग... पण कधी कधी न्यूरॉन्सचा एक गट किंवा एक जाळं पुरेसं नसतं. कधी कधी समस्येचं स्वरूपच असं असतं की, ते एकट्याला झेपण्यासारखं नसतं. इथं एकमेकांच्या सहकार्याची गरज असते. एखादा समूह म्हणजे निव्वळ वैयक्तिक प्रतिभांची बेरीज नसते; उलट सर्वांच्या प्रतिभेच्या बेरजेपेक्षा काही तरी जास्त निर्माण करण्याची शक्ती त्या समूहात असते. जेव्हा योग्य ती माणसे एकत्र येतात आणि योग्य प्रकारे एकमेकांशी सहकार्य करतात, तेव्हा आपल्याला जादुई परिणाम बघायला मिळतात. पण अर्थात ही जादू नसते. असं घडण्यामागं काही कारणं असतात.

आता तर असं लक्षात येतंय की, अनेक क्षेत्रांत ‘सामूहिक सर्जनशीलतेला’ पर्यायच नाहीये. आज जगाला भेडसावणाऱ्या समस्या इतक्या जटिल आहेत की, त्या सोडविणं कोणाही एका प्रतिभावंताच्या क्षमतेच्या पलीकडलं आहे. एकमेकांच्या मदतीनंच त्यावर उपाय निघू शकतो.

केलॉग बिझनेस स्कूलमधले व्यवस्थापनाचे प्राध्यापक बेन जोन्स उत्पादकतेचा अभ्यास करतात. तसेच वैज्ञानिक संशोधन (आणि त्याची ‘उत्पादकता’ – प्रॉडक्टिव्हिटी) कोणत्या दिशेनं जात आहे याचं विश्लेषण ते करतात. त्यांनी १९.९ दशलक्ष ‘पिअर-रिव्ह्यूड’ शोधनिबंध आणि गेल्या ५० वर्षांतल्या २.१ दशलक्ष पेटंट्सचं विश्लेषण केलं आहे. त्यांच्या मते, विज्ञानाच्या ९९ शाखांमध्ये सांघिक कामगिरीचं

प्रमाण वाढतंय. संशोधन करणाऱ्या सर्वसाधारण 'टीम'चा आकार प्रत्येक दशकाला २० टक्क्यांनी वाढतोय. आइन्स्टाईन आणि डार्विनच्या काळातले संशोधक बहुधा एकट्यानंच काम करायचे. आता मात्र कोणत्याही दर्जेदार संशोधनामागे वैज्ञानिकांची 'टीम' असते. विषय कोणताही असो- पदार्थविज्ञान, की जेनेटिक्स- विज्ञान जगतात तुमच्या शोधनिबंधाचा संदर्भ किती वेळा अन्य वैज्ञानिक देतात (तुमच्या निबंधाला किती 'सायटेशन' मिळतात) हे फार महत्त्वाचं मानलं जातं. एक हजारपेक्षा जास्त 'सायटेशन' लाभलेले शोधनिबंध 'टीम'नं लिहिलेले असण्याची शक्यता, एका संशोधकानं लिहिलेल्या शोधनिबंधांच्या तुलनेत सहापट जास्त आहे, असं आढळून आलं आहे.

याचं कारण साधं आहे. अवघड समस्यांची उकल करायला विज्ञानाच्या वेगवेगळ्या शाखांमधले तज्ज्ञ आवश्यक असतात. हे सगळे जेव्हा एकत्रितपणे आपापल्या शाखांमधलं ज्ञान 'जोडतात', तेव्हाच उत्तर सापडू शकतं. प्रत्येकानं स्वतःला सुचलेल्या कल्पना एकमेकांबरोबर 'वाटून' घेण्याला आता पर्याय नाहीये. वैयक्तिक पातळीवर अपयश की सामूहिक सहकार्यानं यश- यातलं काय हवं, हे आपणच ठरवायचं आहे.

एकत्रितपणे काम कसं करावं, सामूहिक सर्जनशीलतेचा वापर कोणत्या मार्गानं करणं सगळ्यात चांगलं, अशा प्रश्नांची उकल करण्यात ब्रायन उझी या 'नॉर्थवेस्ट'मधील समाजशास्त्रज्ञानं आपली कारकीर्द खर्ची घातली आहे. यासाठी त्यांनी ब्रॉडवेवरील संगीत नाटकांचा ('म्युझिकल्स'चा) अभ्यास केला आहे. उझी न्यूयॉर्कमध्येच लहानाचे मोठे झाले. त्यात त्यांनी अनेक संगीत नाटकं पहिली; पण आता ते एक अभ्यासक म्हणून ती पाहतात; संगीतरसिक म्हणून नव्हे. संगीत नाटक म्हणजे सामूहिक सर्जनशीलतेचा उत्तम नमुना. उझींनी पाच वर्षं अनेक जुन्या नाटकांचा अभ्यास केला. संगीत नाटक निर्माण करणं म्हणजे एकट्याचं काम नाही, तर विविध प्रतिभाशाली लोकांनी एकत्र येऊन करण्याची ती गोष्ट आहे- संगीतकार, गीतकार, नृत्यदिग्दर्शक आणि अर्थात निर्माता अशा सगळ्यांचा यात समावेश असतो.

या लोकांमधल्या परस्परसंबंधांचा कलाकृतीवर काही परिणाम होतो का, हे उझींना बघायचं होतं. एकमेकांचे चांगले मित्र असलेल्यांचा गट असणं बरं, का अनोळखी लोकांनी एकत्र येणं चांगलं? सर्जनशीलतेच्या प्रक्रियेत सहयोगाचा आदर्श मार्ग कोणता? सन १९७७ ते १९९० च्या दरम्यान ब्रॉडवेवर सादर झालेल्या २२५८ नाटकांपैकी प्रत्येक संगीत नाटकाचा आणि त्यामागच्या 'टीम'चा अभ्यास उझींनी केला. कोल पोर्टरपासून ॲकण्ड्रू लॉईड वेबरपर्यंत अगणित कलाकारांच्या आयुष्यातल्या आणि त्यांच्या परस्परसंबंधांतल्या चढ-उतारांचं निरीक्षण त्यांनी केलं.

सर्वप्रथम त्यांच्या लक्षात आलं की, ब्रॉडवेशी संबंध असलेल्या सर्वांचा एकमेकांशी काही ना काही संबंध आहे. ते सगळेच एका 'सोशल नेटवर्क'चा भाग आहेत. प्रत्येक नाटकापुरती, या परस्परसंबंधांची 'घनता' मोजायची पद्धत त्यांनी शोधून काढली. या 'घनते'ला त्यांनी 'क्यू' हे परिमाण दिलं. एखाद्या गटातली जवळीक जितकी जास्त, तितका त्या गटाचा 'क्यू' जास्त. उदाहरणार्थ– एखाद्या निर्मात्यानं अनेक नाटकं केलेल्याच संचाला बरोबर घेऊन नवं नाटक बसवलं, तर या नाटकाचा 'क्यू' जास्त असेल. अनोळखी लोकांच्या संचाचा 'क्यू' कमी असेल.

या 'मेट्रिक'मुळे 'क्यू'ची पातळी आणि नाटकाचं यश या दोहोंमधला संबंध ते अभ्यासू शकले. यातून त्यांना जे आढळलं, त्यानं ते थक्क झाले. 'क्यू'चा नाटकाच्या यशाशी एवढा घनिष्ठ संबंध असेल, असं त्यांना अजिबात वाटलं नव्हतं. ब्रॉडवेच्या जगात नाटकाच्या यशाच्या बाबतीत सर्वांत महत्त्वाचा मुद्दा म्हणजे संचातल्या लोकांचे परस्परसंबंध. 'क्यू' जर १.७ च्या खाली असला, तर ते नाटक पडण्याची शक्यता खूप असते. अशा संचातल्या कलाकारांची एकमेकांशी फारशी ओळख नसल्यानं एकत्र काम करणं आणि विचारांची देवाण-घेवाण करणं अवघड जातं. अर्थात, हे अपेक्षितच आहे. चार अनोळखी लोक एकत्र येऊन एखादी महान कलाकृती कशी करू शकतील? आधी एकमेकांचा सखोल परिचय आणि मग सहकार्य, ही वेळ घेणारी प्रक्रिया आहे. पण 'क्यू' ३ पेक्षा जास्त असतानाही कमी दर्जाची नाटकं तयार होत होती. एकमेकांची खूप ओळख असेल, तर सगळ्यांची विचारसरणी एकसारखी होते आणि नावीन्याला वाव उरत नाही. उझींच्या मते, १९२० च्या दशकात ब्रॉडवेवर नेमकं हेच झालं. या दशकातली ८७% नाटकं सपशेल पडली. नाही म्हणायला कोल पोर्टर, रिचर्ड रॉजर्स, लोरेंझ हार्ट, ऑस्कर हॅमरस्टीन (द्वितीय) असे दिग्गज या दशकानं दिले. पण या सर्व दिग्गजांना आपल्या जवळच्या मित्रांबरोबर काम करायची सवय लागून गेली होती. आणि इतकी प्रतिभा असूनही त्यांच्या हातून अतिशय सुमार नाटकं निर्माण झाली.

मग कोणत्या प्रकारच्या संचांकडून उत्तम संगीत नाटकं तयार झाली? उझींनी गोळा केलेल्या माहितीवरून दिसतं की, 'मध्यम जवळीक' असलेल्या संचांकडून चांगली कामगिरी होते. १.४ पेक्षा कमी किंवा ३.२ पेक्षा जास्त 'क्यू' असलेल्या संचांच्या तुलनेत २.६ 'क्यू' असलेल्या संचांची नाटकं व्यावसायिक यश मिळविण्याची शक्यता अडीचपट जास्त होती. हीच नाटकं समीक्षकांना आवडायची शक्यता तिप्पट जास्त होती. थोडक्यात, काही नवे आणि काही जुने कलाकार एकत्र येणं सर्वांत चांगलं. अनुभवाच्या भक्कम पायावर नवी कल्पना राबविणं सोपं जातं. अशा संचांमध्ये दोस्तीचं वातावरण असतं, तसंच थोडा संकोचही असतो.

कमी ‘Q’ आदर्श ‘Q’ उच्च ‘Q’

बहुतांशी क्रिएटिव्ह गट ‘Q’ चं नेमकं प्रमाण साधू इच्छितात.

सुयोग्य ‘क्यू’विषयी बोलताना उझी ‘वेस्ट साईड स्टोरी’चं उदाहरण देतात. हे नाटक म्हणजे ब्रॉडवेच्या इतिहासातल्या गाजलेल्या यशस्वी संगीत नाटकांपैकी एक. सामाजिक विषयाला हात घालत आणि प्रदीर्घ नृत्यदृश्यांमुळे १९५७ मध्ये या नाटकानं ब्रॉडवेचे संकेत धुडकविले होते. खरं म्हणजे, यातले बरेच कलाकार एकमेकांना परिचित असे दिग्गज होते. जेरोम रॉबिन्स, लिओनार्ड बर्नस्टीन आणि आर्थर लॉरेंट्झ या तीन ज्येष्ठांना या नाटकाची कल्पना सुचली. पण यांच्या बरोबरीने पंचवीसवर्षीय गीतकार स्टीफन सोंडहाईम याला प्रथमच ब्रॉडवेत आमंत्रण देण्यात आलं होतं. तसंच, पीटर जेनारो या रॉबिन्सच्या नव्या सहायकानं कोरिओग्राफीबाबत महत्त्वाच्या कल्पना सुचविल्या. लोकांना आपल्याजवळच्या मित्रांबरोबर काम करावंसं वाटतं; पण काही तरी उत्तम निर्माण करायचं असेल, तर नव्या लोकांचीही मदत घ्यावी लागते.

१.

‘कोणालाही काहीही माहीत नसतं.’ सिनेसृष्टीबद्दल केलेलं हे मार्मिक विधान आहे पटकथालेखक विल्यम गोल्डमन यांच्या ‘ॲडव्हेंचर्स इन द स्क्रीन ट्रेड’ या आत्मचरित्रातलं. त्यांच्या मते, हे विधान सिनेसृष्टीबद्दलचं सर्वांत मोठं सत्य आहे. या विधानाच्या समर्थनार्थ ते हॉलिवूडच्या अनेक ‘फ्लॉप’, तसेच अनपेक्षितरीत्या यश मिळालेल्या चित्रपटांची उदाहरणं देतात. ‘रेडर्स ऑफ द लॉस्ट आर्क’ हा चित्रपट हॉलिवूडच्या सर्वाधिक धंदा केलेल्या चित्रपटांपैकी एक. पण पॅरामाउंट स्टुडिओजनं तो हाती घेण्याअगोदर सर्व मोठ्या स्टुडिओजनी तो तयार करण्यास नकार दिला होता. पॅरामाउंटने ‘हो’ का म्हटलं? कारण ‘कोणालाच काही कळत नाही.’ इतरांनी ‘नाही’ का म्हटलं? कारण तेच– ‘कोणालाच काही कळत नाही’... इति गोल्डमन. तसंच, सर्वांत बलवान युनिव्हर्सल स्टुडिओजनं ‘स्टार वॉर्स’ का

नाकारला? कारण कोणालाही, केव्हाही, कधीही कळलेलं नाही आणि कळणारही नाही की, बॉक्स ऑफिसमध्ये काय चालेल आणि काय नाही चालणार. हॉलीवुड म्हणजे एक जुगारच आहे!

हं, गोल्डमनच्या या नियमाला एक अपवाद आहे. तो म्हणजे पिक्सार ॲनिमेशन स्टुडिओज. सन १९९५ मध्ये 'टॉय स्टोरी' रिलीज केल्यापासून आतापर्यंत पिक्सारनं निर्माण केलेले अकराही चित्रपट यशस्वी ठरले आहेत. आंतरराष्ट्रीय पातळीवर त्यांच्या प्रत्येक चित्रपटानं ५५० दशलक्ष डॉलर्सहून जास्त धंदा केला आहे. आणि निव्वळ व्यावसायिक यशच नव्हे, तर समीक्षकांची वाहवासुद्धा मिळविली आहे. पिक्सारला एकूण २४ अकादमी ॲवॉर्ड, सहा गोल्डन ग्लोब आणि तीन ग्रॅमी मिळाले आहेत. सन २००१ पासून 'बेस्ट ॲनिमेटेड फीचर' ही नवी श्रेणी निर्माण करण्यात आली. या श्रेणीत पिक्सारच्या प्रत्येक चित्रपटाला 'नॉमिनेशन' मिळालं आहे आणि पाच चित्रपटांना प्रत्यक्ष 'ऑस्कर' मिळालं आहे.

पिक्सारचं घवघवीत यश समजण्यासाठी सर्जनशीलता जोपासणारी त्यांची गेल्या ३३ वर्षांची परंपरा काय व कशी आहे याकडे लक्ष दिलं पाहिजे. सिनेसृष्टीत शिरण्याअगोदर पिक्सार संगणक बनवायचे. चित्रपट बनविणाऱ्या 'लुकास फिल्म' कंपनीच्या संचालक जॉर्ज लुकासनं १९८० मध्ये एक संगणक विभाग सुरू केला. त्या काळी 'स्टार वॉर्स' आणि 'द एम्पायर स्ट्राइक्स बॅक'च्या घवघवीत यशामुळे लुकास यांच्याकडे भरपूर पैसे होते. नवे कम्प्युटर्स वापरून चित्रपटातले स्पेशल इफेक्ट्स दाखविता येतील का, यावर ते विचार करू लागले. ('स्टार वॉर्स'मधले सर्व इफेक्ट्स हातानं केले होते. उदा.– त्यातल्या द्वंद्वदृश्यात वापरलेल्या लेसर तलवारी प्रत्येक फ्रेमवर हातानं रंगविल्या होत्या.) आणि म्हणून १९८० मध्ये लुकास यांनी एड कॅटमल आणि अल्वी रे स्मिथ या दोघा संगणकतज्ज्ञांना नियुक्त केले. हे दोघे डिजिटल इमेजरीमध्ये तज्ज्ञ होते.

एकीकडे लुकास या पुरोगामी-प्रायोगिक संशोधनावर पैसे ओतत असले, तरी स्वत:च्या चित्रपटांमध्ये हे तंत्रज्ञान वापरण्याकडे त्यांचा फारसा कल नव्हता. या तंत्रज्ञानाचा प्रथम वापर झाला तो 'स्टार-ट्रेक – २ : द राथ ऑफ खान'मध्ये. कॅमेरा त्या दूरच्या ग्रहाकडे झेपावतो, ते दृश्य या तंत्रज्ञानाच्या मदतीनं चित्रित केलं आहे. स्मिथ यांच्या दृष्टीनं हा मोठा ब्रेक होता. काही सेकंद दिसणारे स्पेशल इफेक्ट बनवायला भरपूर वेळ लागला होता; पण जे तयार झालं, ते भन्नाट होतं. त्या मानानं 'हळू' चालणाऱ्या या संगणकांनीसुद्धा हे उत्तम इफेक्ट्स साधले होते.

पण कॅटमल आणि स्मिथ यांचं एवढ्यावर समाधान झालं नाही. त्यांना स्वतःचा असा, संपूर्णपणे संगणकावर बनविलेला ॲनिमेशन चित्रपट तयार करायचा होता. पण त्यांच्या दुर्दैवाने लुकास यांना तसं वाटत नव्हतं. आपल्या संगणक

तज्ज्ञांनी चित्रपट निर्माण करावेत, हे त्यांना पसंत नव्हतं. त्यामुळे कॅटमल आणि स्मिथना लपूनछपून काम करावं लागत होतं. मग त्यांनी 'डिस्ने'मधल्या जॉन लॅसेटर नामक ॲनिमेटरला नोकरीवर घेतलं. त्या वेळी हे दोघे 'द ॲडव्हेंचर्स ऑफ आंद्रे अँड वॉली बी' या कार्टूनपटाचं काम करीत होते. लॅसेटरनं ताबडतोब त्यात अनेक बदल सुचविले. चौकोन आणि गोल वगळून अनेक आकार त्यानं चित्रांत घातले. आंद्रे आणि मधमाशीच्या संवादात विनोदीपणा आणला. जॉन हा उत्तम कथाकथनकार आहे, हे कॅटमलच्या लगेच लक्षात आलं. त्याच्याकडे असलेल्या कौशल्याची यांना नितांत गरज होती, म्हणून जॉन जे म्हणेल ते हे दोघं ऐकत होते. कॅटमल सध्या 'डिस्ने ॲनिमेशन स्टुडिओज' आणि पिक्सारचे अध्यक्ष आहेत.

'आंद्रे'चं तंत्रज्ञान यशस्वी झालं होतं. यामुळेच हॉलीवुडमध्ये कॉम्प्युटर ॲनिमेशनबद्दल कुतूहल निर्माण झालं. पण एव्हाना या दोन कॉम्प्युटर तज्ज्ञांवर पैसे खर्च करण्याचा लुकासना कंटाळा येऊ लागला होता. इथं पदार्पण होतं स्टीव्ह जॉब्सचं. 'ॲपल'मधून पदच्युत झाल्यामुळे चिडलेल्या जॉब्सला लुकास फिल्मच्या कॉम्प्युटर विभागानं आकृष्ट केलं. पण त्याला ॲनिमेशनमध्ये फारसा रस नव्हता. त्याला भावला होता तो १,३५,००० डॉलर्सचा 'पिक्सार इमेज कॉम्प्युटर'. हे यंत्र क्लिष्ट ग्राफिक्स तयार करू शकायचं. (कॅटमल आणि स्मिथच्या मते, त्यांची कार्टून्स ही या संगणकाच्या ताकदीची जाहिरातच होती.) जॉब्सने लुकास फिल्मकडून कॉम्प्युटर विभाग १० दशलक्ष डॉलर्सला १९८६ मध्ये विकत घेतला. या नव्या कंपनीचं नाव– पिक्सार.

पण स्मिथ आणि मंडळी काळाच्या पुढे धावत होती. फक्त चित्रं तयार करू शकणाऱ्या कॉम्प्युटरवर लोक पैसे खर्च करायला तयार नव्हते. दर वर्षी लाखो डॉलर्स तोटा सोसत असलेली पिक्सार जगली ती केवळ जॉब्सनं स्वतःच्या बळावर घेतलेल्या जोखमीमुळे. दरम्यान, पैसे मिळविण्यासाठी कॅटमल आणि स्मिथ दोघंही प्रयत्नांची शिकस्त करत होते. काही नाही तरी त्यांची क्रिएटिव्ह टीम टिकून राहणं आवश्यक होतं, म्हणून त्यांनी जाहिराती बनवायचं ठरवलं. त्यांचा कॉम्प्युटर संपूर्ण चित्रपट बनवायच्या ताकदीचा नसला तरी १५ सेकंदांची जाहिरात तो बनवू शकत होता. आणि थोड्याच काळात लॅसेटर लिस्टरीन, ट्रायडेंट चुइंग-गम, फोल्क्स वॅगन वगैरेंसाठी ॲनिमेशन जाहिराती करू लागले. त्यांच्यातल्या कलाकाराला जरी यातून फारसं समाधान मिळत नसलं, तरी हाताशी पैसा येऊ लागला.

या आर्थिक दुःस्थितीतसुद्धा पिक्सारमध्ये एक अद्वितीय क्रिएटिव्ह संस्कृती जन्माला येऊन वाढीस लागली होती. हिचं वैशिष्ट्य म्हणजे, कल्पनांची मुक्त देवाण-घेवाण, कॉम्प्युटरतज्ज्ञ आणि ॲनिमेटर्सदरम्यान असणारा सततचा संपर्क. सुरुवातीला हे गरजेपोटी झालं होतं. उदा.– 'हे चित्र, हा आकार ॲनिमेट करता

येईल का', 'मोशन ब्लर'चं काय करता येईल', 'चेहऱ्यावर अधिक बोलके भाव दाखविता येतील का'... अशासारख्या तांत्रिक प्रश्नांमुळे. पिक्सार एक नवाच कलाप्रकार निर्माण करू पाहत होतं. त्यामुळे प्रत्येक 'एस्थेटिक' निर्णयाचे तांत्रिक पडसाद उमटत असत. तसेच, तंत्रज्ञानाच्या मर्यादांमुळे कलात्मक बदलही करावे लागत होते. ॲनिमेशन सुपरवायझर बॉबी पोडेस्टा म्हणतो, "त्या सुरुवातीच्या काळात आम्ही काय करत होतो, हे आमचं आम्हालाच कळत नव्हतं. आम्ही अंधारात चाचपडत होतो. 'तुम्ही अमुक करू शकता का?' असं कॉम्प्युटरवाल्यांना विचारायचं; ते 'नाही' म्हणाले तर त्यांच्या मागं लागत राहायचं. आम्ही सगळेच, 'आपण काय काय करू शकतो' हे पडताळून पाहायचा प्रयत्न करत होतो."

आपलं हार्डवेअर विकण्यासाठी पिक्सार लघुपट बनवीत राहिले. 'टिन टॉय' हा त्यातला सर्वांत प्रभावी. 'चावी देण्याचं एक खेळणं एका बाळापासून पळून जातं' असं हे कथानक होतं. खेळण्यांमध्ये रमलेल्या आपल्या भाच्याची व्हीडिओ फिल्म बघत असताना लॅसेटरना या कथेची कल्पना सुचली. ते म्हणतात, "माझा भाचा प्रत्येक खेळणं तोंडात घालत होता. ते लाळेनं चिंब व्हायचं. ओह! त्या खेळण्याला काय वाटत असेल? त्याच्या दृष्टीनं ते मूल म्हणजे एक भयंकर राक्षसच!" ...'टिन टॉय' हा ऑस्कर मिळविणारा पहिलाच ॲनिमेटेड चित्रपट ठरला. या यशामुळे 'खेळणं' आणि त्याचा 'मालक' यांच्यामधले भावनिक संबंध दर्शविणारा एखादा ॲनिमेशनपट तयार करण्यासाठी डिस्ने स्टुडिओजनं पिक्सारबरोबर काम करायचं ठरवलं. दुसरं काहीच सुचलं नाही, म्हणून या चित्रपटाला 'टॉय स्टोरी' असं नाव द्यायचं ठरलं. कॅटमलच्या मते, ही एक नामी संधी त्यांच्याकडे चालून आली होती; पण ती धडकी भरविणारी होती. केवळ १५ सेकंदांची जाहिरात करणं कुठे आणि ८२ मिनिटांचा संपूर्ण चित्रपट कुठे!

त्या वेळी 'टॉय स्टोरी'साठी एक वेगळी निर्मिती कंपनी काढावी, असा दबाव डिस्नेने पिक्सारवर आणला. "हॉलिवूडमधली ही जुनीच प्रथा आहे, असं आम्हाला सगळे म्हणाले," कॅटमल सांगतात. "आम्ही नवखे असल्यामुळे ते ऐकलं आणि नव्या कंपनीचं नाव 'हायटेक टून्स' असं ठेवलं. या कंपनीची स्टेशनरीसुद्धा छापून तयार झाली. पण या कंपनीचा लोगो आणि इतर माहिती दाखवायला जेव्हा मी लॅसेटरकडे गेलो, तेव्हा त्याला हे अजिबात पटलं नाही. आमचे सर्व बेत आम्ही रद्द केले. ही फिल्म आम्ही आमच्या पद्धतीनंच करणार आहोत, असं हॉलिवूडच्या लोकांना सांगितलं."

कर्मचाऱ्यांना एकमेकांत सतत मिसळता यावं म्हणून पिक्सारला स्वतंत्र कंपनी काढायची नव्हती. वेगवेगळी कौशल्यं आणि पार्श्वभूमी असलेल्या लोकांमध्ये जर मोकळेपणानं वैचारिक देवाण-घेवाण झाली, तर सर्जनशीलतेच्या दृष्टीनं ते खूप

फायद्याचं असतं, हे पिक्सारला स्वानुभवावरून कळून चुकलं होतं.

लॅसेटरच्या मते :– 'तंत्रज्ञानाकडून कला स्फुर्ती घेते आणि कला तंत्रज्ञानाला आव्हान देते.' एकीकडे प्रतिभाशाली ॲनिमेटर आणि कॉम्प्युटरतज्ज्ञ नव्यानं कामावर घेतले तरी; या नव्या लोकांचा आपल्याकडल्या जुन्या आणि अनुभवी लोकांशी संपर्क यायलाच हवा, याबद्दल पिक्सार आग्रही होती. हे सुलभ होण्यासाठी आणि योग्य 'क्यू' साधण्यासाठी सर्व कर्मचारी एकाच इमारतीत असणं आवश्यक होतं. आधुनिक हॉलिवूडमध्ये एका सिनेमासाठी एक गट तयार करायचा आणि तो प्रकल्प पूर्ण झाला की, तो गट मोडीत काढायचा– अशी कामाची पद्धत होती. कॅटमल म्हणतो, ''ही पद्धत आम्हाला मूर्खपणाची वाटत होती. उत्तम चित्रपट तयार करायला उत्तम टीम आवश्यक असते. हॉलिवूड मतप्रणालीनुसार चांगला चित्रपट करायला तुमच्याकडे चांगल्या कल्पना असायला लागतात; तुमच्याजवळ चांगले लोक असण्यापेक्षा हे जास्त महत्त्वाचं आहे. अशा विचारसरणीमुळेच हॉलिवूडचे चित्रपट एकमेकांचं अनुकरण करणारे आणि तेच ते विषय हाताळणारे असतात. ही पद्धत मुळातच चुकीची आहे. सुमार दर्जाची टीम चांगल्या कल्पनेचंही वाटोळं करू शकते; पण चांगली टीम हाताशी असेल, तर एखाद्या सामान्य कल्पनेचं ती सोनं करू शकते.

२.

पिक्सार ॲनिमेशन स्टुडिओज ऑकलंडच्या उत्तरेला, डेल माँटच्या एका जुन्या कॅनिंग फॅक्टरीत वसलेला आहे. सुरुवातीला कॉम्प्युटरतज्ज्ञ, ॲनिमेशन आणि व्यवस्थापन अशा तीन विभागांकरिता वेगवेगळ्या इमारती बांधायचं चाललं होतं. यात खर्चही कमी होणार होता. पण स्टीव्ह जॉब्सनं हे फेटाळून लावलं. तो प्रत्येक गोष्टीत लक्ष घालीत असे. लवकरच स्टीव्हनं संपूर्ण स्टुडिओचा आराखडा तयार केला. तीन इमारतींऐवजी मध्यात भला मोठा हवेशीर 'चौक' (एट्रियम) असलेली एकच भव्य इमारत बांधायचं ठरलं. कॅटमल सांगतात, ''इमारतीच्या 'गाभाऱ्यात' कंपनीचं सर्वांत महत्त्वाचं काम व्हायला हवं. आमच्याकडे सर्वांत महत्त्वाचं काय आहे, तर कर्मचाऱ्यांचा एकमेकांशी संवाद. म्हणून स्टीव्हनं या भल्या मोठ्या चौकाची योजना केली. इथं लोक एकमेकांत कायम मिसळतील.''

पण केवळ असा चौक बांधून काम होणार नव्हतं. लोकांना तिथं जाणं भाग पडलं पाहिजे. स्टीव्हनं सर्व पत्रपेट्या तिथं हलविल्या. मग मीटिंजच्या खोल्या मध्यभागी आणल्या. त्यापाठोपाठ उपाहारगृह, कॉफी शॉप आणि गिफ्ट शॉपही. पण हेही पुरेसं नव्हतं. शेवटी प्रसाधनगृहंही चौकातच हलवायचं ठरलं. डार्ला

अँडरसन या तिथल्या निर्मातीला हे जरा जास्तच विचित्र वाटलं. ''मला दर अर्ध्या तासानं जावं लागतं. प्रत्येक वेळी माझ्या खोलीतून चौकापर्यंत येणं म्हणजे वेळ वाया घालविणं आहे. पण स्टीव्ह म्हणाला की, इथं एकमेकांची भेट होणं अपरिहार्य आहे. त्याला खरोखरच वाटायचं की, पार्किंग लॉटमध्ये किंवा इथं चौकात अचानक झालेल्या भेटी सर्वांत फलदायी ठरतात. आणि काय सांगू... त्याचं म्हणणं बरोबर होतं. माझ्या टेबलापाशी बसून माझं जेवढं काम होत होतं, त्यापेक्षा जास्त काम प्रसाधनगृहाकडे जाता-जाता किंवा न्याहारी करता-करता लोकांशी बोलून होऊ लागलं.'' 'द इंक्रेडिबल्स' आणि 'रातातुर्ये'चे दिग्दर्शक ब्रॅड बर्डनाही हे पटतं. ''एवढा मोठा चौक बांधणं म्हणजे जागेचा अपव्यय, असं कोणालाही वाटेल... पण लोक एकमेकांना भेटतात, जेव्हा नजरानजर होते, तेव्हा त्यातून काही तरी घडतं, हे स्टीव्हच्या लक्षात आलं होतं. त्यामुळे त्यानं लोकसंपर्क टाळणं अशक्य होईल, अशी व्यवस्था केली.''

फक्त चौकातच नव्हे, तर पिक्सारच्या संपूर्ण आवारातच हे खेळीमेळीचं वातावरण जाणवतं. 'टॉय स्टोरी ३' हा चित्रपट पूर्णत्वाकडे आला असतानाच्या काळात मी तिथं गेलो होतो. त्या धावपळीच्या काळातही जणू पिक्सारच्या कोनाकोपऱ्यातून संवाद घुमत होते. जॉब्सच्या होऱ्यानुसार प्रसाधनगृहात लोक गप्पा-गोष्टी करत होते, तसेच कॉफी बारमध्ये किंवा लक्झो कॅफेत थाय करीचे घास घेता-घेताही संभाषणं चालूच होती. ॲनिमेटर्स एकमेकांशी करत असलेली बातचीत ऐकत काही लोक कलादालनात बसले होते. संध्याकाळी गर्दी होते ती पिक्सारच्या ११ बार्समध्ये. याखेरीज पिक्सारचे कर्मचारी क्रिएटिव्ह रायटिंगपासून कॉमिक इम्प्रूव्हपर्यंत ११० पैकी कोणत्याही आवडीच्या विषयाचे वर्ग, तिथल्याच पिक्सार विद्यापीठात लावू शकतात. जॉन लॅसेटर कदाचित जग्लिंग शिकताना सुरक्षारक्षकासोबतही सापडू शकतील. पिक्सार विद्यापीठाच्या बोधचिन्हात या सगळ्याचं सार आहे– – *Alienus non diutius – 'Alone no longer'.* अर्थात, 'आता एकाकी कधीही नाही.'

रे ओल्डेनबर्ग हे समाजशास्त्रज्ञ अशा सार्वजनिक ठिकाणांना 'थर्ड प्लेस' (तिसरी जागा) असं संबोधतात. आपलं घर ही 'पहिली जागा' आणि ऑफिस ही दुसरी. अशा जागांमधून शतकानुशतके नवनवीन कल्पना निर्माण झाल्या आहेत. उदा.– १८ व्या शतकातील इंग्लंडमधल्या कॉफी हाऊसेसमध्ये रसायनशास्त्र ते राजकारण, अशा कुठल्याही विषयांचा ऊहापोह होत असे, तर आधुनिक पॅरिसच्या लेफ्ट बँक बार्समध्ये पिकासो व जर्ट्रूड स्टाईनसारखे लोक एकमेकांना भेटत. अशा ठिकाणी विविध प्रतिभावंत एकत्र येऊन मद्य किंवा कॉफीच्या घोटाबरोबर मोकळेपणानं बोलू शकतात. पिक्सारचं वैशिष्ट्य हे की, 'थर्ड प्लेस' ऑफिसचा एक भागच बनून

गेली आहे. इथं छोटी छोटी क्युबिकल्स आहेत, तसेच व्हिस्की लाऊंज आणि एक्स्प्रेसो बारही आहेत. या सर्वांतून निर्माण होते ती माणसांच्या आवाजांनी गजबजलेली आणि कार्यशील थर्ड प्लेस.

वरकरणी हे वातावरण कामाला मारक आणि अकार्यक्षम वाटण्याची शक्यता आहे, पण पिक्सारमध्ये याकडे गांभीर्यानं बघितलं जातं. ज्या टीम्समध्ये परिचित आणि नवोदित यांचा योग्य मेळ असतो, त्यांच्याकडूनच जास्तीत जास्त क्रिएटिव्ह काम होऊ शकतं, हा त्यांनी अंगीकृत केलेला धडा आहे. 'वेस्ट साईड स्टोरी' बनविणाऱ्या ब्रॉडवे कलाकारांचं असंच होतं. (३एम आणि गूगलमध्येही अशा प्रकारचं वातावरण निर्माण केलं गेलंय.) अॅन्डरसन म्हणतात, ''लोक कुठे बसले आहेत आणि ऑफिसची रचना कशी असावी, याचा आम्ही खूप विचार केला आहे. लोक एकमेकांशी जवळीक साधून गप्पा मारत आहेत याची खात्री करणं, हे निर्माता म्हणून माझं काम आहे. लोक फारसे मिसळत नसतील, तर मला काळजी वाटते.'' एखादा अॅनिमेटर तांत्रिक बाबींकडे लक्ष देतोय असं त्यांना वाटलं, तर लगेच त्याला कॉम्प्युटर-तज्ज्ञाजवळ बसवतील. एखादी व्यक्तिरेखा चितारताना लेखक अडला असेल, तर तीच व्यक्तिरेखा चित्रित करणाऱ्या अॅनिमेटरजवळ त्याला पाठवतील. ''बहुतेक वेळा लोक भेटतात, तेव्हा फुटबॉल किंवा एकमेकांच्या पोरांबद्दलच बोलतात. ते स्वाभाविकच आहे. मात्र अशा रॅन्डम गप्पांतून केव्हा तरी ब्रेकथ्रू मिळतो.''

इथं पिक्सारच्या ऑफिसरचनेमागचं शास्त्र जाणून घेणं रंजक ठरेल. टॉम अॅमलन हे एम.आय.टी.मध्ये 'ऑर्गनायझेशन स्टडीज'चे प्राध्यापक आहेत. सन १९७० च्या सुमारास मोठाल्या प्रयोगशाळांमध्ये काम करणाऱ्या इंजिनिअर्सचे परस्परसंबंध कसे असतात, याचा अभ्यास त्यांनी सुरू केला. चौकांमध्ये, कॉफी रूममध्ये आणि कुठेही लोकांचे संवाद त्यांनी 'फॉलो' केले. यातूनच 'अॅलन कर्व्ह' ही संकल्पना मांडली. 'दोन व्यक्ती एकमेकींशी संपर्क साधण्याची शक्यता काय आहे' हे या कर्व्हवरून कळतं. या कर्व्हचा 'चढ' (स्लोप) तीव्र असतो. आपल्यापासून ५० मीटर अंतरावर बसणाऱ्या माणसापेक्षा आपल्या शेजारच्या माणसाशी आपण संवाद साधण्याची शक्यता दहापट जास्त असते.

अर्थात, यात आश्चर्य वाटण्यासारखं काहीच नाही. पण आणखी एक गोष्ट अॅलनच्या लक्षात आली. सर्वोत्तम कामगिरी करणारे, सर्वाधिक नव्या आणि उपयुक्त कल्पना मांडणारे लोक सहकाऱ्यांशी हमखास सतत संवाद साधणारे असतात. 'कुठल्याही प्रकल्पात उत्तम कामगिरी करणाऱ्या कर्मचाऱ्यांचा सुमारे चार ते नऊ इतर कर्मचाऱ्यांशी संवाद होतो. याउलट, कमी दर्जाचे काम करणारे लोक एक किंवा दोनच लोकांच्या संपर्कात असतात, असं अॅलन यांनी १९८४ मध्ये

'मॅनेजिंग द फ्लो ऑफ टेक्नॉलॉजी' या निबंधात लिहिलं आहे. ऑफिसमधील हे संवाद वाढविल्यानं उत्पादकतेत लक्षणीय वाढ दिसून येते. जास्त लोकांशी बोलण्यानं नव्या कल्पना जास्त प्रमाणात सुचतात. म्हणजेच काय, तर कोणत्याही ऑफिसमध्ये कॉफी रूम ही सगळ्यात महत्त्वाची जागा आहे- बोर्डरूम, ग्रंथालय किंवा प्रयोगशाळा नव्हे.

अलीकडच्या काळात ब्रॉडवे संगीत नाटकांचा 'क्यू' मोजणारे ब्रायन उझी या समाजशास्त्रज्ञाच्या अभ्यासातूनही हेच दिसून येतं. सन २००९ मध्ये 'हेज फंड'शी निगडित प्रत्येक ट्रेडरचं गेल्या दीड वर्षातलं प्रत्येक संभाषण त्यांनी अभ्यासलं. हे ट्रेडर्स एकमेकांना प्रचंड प्रमाणात एस.एम.एस. पाठवायचे, हे उझींच्या लक्षात आलं. सर्वांनी मिळून २० लाखांहून अधिक एस.एम.एस. केले होते. सरासरीच्या भाषेत बोलायचे, तर प्रत्येक ट्रेडर एकाच वेळी १६ व्यक्तींबरोबर एस.एम.एस.द्वारा संवाद साधत होता.

या सततच्या संवादांचा या ट्रेडर्सच्या धंद्याशी काय संबंध होता, हे उझींना बघायचं होतं. त्यांना अधिक रस होता तो नवे आर्थिक अहवाल प्रकाशित झाल्यानंतरच्या काळातल्या एस.एम.एस.मध्ये. ब्लूमबर्ग टर्मिनलवर नवी माहिती समोर आली की, एस.एम.एस.चं प्रमाण खाड्कन वाढतं. 'ही चांगली बातमी आहे का?', 'या अहवालाचा शेअर किमतीवर काय परिणाम होईल?' असे नानाविध प्रश्न एकमेकांना विचारले जातात. ट्रेडरमंडळी धूसर माहितीतून काही तरी स्पष्ट होण्याच्या प्रयत्नांत असतात. अर्थात, जितक्या लवकर चित्र तुम्हाला स्पष्ट होईल, तितके जास्त पैसे तुम्ही कमावू शकाल.

एस.एम.एस. पाठविण्याच्या ट्रेडर्सच्या या सवयींमधून उझींना या माध्यमाची ताकद लक्षात आली. प्रातिनिधिक स्वरूपातील ट्रेडर साधारणपणे आपल्या ५५% ट्रेड्सवर (व्यवहारांवर) नफा मिळवितात. याउलट, भरपूर मेसेजिंग करणारे ट्रेडर आपल्या ७०% व्यवहारांवर नफा मिळवितात. गणित सोपं आहे- तुम्ही जितके जास्त संपर्कात असाल, तेवढा तुमचा नफा जास्त. टॉम ॲलनलाही असंच आढळलं होतं. गम्मत म्हणजे, हवी असलेली माहिती मिळाल्यावरही मेसेजिंग थांबत नाही. उलट, ट्रेडर खरेदी-विक्रीचे व्यवहार करू लागले की जास्तच मेसेजिंग करू लागतात. सर्वांत अयशस्वी ट्रेडर त्यांचे व्यवहार करण्याअगोदर मेसेजिंग थांबवितात, असं आढळून आलं. संवादातून अशा प्रकारे अंग काढून घेतलं की, तुम्ही गोंधळून जाता.

या अर्थविषयक संवादांची तुलना उझी सर्जनशीलतेच्या प्रक्रियेशी करतात. ''आर्थिक गुंतवणूक करणं, हे एखादं अवघड कोडं सोडविण्यासारखं आहे. या ट्रेडर्सचे एस.एम.एस. जर पाहिले, तर त्या सर्व संवादांमधून अनेक वेळा काही तरी

निश्चित दिशा मिळते, ज्यामधून फायदेशीर व्यवहार होतो. कोड्यांच्या भाषेत सांगायचं तर– 'तुम्ही ठिपके जोडू शकता'. हे सर्व एकट्याला जमण्यासारखं नसतं. मला विचाराल, तर जास्त हुशार ट्रेडरपेक्षा थोडा कमी 'स्मार्ट' पण जास्त 'कनेक्टेड' ट्रेडर मी पसंत करेन,'' असं उझी म्हणतात.

पिक्सारमध्ये माणसा-माणसांमधले संवाद कसे वाढतील, हे बघण्याचा जास्तीत जास्त प्रयत्न केला जातो, हे आपण अगोदर पाहिलंच आहे. स्मिथ मानतात की, पिक्सारच्या यशाचं कारण म्हणजे टीमवर्कवरचा गाढा विश्वास. ''मला आणि एडला एकमेकांचं कौतुक करणारे गट निर्माण करायचे होते. आमच्या टेक्निकल लोकांना वाटतं की, चित्रकार किती प्रतिभाशाली आहेत; आर्टिस्टना वाटतं की, कॉम्प्युटरवाले म्हणजे जादूगार! एकमेकांकडून काही तरी शिकावं, असं लोकांना वाटलं पाहिजे, असा आमचा आग्रह असतो. आपल्याला माहीत नसलेली गोष्ट दुसऱ्याकडून ऐकण्याने एकूण टीमची कामगिरी अधिकाधिक चांगली होत जाते.''

क्रिस्तोफर लँगटन हे कॉम्प्युटरतज्ज्ञ एकदा म्हणाले होते की, कोणतीही क्रिएटिव्ह सिस्टम अराजकाच्या आणि अतिगोंधळाच्या उंबरठ्यापर्यंत सतत जाऊन येत असते. पण आपल्याला 'स्ट्रक्चर'ची गरज असते; त्याच्याशिवाय सगळंच कोलमडून पडेल.[१] याचबरोबर आपल्याला अनपेक्षिताचीही गरज असते. नव्या आणि अनपेक्षित विचारांशी संपर्क आला की, आपल्या विचारसरणीत मूलभूत/आमूलाग्र बदल होऊ शकतात.

३.

पिक्सारमधला प्रत्येक दिवस एकाच प्रकारे सुरू होतो. मूठभर ॲनिमेटर्स आणि कॉम्प्युटरतज्ज्ञ आरामशीर कोच असलेल्या छोटयाशा स्क्रीनिंग रूममध्ये भेटतात; 'लकी चार्म्स' खात-खात ऑरगॅनिक कॉफीचे घोट घेतात. मग आदल्या दिवशी बनविलेल्या काही सेकंदांची लांबी असलेल्या चित्रफितींची 'चिरफाड' सुरू होते. प्रत्येक फ्रेमचं सखोल विश्लेषण केलं जातं. एकदा मी 'टॉय स्टोरी ३'च्या

---

१. 'स्ट्रक्चर'हीन जागेचं उत्तम उदाहरण म्हणजे 'टी.बी.डब्ल्यू.ए. चिआट/डे' या ॲड एजन्सीचं ऑफिस. या कंपनीनं ऑफिसेसच्या बाबतीतले सर्व संकेत मोडायचं १९९३ मध्ये ठरविलं. कॉलेजच्या कॅम्पसप्रमाणे कोणीही कुठंही बसू शके, कोणाशीही बोलू शके, वगैरे. 'टाइम'नं 'माहिती युगातील ऑफिसच्या स्वरूपाची नांदी' अशा शब्दांत 'चिआट/डे'चं कौतुक केलं. पण वास्तवात वेगळंच घडलं. कोण कुठे असेल, हे माहीत नसल्यामुळे कामात दिरंगाई होऊ लागली. उत्तम ठिकाणी ठेवलेल्या कोचांसाठी भांडणं होऊ लागली; उत्पादकता घटली. हा प्रयोग फसलाय, असं १९९५ पर्यंत लक्षात आल्यावर ऑफिसमधल्या भिंती पुन्हा उभारण्यात आल्या.

गटाबरोबर बसलो होतो. या चित्रपटात बझ लाइटइयर नामक एक पात्र आहे. तर, या पात्राच्या पंखाखाली असलेल्या दिव्यांबद्दल चर्चा करण्यात या मंडळींनी अर्धा तास घालवला. हे झाल्यावर एका संपादकानं रॅन्डी न्यूमनचं गाणं नेमकं कुठे/केव्हा सुरू व्हायला हवं, यावर टीका केली. वूडी सीनवर आल्यावर सुरू होणारं गाणं, वूडी पळू लागेपर्यंत काही सेकंद पुढे ढकलावं, असं त्याचं म्हणणं होतं. कोणाला तरी हे पटलं नाही. मग जोरदार वाद-विवाद. (एखाद्या दृश्यासाठी तीन-तीनशे पर्याय सुचविले जाणं, हे पिक्सारमध्ये खूपदा घडतं.) या गटानं या पात्राचं भावनिक विश्व, सोलो क्लॅरिनेटमधून उद्धृत होणारे भाव वगैरे सगळी चर्चा दुपारच्या जेवणाच्या वेळेपर्यंत केली.

स्मिथ, कॅटमल आणि लॅसेटर हे लुकास फिल्ममध्ये असल्यापासून ॲनिमेटर्सबरोबर अशा प्रकारच्या चर्चा करत आले आहेत. सुरुवातीला कॉम्प्युटर ॲनिमेशनमध्ये सगळंच नवीन असल्यामुळे ॲनिमेटर्सच्या कामाची समीक्षा होणं गरजेचं होतंच. यातून लॅसेटरच्या लक्षात आलं की, एकमेकांच्या चुकांपासून खूप काही शिकण्यासारखं असतं. चुका शोधण्याची जबाबदारी एका व्यक्तीवर न राहता पूर्ण गटावरच येते, हा दुसरा फायदा. ''हे मी टोयोटाच्या उत्पादनप्रक्रियेतून शिकलो,'' कॅटमल म्हणतात. ''तिथं कार बांधली जात असताना जर काही चूक आढळली तर ती दाखवून देणं, ही प्रत्येकाची जबाबदारी मानली जायची. अगदी एखाद्या कामगारालादेखील 'लाइन' थांबविण्याचा अधिकार असे; हे काम एरवी फक्त पर्यवेक्षकाचं असतं. या पद्धतीमुळे टोयोटात मोठ्या प्रमाणावर सुधारणा होऊ शकल्या. लहानसहान सूचना आणि प्रस्तावांकडे लक्ष दिल्यामुळे कारच्या दर्जात सुधारणा होत गेली. पिक्सारमधल्या मीटिंग कशा असाव्यात, हे ठरविताना मी या सगळ्या गोष्टी विचारात घेतल्या. मी लोकांना दाखवून दिलं की, चित्रपटनिर्मितीच्या प्रक्रियेत कुठंही एखादी चूक राहून गेली, तर तो त्या एका व्यक्तीचा नसून, प्रत्येकाचा दोष असेल.''

सर्जनशीलता फुलून यायला सकारात्मक दृष्टी आवश्यक असते, असा सर्वसाधारण समज आहे. पिक्सारमधली टीकासत्रं या कल्पनेला छेद देतात, असं वाटणं स्वाभाविक आहे. सन १९४० च्या दशकात शेवटी शेवटी ॲलेक्स ओस्बोर्न यांनी 'ब्रेनस्टॉर्मिंग' नामक एक आकर्षक संज्ञा तयार केली. ते बी.बी.डी.ओ. या जाहिरात संस्थेचे संस्थापक-भागीदार होते. 'ब्रेनस्टॉर्मिंग' हे सर्जनशीलतेच्या दृष्टीनं एक उत्तम साधन आहे, असं त्यांना वाटलं होतं. काही ठरावीक तत्त्वं पाळून केलेल्या 'ब्रेनस्टॉर्मिंग'मुळे एखाद्या गटाची सर्जनशीलता दुपटीनं वाढते, असा दावा अनेक पुस्तकांमधून त्यांनी केला. त्यांच्या मते, टीका न करणं ही सर्वांत महत्त्वाची गोष्ट. कारण, आपण मांडलेल्या नव्या कल्पनेची टिंगल होईल असं जर कोणाला वाटलं, तर 'ब्रेनस्टॉर्मिंग' यशस्वी होणार नाही. 'युवर क्रिएटिव्ह पॉवर' या आपल्या

पुस्तकात 'सर्जनशीलता म्हणजे कौतुकाने उमलणारी कळी' असं वर्णन त्यांनी केलं आहे. टीकेनं ही कळी उमलायच्या आताच गळून पडते. पुढे ते म्हणतात, 'कल्पकतेची शक्यता वाढविण्यासाठी आपण कल्पनांच्या संख्येला महत्त्व दिलं पाहिजे; गुणवत्ता मागाहून आपोआप येईल.'

आतापर्यंत सर्जनशीलतेकरता सगळीकडे 'ब्रेनस्टॉर्मिंग' हे तंत्र सर्वाधिक लोकप्रिय झालं आहे. शाळेचा वर्ग असो की बोर्डरूम, डिझाईन कंपनी असो की जाहिरात संस्था; लोकांकडून सर्वोत्तम काम मिळविण्यासाठी ओस्बोर्नच्या सूचनांचं पालन केलं जातं. कुठल्याही प्रकारच्या टीकेला यात स्थान नसतं. यातलं साधं गृहीतक असं आहे :- आपण चुकीचं काही तरी बोलून बसू, अशी भीती लोकांच्या मनात असेल, तर लोक तोंडाला कुलूप लावतील.

आपल्याला हे सगळं खूप छान वाटतं. सकारात्मक 'फीडबॅक'नं मन 'संपृक्त' होतं. ब्रेनस्टॉर्मिंगच्या सेशननंतर 'आपण खूप महत्त्वाचं बोललो' अशा सुखद भावनेनं लोक आपापल्या कामाला लागतात. समोरचा 'व्हाइट-बोर्ड' अनिर्बंध कल्पकतेनं भरून गेलेला असतो. अशा वेळी, उत्पादकता वाढविण्यासाठी ब्रेन-स्टॉर्मिंग हे आदर्श तंत्र आहे असं वाटलं, तर नवल नाही.

हे सर्व ठीक आहे; पण यात एकच गोम आहे– ब्रेनस्टॉर्मिंगनं काम होत नाही! वॉशिंग्टन विद्यापीठातले मानसशास्त्रज्ञ कीथ सॉयर एका वाक्यात हे सत्य सांगतात : 'अनेक दशकांचं संशोधन सांगतं की, एकट्यानं काम करून नंतर वैचारिक देवाण-घेवाण करणाऱ्यांच्या तुलनेत, ब्रेनस्टॉर्मिंग करणाऱ्या गटांना नव्या कल्पना खूपच कमी सुचतात.' खरं म्हणजे, खुद्द ओस्बोर्न यांच्या १९५८ मधल्या पहिल्याच प्रयोगात त्यांचंच म्हणणं चुकीचं असल्याचं आढळून आलं होतं. तो प्रयोग सोपा होता. त्यांनी ४८ पुरुष विद्यार्थ्यांचे १२ गट केले. प्रत्येक गटाला क्रिएटिव्ह कोडी सोडवायला दिली. प्रत्येक गटाला ब्रेनस्टॉर्मिंगच्या तंत्राबद्दल सूचना दिल्या गेल्या. 'कंट्रोल' ग्रुप म्हणून आणखी ४८ मुलांना एकेकट्यानं सोडविण्यासाठी हीच कोडी देण्यात आली. खरं तर ब्रेनस्टॉर्मिंगबद्दलची नशा उतरावी, असाच निष्कर्ष यातून निघाला. गटागटानं कोडी सोडविणाऱ्यांपेक्षा एकट्यानं कोडी सोडविणाऱ्यांनी दुप्पट कोडी सोडविली. शिवाय, त्यांची उत्तरं अधिक परिणामकारक आणि सुसाध्य ('फीजिबल') होती. ब्रेनस्टॉर्मिंग हे तंत्र व्यवहारात सर्जनशीलतेला मारक ठरलं होतं.

पुन्हा एकदा आपण वादविवाद व टीका आणि पिक्सारच्या दैनंदिन मीटिंग्जकडे येतो. स्टीव्ह जॉब्सनं ॲपलमध्येसुद्धा ही पद्धत अंगीकारली आहे. (तेथील प्रमुख डिझायनर जोनाथन आइव्हजच्या मते, या मीटिंग्जमध्ये होणारी टीका 'अतिक्रूर' असते.) चुकांबद्दल सगळ्यांनी मनापासून चर्चा करणं, याच मार्गानं एखाद्या गटाची सर्जनशीलता वाढविता येते. एक तर चुका मान्य केल्या की, आर्थिक नुकसान कमी

होतं आणि चूक काय आहे हे नीट कळल्याशिवाय 'बरोबर' काय, ते करता येत नाही. तुमची चूक गटातल्या चर्चेत दुरुस्त होईल याची खात्री वाटली की, मग आपलं म्हणणं निर्दोष करत बसण्यात लोक वेळ वाया घालवत नाहीत.

याबाबतीत युनिव्हर्सिटी ऑफ कॅलिफोर्निया, बर्कलेच्या चार्लन नेमेथ या मानसशास्त्रज्ञानं एक डोकेबाज प्रयोग केला. तिनं पदवी शिक्षण घेणाऱ्या २६५ मुलींचे ५-५ चे गट केले. प्रत्येक गटाला 'सॅन फ्रान्सिस्कोतल्या बे एरियातली वाहतूककोंडी कशी सोडवाल?' असा अवघड प्रश्न टाकला. प्रत्येक गटानं २० मिनिटांच्या आत जास्तीत जास्त उपाय सुचवायचे होते.

यानंतर या गटांची तीन मोठ्या गटांत विभागणी करण्यात आली. एका गटाला मूळ प्रश्नाखेरीज कोणत्याही सूचना दिल्या गेल्या नाहीत; त्यांना एकत्रितपणे वा कसेही काम करायची मुभा होती. दुसऱ्या गटाला ब्रेनस्टॉर्मिंगच्या तंत्राविषयी मार्गदर्शक तत्त्वं सांगण्यात आली. टीका न करण्याबद्दल त्यांना बजावण्यात आलं. तिसऱ्या गटाला अशा सूचना देण्यात आल्या– 'बहुतेक संशोधनांमधून असं निष्पन्न झालं आहे की, तुम्ही एखाद्या समस्येसाठी जितके जास्त उपाय सुचवाल, तितका तुम्हाला सर्वोत्तम उपाय सापडू शकेल. आपले विचार मुक्तपणे, न घाबरता मांडा. पण हेही लक्षात घ्या की, बहुतेक संशोधन आपल्याला सुचवितं की,. वादविवाद करा आणि एकमेकांवर टीकाही करा.'

यांपैकी कुठल्या गटाची कामगिरी सरस झाली असेल? ब्रेनस्टॉर्मिंग गट पहिल्या (कोणतीही सूचना न मिळालेल्या) गटापेक्षा किंचित बरा ठरला. पण तिसऱ्या, 'चर्चा'वाल्या गटाकडून २५% जास्त नव्या कल्पना मांडण्यात आल्या. गट 'मोडल्यावर' काय घडलं, हे अधिक उद्बोधक आहे. प्रत्येक मुलीला विचारण्यात आलं की, 'नुकत्याच झालेल्या संवादांच्या पार्श्वभूमीवर, तुला वाहतूकसमस्येवर आणखी काही उपाय सुचताहेत का?' पहिल्या दोन गटांतल्या मुलींनी साधारणपणे आणखी १-२ कल्पना मांडल्या. पण तिसऱ्या गटातील प्रत्येक मुलीनं आणखी ७ च्या आसपास कल्पना मांडल्या. नेमेथ म्हणतात, "ब्रेनस्टॉर्मिंगमध्ये 'टीका करू नका' ही मुख्य सूचना दिली जाते. पण याचा उलटाच परिणाम झालेला दिसतो. आमच्या निष्कर्षांतून दिसतं की, अन्य कोणत्याही गोष्टीपेक्षा वादविवाद आणि टीकेनं नव्या कल्पना सुचायला उत्तेजनच मिळतं."

कुठं तरी आपल्या मनाला हे निष्कर्ष पटत नाहीत. ओस्बोर्नप्रमाणे आपल्यालाही वाटतं की, टीकेमुळे हळव्या मनाला त्रास होईल. पण वाटतं त्यापेक्षा आपण जास्त कणखर असतो. संघर्ष आणि विरोधामुळे कल्पनाशक्ती कोमेजून जात नाही; उलट ती जी कोपऱ्यात लपून बसलेली असते, ती बाहेर येते!

नेमेथ मानतात की, टीकेमुळे आपण दुसऱ्यांच्या कामाकडे अधिक विचारपूर्वक

लक्ष द्यायला लागतो. याचं कारण असं की, आपल्याला त्यांच्या कल्पनांमध्ये सुधारणा करायच्या असतात. त्या अपूर्ण असल्यामुळे आपण त्या लक्षपूर्वक ऐकतो.[२] (आपण टीममध्ये यासाठीच काम करतो ना? एकमेकांना सुधारण्यासाठी नाही, तर कशासाठी?) याउलट, ब्रेनस्टॉर्मिंगमध्ये प्रत्येकाचं म्हणणं बरोबर आहे असं मानलं जातं आणि आपण स्वतःतच गुरफटलेले राहतो. दुसऱ्याच्या विचारांबद्दल किंवा अनोळखी दृष्टिकोनाकडे लक्ष देऊन आपल्याला काही मिळणार नाही, अशी आपली धारणा होते. आणि म्हणून ब्रेनस्टॉर्मिंगमधून फारसं निष्पन्न होत नाही. सगळं जैसे-थे राहतं.[३]

टीकेत काय ताकद सामावलेली आहे, तिच्यामुळे कल्पनाशक्तीला चालना का मिळते, हे समजून घेण्यासाठी नेमेथ यांच्या आणखी एका प्रयोगाकडे पाहू या. कुठल्याही ब्रेनस्टॉर्मिंग सेशनमध्ये 'फ्री असोसिएशन' पद्धतीनं (म्हणजे मनात येणारे पहिलेच विचार लगेच व्यक्त करणं) विचार करण्याची सूचना देण्यात येते. पण हे परिणामकारक नसतं. अनेक प्रयोगांमधून सिद्ध झालं आहे की, 'फ्री असोसिएशन' लोकांना सहजासहजी जमत नाही. उदा.– तुम्हाला जर 'निळा' या शब्दाशी निगडित गोष्टी सांगायला सांगितलं, तर ४५% लोक 'आकाश' असं पहिलं उत्तर देतील. दुसरं उत्तर कदाचित 'समुद्र' असेल. तुम्ही जास्तच कल्पक असाल, तर तुम्ही 'जीन्स'ही सांगाल. आपली भाषा आपल्या 'असोसिएशन्स'ना आकार देत असते आणि भाषा तर 'क्लिशेज'नी भरलेली असते.

यातून सुटका कशी मिळवायची? नेमेथ यांचा प्रयोग असा होता– काही गटांना रंगीत पारदर्शिका दाखविण्यात येत होत्या आणि गटातल्या लोकांनी रंग ओळखायचे होते. आता या गटांत नेमेथचा एक-एक साथीदार हळूच जाऊन बसला. अर्थात, बहुतेक सगळे रंग लोक ओळखू शकत होते आणि एक कंटाळवाणं 'रुटीन' सुरू झालं. पुढे नेमेथनं काही गटांतल्या तिच्या साथीदारांना सांगितलं की, 'मधेच तुम्ही चुकीचं उत्तर ओरडून सांगत जा'. उदा.– लाल रंग दाखविल्यावर 'गुलाबी' असं ओरडा, वगैरे. मग गटातल्या लोकांना या रंगांवर 'फ्री-असोसिएट' करायला सांगितलं गेलं. आता झालं असं की, ज्या गटातले साथीदार चुकीची उत्तरं ओरडत होते, त्या गटातल्या लोकांना अधिक 'असोसिएशन्स' सुचली... 'निळा'

---

२. 'बीटल्स'चे लेनन आणि मॅकार्ट्री यांच्यात नेहमी खटके उडायचे; पण गीतकारांना यातूनच स्फुरण मिळालं.

३. 'राग' या भावनेचेसुद्धा काही क्रिएटिव्ह फायदे असतात, असं निदान काही प्रयोगांमधून सूचित झालं आहे. अर्थात, 'राग' ही काही विवेकाची गोष्ट नव्हे. राग आलेल्या अवस्थेत जरी क्रिएटिव्हिटी सुरुवातीला थोडी वाढली, तरी लवकरच परफॉर्मन्स कमी होतो.

म्हटल्यावर ‘आकाश’ आणि ‘समुद्रा’खेरीज लोकांनी ‘माइल्स डेव्हिस’, ‘स्मर्फ्स’ आणि ‘बेरी पाय’ हेही सांगितलं. अनेक क्रिएटिव्ह समस्यांमध्ये या तंत्राचा वापर करता येतो, असा नेमेथ यांचा अनुभव आहे. मग विषय कोणताही असो- एखादं नवं ‘ब्रॅन्ड नेम’ असो किंवा एखादं कोडं असो. कुठल्याही गटात एखाद्या कामगिरीची सुरुवात जर मतभेदानं झाली (मतभेद ‘चुकीचा’ असला तरी), तर गटाचं क्रिएटिव्ह सामर्थ्य जबरदस्त वाढतं.

हे सामर्थ्य मतभेदात नेमकं कशामुळे असतं, तर त्यातल्या अनपेक्षितपणामुळे. ‘लाल’ पाहून जर कोणी ‘गुलाबी’ असं ओरडला, तर आपण आपली गृहितकं पुन्हा तपासून पाहतो. या विचित्र उत्तराचा अर्थ शोधू लागतो आणि या सगळ्यादरम्यान आपण त्याच गोष्टीकडे वेगळ्या दृष्टिकोनातून पाहू लागतो. अनपेक्षित चकमकीनं कल्पनाशक्ती ताणली जाते.

या प्रयोगातूनही पिक्सारच्या सकाळच्या मीटिंग्जचं महत्त्व आपल्या लक्षात येईल. ॲनिमेटर्स आणि तंत्रज्ञ जेव्हा ‘सीरिअल’चे वाडगे हातात घेऊन बसतात; तेव्हा त्यांना माहीत असतं की, पुढचे काही तास हे काही करमणुकीचे नाहीत. ‘टॉय स्टोरी ३’चे मुख्य ॲनिमेटर बॉबी पोडेस्टा म्हणतात, ‘‘आपण काल केलेल्या चुकांची सकाळी-सकाळी उजळणी केलेली कोणालाही आवडत नाही. पण आम्हाला हेही माहीत आहे की, उत्तम काम करायचं तर उशिरापर्यंत ऑफिसमध्ये थांबणं, टीकेला तोंड देणं, मन दुखावलं जाणं, वगैरे वगैरे गोष्टी आल्याच.’’

अर्थात, टीका मर्यादा ओलांडणार नाही याची काळजी घेतली जाते. पिक्सारचे टीम लीडर ‘प्लसिंग’चं महत्त्वही उद्धृत करतात. कठोर किंवा ‘जज्मेंटल’ टीका न करता, समोर आलेल्या संकल्पनांमध्ये सुधारणा करणं म्हणजे ‘प्लसिंग’. कुठल्याही कामावर टीका केली की, त्या टीकेत एखादी नवी कल्पनाही असायला हवी, जिच्यामुळे काही तरी प्रगती होईल. पोडेस्टा म्हणतात, ‘‘आमचा बराचसा दिवस या मीटिंग्जमध्ये जात असल्यानं त्यामधलं वातावरण तसं मैत्रीपूर्ण असावं लागतं. सारखीच एकमेकांवर चढाई करत बसलो, तर लोक खचतील. त्यामुळे झालेली चूक केंद्रस्थानी न ठेवता, ती दुरुस्त कशी करता येईल यावर आम्ही जोर देतो.’’

क्रिएटिव्ह ब्रेकथ्रूसाठी ‘प्लसिंग’ हे अत्यंत परिणामकारक हत्यार आहे. टीकेत ‘आश्चर्यचकित’ होण्याची भावना असते आणि यामुळे प्रत्येकाला वाटतं की, आपणही एखादा ‘प्लस’ सुचवावा. पोडेस्टांना सुचलेले अनेक उपाय मीटिंग झाल्यावर सुचतात, कारण ते झालेल्या चर्चेबद्दल कामानंतरही विचार करत राहतात. कधी कधी टीकेमुळे विचलित होतात, तर कधी समस्याच जटिल असते. पण ती मनाच्या कोपऱ्यात ठेवून दिली की, अचानकपणे- आपण दुसरंच काही तरी

करत असताना (उदा.– 'जिम'मध्ये) आपल्याला उपाय सुचतो.

या सर्व गोष्टींमुळे पिक्सारमधल्या कार्यपद्धती प्रभावी ठरतात. टीका आणि वादविवादातून नव्या कल्पनांचा जन्म होतो. तिथले एक दिग्दर्शक ली उन्क्रीच म्हणतात, ''इथे काम करण्यातला सर्वांत रंजक भाग म्हणजे अनपेक्षितपणा. प्रत्येक चित्रपट तयार करण्याअगोदर 'आपल्याकडे फारशा नव्या कल्पना शिल्लक नाहीत,' अशी थोडी चिंता आम्हाला वाटत असते; सगळे विनोद वापरून झाले आहेत, वगैरे. पण मग निर्मितीची प्रक्रिया सुरू होते आणि एक-एक करत सर्व चिंता दूर होतात. टीमला काही तरी सापडतं. मी एकट्यानं 'टॉय स्टोरी ३' करायला गेलो असतो, तर प्रयोग फसला असता. रोज नवी कल्पना सुचण्याइतका मी प्रतिभाशाली नाही. ही जादू टीममुळेच घडू शकते.''

पिक्सारच्या निर्मितिप्रक्रियेत घडणाऱ्या नाट्यमय सुधारणांनी बाहेरचा माणूस चक्क बिचकू शकतो. ऑगस्ट २००२ मध्ये डिस्नेचे सी.ई.ओ. मायकेल आइस्नर यांच्याकरता 'फाइंडिंग निमो' हा चित्रपट प्रसिद्धीच्या आधी 'स्क्रीन' करण्यात आला. (हा पिक्सारचा तिसरा 'फुललेंथ' चित्रपट.) त्या वेळी या नव्या स्टुडिओकडे वितरण हक्कांचं नूतनीकरण करावं की नाही, याबद्दल 'डिस्ने'ला खात्री वाटत नव्हती. आइस्नरना चित्रपट आवडला नाही आणि त्यांनी डिस्नेच्या बोर्डला लगेच ई-मेल पाठविला : ''पिक्सारनं तयार केलेला 'फाइंडिंग निमो' काल पुन्हा एकदा बघितला. या चित्रपटानं हे लोक जमिनीवर येतील. हा चित्रपट त्यांच्या अगोदरच्या चित्रपटांच्या आसपासही नाहीये.'' हा चित्रपट सुमार दर्जाचा वाटल्यानं तो रिलीज झाल्यावर मग वितरण हक्कांच्या नूतनीकरणाबाबत चर्चा करावी, असं आइस्नरना वाटलं. या चित्रपटाच्या अपयशामुळे डिस्नेला किंमत पाडून मागता आली असती.

पण आइस्नरचा अंदाज चुकला. 'फाइंडिंग निमो'नं ८६८ दशलक्ष डॉलर्सचा धंदा करत बॉक्स-ऑफिसमध्ये भरघोस यश मिळवलं. आइस्नर यांनी पाहिलेल्या 'रफ-कट'मध्ये अनेक त्रुटी होत्या. पण आइस्नरना पिक्सारची प्रक्रिया ही काय चीज आहे याची कल्पना नव्हती. चुका दुरुस्त करून, कोळशाचा हिरा करण्याचं पिक्सारचं कसब त्यांना ज्ञात नव्हतं. (अनेक फ्लॅशबॅक काढून टाकत, दिग्दर्शक अँड्र्यू स्टॅन्टननं जवळजवळ पूर्ण चित्रपटच पुन्हा तयार केला.) 'फाइंडिंग निमो'चा मूळ अवतार चुकांनी भरलेला होता. पण त्यावर सकाळच्या मीटिंग्जचे संस्कार नऊ महिने झाले आणि 'बेस्ट ॲनिमेटेड फिल्म' म्हणून २००३ मध्ये 'अकादमी ॲवॉर्ड'ही मिळालं! डिस्नेला आपली चूक महागात पडली.

इथं पिक्सारच्या प्रक्रियेचं उदात्तीकरण (शुगरकोटिंग) न करणं महत्त्वाचं आहे. 'प्लसिंग' असलं तरी अधूनमधून हमरीतुमरीवर येणं होतंच. कामाच्या तासांबाबत अनेक कर्मचारी नाखूष असतात. (पोडेस्टा काहीशा उपहासानं म्हणतात, ''काही

नाही तरी वीकएन्डला आम्हाला विनामूल्य जेवण देतात.'') मी स्टुडिओला भेट दिली, तेव्हा अनेकांनी 'टॉय स्टोरी २'शी निगडित त्यांचे 'ट्रॉमॅटिक' अनुभव सांगितले.

हा चित्रपट बनून दहा वर्षं लोटली, पण त्याची 'बोधकथा' आजही सांगितली जाते. कॅटमल म्हणतात, ''...'टॉय स्टोरी २'चा अनुभव आणि त्यातून मिळालेला धडा आम्ही कधीही विसरता कामा नये.''

कथानकावरचं काम पूर्णत्वाकडे जात असताना १९९८ च्या 'फॉल'मध्ये 'टॉय स्टोरी २'ला अडचणी येऊ लागल्या.[४] पिक्सारमध्ये कथेला इतकं महत्त्व दिलं जातं की, कधी कधी ॲनिमेशनसुद्धा कमी वेळ घेतं. लॅसेटर, कॅटमल आणि इतर आठ जण सर्वप्रथम कथेचा आराखडा तयार करतात. अनेकदा हे काम बर्गर खाता खाता उपाहारगृहात केलं जातं. दोन पानांमध्ये कथेचा सारांश तयार होतो. अनेक आराखडे आणि 'टीका सत्र' झाल्यावर पटकथा लेखकांकडे कथानक सुपूर्त केलं जातं. (बऱ्याच वेळा पिक्सारबाहेरच्या पटकथालेखकाला आमंत्रित करतात. त्यामुळे ताजी विचारसरणी आणि योग्य 'क्यू' साधायला मदत होते.) या स्टेजला पटकथा घासूनपुसून तयार झालेली असावी लागत नाही. निर्मिती सुरू करण्यापुरती असली की, बस्स. आणि मग पटकथेत पुनःपुन्हा बदल आणि सुधारणा केल्या जातात. काही सीन कापले जातात, काही नव्यानं घातले जातात. कथेतला कमकुवत भाग भरून काढण्यासाठी एखादं नवं पात्रही योजलं जातं. सुमारे एक वर्ष हे सगळं झाल्यावर बारकाव्यांसह 'स्टोरी-बोर्ड' तयार होतात. ही स्टेज 'कॉमिक'सारखी असते. अजूनही ॲनिमेशनला सुरुवात झालेली नाहीये. पिक्सारचे कर्मचारी एकमेकांना संवाद वाचून दाखवितात. कॅटमल म्हणतात, ''ही रिळं खूपच 'ओबडधोबड' असतात, पण एकूण प्रक्रियेत हे महत्त्वाचं असतं. पटकथेकडे एक चित्रपट म्हणून पाहू लागलं की, कथानकातल्या चुका दिसू लागतात. प्रत्येक कथेत असंख्य चुका असतातच.''

नेमक्या याच वेळी 'टॉय स्टोरी २'च्या संकटांना सुरुवात झाली. 'अ बग्ज लाईफ' हा चित्रपट पूर्ण करण्याच्या धांदलीत 'टॉय स्टोरी २' हा पिक्सारच्या नेहमीच्या 'प्लसिंग' प्रक्रियेतून गेलाच नव्हता. नेहमीप्रमाणे संपूर्ण स्टुडिओशी

---

४. डिस्नेनं अगोदर सुचविलं की, हा चित्रपट व्हिडिओ स्वरूपात रिलीज करावा, म्हणजे कमी बजेटमध्ये तो पूर्ण होईल; आणि कमी लांबीचा होईल. पण कॅटमल आणि लॅसेटरच्या मते, हे चुकीचं होतं. कॅटमल म्हणतात, ''कमी-अधिक दर्जाचं काम करणं आम्हाला पटत नाही. एक तर नेहमी सर्वोत्कृष्ट काम करावं, नाही तर आपलं दुकान बंद करावं!''

सल्लमसलत न करता क्रिएटिव्ह टीम एका वेगळ्याच इमारतीत काम करत होती. (सध्याची मोठ्या चौकाची इमारत तेव्हा तयार व्हायची होती.) उन्क्रीच म्हणतात, ''हा चित्रपट कुठल्या कुठे भरकटला होता. पण 'अ बग्ज लाईफ' पूर्ण करण्यात आम्ही सगळे इतके गुंग होतो की, यातल्या चुका दुरुस्त करायला आम्हाला वेळच मिळाला नाही. आमच्यातल्या टीकाकारांचं ऐकायची सवडही आम्हाला नव्हती.''

या वाट चुकलेल्या कार्टूनवर अखेर १९९८ च्या हिवाळ्यात पिक्सारच्या 'ब्रेन ट्रस्ट'ला फुरसत मिळाली. ''हा चित्रपट फसलाय, हे पहिल्या स्क्रीनिंगलाच सगळ्यांच्या लक्षात आलं,'' कॅटमल म्हणतात. ''आमची प्रक्रिया खंडित झाली होती. कथेत सुधारणा होत नव्हती.'' चित्रपट प्रदर्शित व्हायच्या जेमतेम एक वर्ष आधी पिक्सारनं ही पटकथा चक्क केराच्या टोपलीत फेकून दिली आणि पुन्हा पहिल्यापासून सुरुवात केली. या निर्णयानं डिस्नेतले अधिकारी शूमाकर यांचं तर धाबं दणाणलं. त्यांना आठवते आहे स्क्रीनिंगनंतरची पहिली मीटिंग :

> ''जॉन आणि मी डिस्नेतल्या काही सहकाऱ्यांबरोबर बसलो होतो आणि 'इट्स ओ.के.' असं कोणी तरी म्हणाला. मला ठाऊक होतं की, जॉन लॅसेटरच्या दृष्टीनं 'इट्स ओ.के.'इतके नामोहरम करणारे दुसरे शब्द नाहीत. तो या शब्दांचा स्वीकारच करू शकत नाही. (मला त्याच्या व्यक्तिमत्त्वाचा हा पैलू सर्वांत हताश करणारा, पण तितकाच आवडणारा वाटतो.) या गुणामुळेच तो यशस्वी झाला आहे. आणि प्रदर्शनाची तारीख नऊ महिन्यांवर आली असताना असं करणं म्हणजे अघटितच होतं.''

पिक्सारनं 'टॉय स्टोरी २' कसा दुरुस्त केला? सर्वप्रथम लॅसेटर यांनी तंत्रज्ञ, लेखक, दिग्दर्शक- सर्वांना एका वास्तूत हलवलं. या चित्रपटातर पिक्सारचा 'ठसा' दिसत नव्हता. छोट्या छोट्या पण नव्या आणि अनपेक्षित कल्पना किंवा प्रसंग यात नव्हते. तेव्हापासून त्यांनी एक ठरवलं– सर्व कर्मचारी एकाच इमारतीत असले पाहिजेत. वेगवेगळ्या चित्रपटांवर काम करणारेसुद्धा एकाच ठिकाणी काम करत असले पाहिजेत.

लॅसेटर यांनी मग एक 'आपत्कालीन पटकथा शिखर परिषद' भरवली. याकरिता सर्व संबंधित लोक सोनोमा नामक पर्यटनस्थळी गेले. (म्हणजेच, ते तात्पुरते 'आऊटसायडर' बनले.) कामाच्या जागेपासून दूर गेल्यावर ते लोक मोकळेपणानं आणि स्वतंत्रपणे विचार करू शकले. त्यांच्या लगेच लक्षात आलं की, 'टॉय स्टोरी २'च्या कथानकात अनपेक्षित असं काहीच नव्हतं आणि हीच मुख्य त्रुटी होती. ही कथा आहे वूडी नामक एका खेळण्याची. एक खेळणीसंग्राहक

वूडीला पळवून नेतो आणि जपानमधल्या वस्तुसंग्रहालयाला तो वूडी विकणार असतो. कॅटमल म्हणतात, "हा पिक्सार आणि डिस्नेचा चित्रपट आहे. तेव्हा चित्रपटाच्या शेवटी वूडी त्याच्या मूळ घरात किंवा कुटुंबात परत येणार, हे उघड होतं. आणि हा शेवट माहीत असेल, तर सस्पेन्स काय राहिला?" ही गोची लक्षात आल्यावर कथादुरुस्तीला सुरुवात झाली. कुचकुच आवाज करणाऱ्या, मोडक्या 'व्हीझी'ला चित्रपटाच्या सुरुवातीला घेतलं गेलं; दोन 'बझेस' असलेला कथाभाग विस्तारित केला गेला; 'जेसीचं गाणं' दुसऱ्या भागात हलवलं. (या दर्दभऱ्या गाण्यात लहान मुलाचं प्रेम गमावून बसलेल्या खेळण्याची व्यथा आहे.) या जीवघेण्या क्रिएटिव्ह प्रक्रियेचा व्हायचा तो परिणाम झालाच. अनेक कर्मचाऱ्यांना मानसिक ताण आणि त्यातून निर्माण होणाऱ्या आरोग्यसमस्यांनी ग्रासलं. पिक्सारचा अनधिकृत इतिहास सांगणाऱ्या 'टू इन्फीनिटी अँड बीयॉन्ड'मध्ये स्टीव्ह जॉब्स म्हणतात, "१९९९ ची सुरुवात फार अवघड गेली. आम्ही जिवावर उदार होऊन 'टॉय स्टोरी २' पूर्ण केला. या ताणातून बाहेर यायला काहींना एक वर्ष लागलं. सगळं खूप अवघड- नव्हे, अतिअवघड होतं. पण आम्ही ते केलं."

हा चित्रपट नुसता वेळेतच पूर्ण झाला असं नाही, तर आतापर्यंत बनलेल्या सर्व ॲनिमेटेड चित्रपटांतला अत्युच्च यश मिळविणारा ठरला. त्याला मिळालेले सर्व रिव्ह्यूज 'पॉझिटिव्ह' होते. पण त्याच्या निर्मितीची वेदनादायी प्रक्रिया एक धडा म्हणून सदैव ओळखली जाईल. कॅटमल म्हणतात, "...'टॉय स्टोरी २'मधून आम्ही जे शिकलो, त्याचा परिणाम धुऊन निघाल्यानंतरच मी पिक्सारचा विचार करेन. अशा प्रकारे कोसळणं नेहमीच क्लेशकारक असतं. पण कोसळतोय याचाच अर्थ असा की, आम्ही काही तरी अवघड करू इच्छितोय; आम्ही धोका पत्करायला तयार आहोत; चुका दुरुस्त करायची आमची तयारी आहे... आमची स्क्रिप्ट्स केराच्या टोपलीत फेकून द्यायची आमची तयारी हवी." निव्वळ प्रतिभा पुरेशी नसते, हे पिक्सार जाणून आहे. कारण प्रतिभा दररोज धडपडते, अपयशी होते. म्हणून स्टीव्ह जॉब्सनं सर्व गोष्टी एका इमातीत आणल्या, सकाळच्या मीटिंग्ज सुरू केल्या. यशाच्या मार्गावर अनेक अपयशं पचवावी लागणार, हे पिक्सारमधल्या प्रत्येकाला ठाऊक आहे. ताणलेले दिवस वादविवादांनी भरणारच आहेत. कधी रात्र-रात्र जागूनही मतभेद संपणार नाहीयेत. हं, पण चांगला चित्रपट बनविणं सोपं आहे, असं कोण म्हणालं? उन्क्रीच म्हणतात, "तुम्ही चुका करत असताना सगळं सोपं वाटत असतं. गोची होणं हा आमच्या कामाचा भाग आहे, हे आम्ही जाणतो. म्हणून आमचं ध्येय साधं आहे- आम्हाला लवकरात लवकर चुका करून मोकळं व्हायचं आहे आणि मग त्या दुरुस्त करायच्या आहेत- सर्वांनी मिळून."

४.

डॅन वीडेन हे वीडेन-केनडी या जाहिरात संस्थेचे सहसंस्थापक आहेत. 'डब्ल्यू.के.' ही जगातली अग्रगण्य आणि नावीन्य जोपासणारी संस्था म्हणून प्रसिद्ध आहे. प्रथा आणि संकेत मोडीत काढणाऱ्या जाहिराती हे त्याचं वैशिष्ट्य आहे. उदा.– वॉल्ट व्हिटमनच्या आवाजात असलेली 'लीव्हाईज'ची जाहिरात किंवा लान्स आर्मस्ट्राँगच्या न्यासाकरता केलेली पिवळी ब्रेसलेट्स. याच एजन्सीनं मायकेल जॉर्डनसोबत 'नाइके'ची 'क्लासिक' जाहिरात केली; तसेच एरॉल मॉरिस दिग्दर्शित मिलर बिअरची टी.व्ही. जाहिरात बनवली आहे. यू-ट्यूबवर प्रचंड 'पसरलेली' 'ओल्ड स्पाइस'ची जाहिरात आणि 'धिस इज स्पोर्ट्स सेंटर' मोहीमही यांचीच.

पोर्टलंड, ओरेगॉनच्या पर्ल डिस्ट्रिक्टमधील 'डब्ल्यू.के.'च्या मुख्य कार्यालयात मी वीडेनना भेटलो. एके काळी या इमारतीत कोल्ड स्टोरेज फॅक्टरी होती. म्हणजेच, या इमारतीत खूप मोकळी जागा आहे. जड काँक्रीटच्या भिंती, उंच लॉबी आणि जुन्या पाईन लाकडाच्या तुळया. ग्रुप क्रिएटिव्हिटी कशी वाढवायची याबाबतचे वीडेन यांचे 'पाखंडी' विचार ऐकत ऐकत आम्ही दोघं त्या इमारतीत फिरत होतो.

वरकरणी पाहता, हे ऑफिस म्हणजे व्यापारविषयक नियतकालिकांतल्या फोटोंसारखं वाटतं- भिंतींवर मॉडर्न आर्ट, टीम-बिल्डिंगमधील आमंत्रणांनी भरलेली कॉफी रूम. यांत 'पाय' बनविण्याच्या स्पर्धा, म्युझियमभेटी वगैरेंचा समावेश. या सगळ्याला डॅन महत्त्व देतात; नाही असं नाही, पण त्यांच्या मते, योग्य लोक असतील तरच हे सगळं उपयुक्त असतं. क्रिएटिव्हिटी हवी, तर प्रतिभाशाली लोकांना एकत्र आणायचं आणि एकमेकांशी मोकळेपणानं संपर्क साधू द्यायचा. "हे खरंच इतकं सोपं आहे... त्या-त्या क्षेत्रातल्या सर्वोत्तम लोकांची निवड करायची आणि मग आपण दूर व्हायचं."

डॅन असे लोक कसे शोधतो? एकमेकांना स्फूर्ती देतील याची खात्री ते कशी करतात? योग्य माणसांच्या निवडीबाबत ते इतके आग्रही आहेत की, २००४ मध्ये त्यांनी स्वतःचं ॲडव्हर्टायझिंग स्कूल सुरू केलं. तिचं नाव- 'डब्ल्यू. के. १२'. (खरं तर हे नाव योग्य नाही; कारण या स्कूलमध्ये १३ लोक, १३ महिने एकत्र काम करतात!) 'डब्ल्यू. के. १२'मध्ये रूढार्थाने वर्ग नसतात. अभ्यासक्रम म्हणजे खऱ्या क्लायंट्सकडून मिळालेली कामं. एजन्सीच्या अनुभवी लोकांच्या हाताखाली विद्यार्थी कामं करतात. असं शिकल्यानं भरती करताना 'अनुभव' हा मुद्दा निकालात निघतो. डॅनच्या मते, अर्जदारांचे 'सी.व्ही.' दिशाभूल करणारे ठरू शकतात; उलट क्रिएटिव्हिटीसाठी आवश्यक असे सूक्ष्म गुण डॅन शोधत असतात. "मी 'खास आवाजाच्या' (इन्डिव्हिज्युअल व्हॉईस) शोधात असतो. हा 'आवाज' म्हणजे सौंदर्यदृष्टी

असेल किंवा विशिष्ट वाक्यरचना असेल, नाही तर कॅमेरा हातात धरण्याची खास पद्धत असेल. यातला 'युनिक'पणा मी शिकवू शकत नाही. मी जाहिरातीचा मायना कसा असावा, हे शिकवू शकतो- फोटो कसा 'क्रॉप' करायचा, हे शिकवू शकतो; पण 'खास आवाज' कसा आणायचा, हे मात्र नाही. तुमच्याकडे 'सांगण्यासारखं' काही तरी असतं किंवा अजिबात नसतं.''

'डब्ल्यू. के. १२'कडे अर्ज पाठविणारे लोक विविध क्षेत्रांतील असतात, हे वेगळं सांगायची गरज नाही. अलीकडे एकाच वर्गात एक होतकरू कवी, मानववंशशास्त्र पदवीधर, रसायनशास्त्रज्ञ, शेफ, सिनेमॅटोग्राफर आणि दोन कादंबरीकार यांचा समावेश होता. ('डब्ल्यू. के. १२'च्या जाहिरातीत एकच वाक्य असतं– 'निरर्थक जीवनाला कंटाळलात?') सतत नवं रक्त आत आणून विविध क्षेत्रांतून आलेल्यांचं म्हणणं ऐकणं, हा वीडेन यांचा हेतू आहे. हे अननुभवी विद्यार्थी बाळबोध किंवा भाबडे प्रश्न विचारतात आणि खूपदा त्यांनी सुचविलेल्या गोष्टी प्रत्यक्षात आणणं शक्यही नसतं. त्यांना तांत्रिक ज्ञान नसतं. दिलेलं काम ते वेळेवर पूर्ण करत नाहीत. त्यांच्याकडे पाहिलं तर कुणालाही वाटेल की, हे सगळ्यांचा वेळ वाया घालवीत आहेत. हे काय करताहेत, हे त्यांचं त्यांना कळत नाहीये.

पण वीडेनना हेच हवंय. त्यांच्या मते, जाहिरात क्षेत्रापुढचं सर्वांत मोठं आव्हान म्हणजे 'तोचतोपणा' असलेल्या क्षेत्रात सतत 'ओरिजिनल' राहणं. म्हणजेच, बिअरच्या जाहिरातीत बिकिनी घातलेल्या तरुणी आणि कारच्या जाहिरातीत रेसिंग कार न दाखविणं, वगैरे! म्हणूनच जाहिरात क्षेत्राशी काहीही संबंध नसलेल्या लोकांना नोकरीवर घेण्याबाबत ते आग्रही असतात. ''आम्हाला हे 'विचित्र' लोक हवे असतात– आमच्यासारख्याच कंटाळवाण्या चुका न करणारे लोक. मग हे लोक जसजसे शिकत जातात आणि कमी विचित्र होतात, तेव्हा तुम्हाला एक नवी तुकडी घेण्याची वेळ आलेली असते. हं, काही जाणकारही लागतात. पण तुम्ही जर या धंद्यात असाल, तर किमान थोडा तरी विक्षिप्तपणा तुम्हाला सहन करता यायला हवा.'' वीडेन ज्याचं वर्णन करताहेत, तेच ब्रॉडवे संगीतनाटकांबाबत उझी म्हणाले होते– योग्य 'क्यू' साधणं. म्हणून दर वर्षी 'डब्ल्यू. के. १२' ची नवी तुकडी 'डब्ल्यू.के.'च्या ऑफिसमध्ये प्रवेश घेते. त्यांनी केलेलं बहुतेक सर्व काम फेकून देण्यात येतं, पण त्यांचा विक्षिप्तपणा संसर्गजन्य असतो!''

विक्षिप्तपणाचं माहात्म्य सांगताना वीडेन ही गोष्ट सांगतात- सन १९८८ मध्ये नाइकेसाठी टी.व्ही. जाहिरात बनविण्यात वीडेन गर्क होते. या जाहिरातीच्या मालिकेत आठ व्हिडिओ क्लिप्स होत्या. प्रत्येक क्लिपमध्ये विविध खेळांतील एक-एक खेळाडू होता. या आठ वेगवेगळ्या क्लिप्सना 'जोडणारी' 'टॅग लाइन' त्यांना हवी होती. पण काही केल्या चांगलं काही सुचत नव्हतं. ''अनेक महिने मी प्रयत्नांत

होतो. 'डेडलाईन'च्या आदल्या रात्री उशिराची वेळ. मी अस्वस्थ...' 'स्लोगनशिवाय काय होणार' या चिंतेत. माझा जीव जायची वेळ आली.''

पण हात टेकणार तेवढ्यात गॅरी गिलमोर नामक खुन्याची त्यांना आठवण झाली. ''वास्तविक १९७७ मध्येच गिलमोरला फाशीची शिक्षा झाली होती. पण तो अचानक माझ्या मनात टपकला. आणि मध्यरात्री उठून 'गिलमोर कसा मेला' याचा विचार करत मी माझ्या टेबलापाशी बसलो. युटाहमध्ये त्याला फायरिंग स्क्वाडसमोर खेचत आणण्यात आलं होतं. डोक्यावरून बुरखा घालण्याअगोदर 'तुला काही सांगायचं आहे का?', असं विचारलं गेलं. थोडं थांबून तो उत्तरला- 'चला, उरकून टाकू या!' – 'Let's do it!' आणि माझ्या मनात विचार आला- 'काय हे धैर्य!' आणि कळायच्या आत मी नाइकेच्या बुटांच्या जाहिरातीचा विचार करू लागलो. शब्दांशी खेळता खेळता मला वाटलं की, गिलमोरचे उद्गार तितकेसे चपखल बसत नाहीयेत, म्हणून मी त्यात थोडा बदल करून एका कागदावर लिहिलं– 'Just do it!' हेच माझं स्लोगन, हे त्याच क्षणी मला कळलं!''

खेळाडू आणि बुटांचा विचार करताना गिलमोरचं नाव त्यांच्या डोक्यात कुठून आलं? वीडेन म्हणतात, ''देवा शपथ, मी रात्री कधीही खुन्यांचा विचार करत नसतो! मग मी स्वतःलाच विचारलं की, हे माझ्या डोक्यात कुठून आलं? एकच शक्यता होती- माझ्या सहकाऱ्यानं सकाळीच नॉर्मन मेलरचा उल्लेख केला होता. आता मेलर कुठून अवतरला, कुणास ठाऊक! मला आठवत नाही, पण त्याच्याबद्दल आम्ही बोलत होतो, हे खरं. मेलरनं गिलमोरवर एक पुस्तक लिहिलं होतं, हे मला आठवलं. तिथून हे स्लोगन आलं होतं... कोणी तरी लिहिलेलं एक वाक्य. बस्स. तेवढंच पुरलं.''

शहरी घसटण

'एरवी प्रवास केल्यानं अद्भुताशी जो आपला परिचय होतो, तो महानगरामध्ये आपोआपच होतो.'

-जेन जेकब्स

डेव्हिड बर्नला सायकली खूप आवडतात. तो १९७० च्या अखेरपासून मॅनहटनमध्ये सगळीकडे सायकलीवरून फिरतोय. त्या काळात ट्रॅफिक टाळण्यासाठी सायकल हे सोईचं वाहन होतं. ''मी दिवसभरातली कामं आटोपून शिवाय क्लब, कला प्रदर्शनं आणि रात्रीचे अड्डे असं सगळंच- टॅक्सी शोधत न बसता, सायकलीवरून करू शकायचो,'' बर्न म्हणतो. ''बाइक काही 'कूल' नव्हती; शिवाय कित्येक वेळा मी मरतामरता वाचलोय. पण तरीही कार चालविण्यापेक्षा ते बरं होतं.'' एवढ्या वर्षांच्या कालावधीत बर्न हा कट्टर सायकलपटू झाला आहे. तो सगळीकडे आपली 'घडीची' सायकल घेऊन जातो. डलासपर्यंत त्यानं सायकल चालवत नेली आहे; तसंच, ऑपेरासाठी संशोधनाकरिता फिलिपाइन्समधले रस्ते त्यानं सायकलवरून पालथे घातले आहेत. तो डेट्रॉइटच्या 'घेटो'मध्ये हरवला आहे आणि इस्तंबूलच्या गजबजलेल्या रस्त्यांवरूनही त्यानं प्रवास केलाय.

सायकल चालविताना होणारा व्यायाम, रिलॅक्सेशन आणि वारं झेलणं तर त्याला मस्त वाटतंच; पण तो वेगळ्याच कारणासाठी सायकल वापरतो. सायकलीवरून फिरताना त्याला 'शहराची कुजबूज' ऐकायला मिळते. सायकल चालविता चालविता शहरात चाललेल्या गोष्टींचा अंदाज घेता येतो. ''गाडीत आपण एखाद्या बुडबुड्यात अडकल्यासारखे असतो. बाहेरच्या जगात काय चाललंय, हे आपल्या कानांवर पडत नाही. पण सायकलीवर असताना तुम्ही आजूबाजूच्या वातावरणाशी एकरूप होऊ शकता. लोकांच्या हालचाली, अस्तित्व तुम्हाला जाणवतं. लोकांशी दुवा असल्याची भावना होते.'' बर्नचं ऑफिस सोहोमध्ये, भरपूर कपड्यांची दुकानं

असलेल्या एका रस्त्यावर आहे. त्याची आणि माझी बाहेर भेट झाली, तेव्हा त्याच्या हातात हेल्मेट आणि 'मफिन' होतं. त्याचे पांढरे शुभ्र केस उभे होते. तीन जिने आणि एक अंधारा बोळ पार करत आम्ही वर गेलो. त्या दिवशी उकाडा होता. त्यानं स्टुडिओच्या खिडक्या उघड्या टाकल्या होत्या. रस्त्यावरचे आवाज वरपर्यंत, खोलीत येत होते. ''मला जरा आवाज असलेला बरा वाटतो. त्यामुळे 'मी कुठे आहे, याचं मला भान राहतं,'' बर्न म्हणतो.

डेव्हिड बर्न 'रॉक-एन-रोल'मधला 'लीजंड' आहे. सोळा वर्षं तो 'टॉकिंग हेड्स'चा प्रमुख गायक (लीड सिंगर) होता. याच बॅन्डनं 'न्यू वेव्ह' निर्माण केली. (२००२ मध्ये या ग्रुपचं नाव 'रॉक-एन-रोल हॉल ऑफ फेम'मध्ये झळकलं.) पण बर्न म्हणजे फक्त 'बर्निंग डाऊन द हाऊस', 'हेवन' किंवा 'वन्स इन अ लाईफटाइम' या क्लासिक पॉप गीतांचा गायक आहे, असं नाही. तो 'अवां-गार्द' कम्पोजरही आहे; व्हिजुअल आर्टिस्ट आणि सायकलिंगचा प्रवक्ताही आहे. त्यानं १९८१ मध्ये प्रथमच, 'माय लाईफ इन द बुश ऑफ घोस्ट्स' या अल्बमसाठी ब्रायन इनोसह 'सॅम्प्लिंग'चा वापर केला. (पुढे 'हिप-हॉप'च्या निर्मितीवर याच अल्बममधल्या 'बहुपदरी' म्हणजेच 'कॅकोफोनस' आवाजांचा प्रभाव पडला.) बर्ननं अलीकडे केलेल्या गोष्टी म्हणजे- इमेल्डा मारकोसवर एक डिस्को ऑपेरा लिहिला, न्यूयॉर्क शहरासाठी सायकल रॅक्सचं डिझाईन केलं, वगैरे. तो म्हणतो, ''माझ्या वेगवेगळ्या प्रकल्पांचा एकमेकांशी संबंध आहे का नाही याचा मी विचार करत नाही. मला एखादी कल्पना सुचते आणि मी तिचा पाठपुरावा करतो.''

बर्नच्या डोक्यात एवढ्या कल्पना येतात तरी कुठून? त्याचं साधं उत्तर आहे- 'शहरातून'. गजबजलेलं शहर म्हणजे त्याच्या संगीताचं प्रेरणास्थान. म्हणून तो सायकलीवरून फिरतो आणि ऑफिसच्या खिडक्या सताड उघड्या टाकतो. 'होड आयलंड स्कूल ऑफ डिझाईन'चा अभ्यासक्रम मधेच सोडून देऊन त्यानं पंक बॅन्ड सुरू केला, त्या वेळी त्याला शहरामध्ये दडलेल्या क्रिएटिव्ह शक्यतांचा अंदाज आला. टेलिव्हिजन आणि 'ब्लॉन्डी'सारखे ग्रुप एकीकडे 'रॉक'चं सौंदर्यशास्त्र (एस्थेटिक्स) 'री-डीफाइन' करत होते, तेव्हा या सगळ्याच्या जवळ असण्याकरता बर्ननं मॅनहटनला स्थलांतर केलं. डिझाईन विद्यार्थ्यांच्या 'टॉकिंग हेड्स' या ग्रुपनं ईस्ट व्हिलेजमधल्या छोट्या क्लब्जमध्ये वाजवायला सुरुवात केली. ''आम्ही अगदी छोट्या, म्हणजे साधारण २० लोकांच्या श्रोतृसमुदायापासून सुरुवात केली. त्यांनी बिअर विकत घेतल्यावरच आम्हाला पैसे मिळत...'' बर्नला आठवतंय. या क्लब्जमध्ये फारसं कोणी फिरकत नसे, म्हणून बर्नच्या ग्रुपला भरपूर रियाज करता यायचा; वाद्यांसोबत प्रयोग करता यायचे. कोणीही झालं तरी सुरुवातीपासून निर्दोष वादन करत नसतं; बहुतेक वेळा काय वाजवावं, हेही कळत नसतं. आणि म्हणून, जिथं तुम्ही काहीही

वाजवलं तरी लोक माफ करतील, अशा जागांची गरज असते.

रात्री उशिरा शो संपल्यावर बर्न अनेकदा सायकलवरून 'अन्‌वाइंड' व्हायला आसपास फिरत राहायचा. कधी कधी ईस्ट रिव्हरच्या काठावरच्या लॅटिन डान्स क्लबपर्यंत जायचं धारिष्ट्य तो करत असे. तो सांगतो, ''त्या लोकांमध्ये मी एकटाच गोरा असायचो. असं असूनही मी तिथं थांबायचो. तिथले उत्कट नाद आणि ताल मला भावायचे. ते सगळं मला नवं होतं.'' त्याच सुमारास फेला कुटीच्या संगीताशी त्याची ओळख झाली आणि तो झपाटला गेला. (त्या संगीतातली 'ग्रुव्ह्ज' फारच 'इन्टेन्स' होती. माणूस त्यानं मंत्रमुग्ध व्हायचा. हा आवाज स्वतःच्या संगीतात आणायची त्याला अनिवार्य इच्छा झाली.) तो जेव्हा तिथल्या क्लब्जमध्ये नसे, तेव्हा तो सोहोतल्या एखाद्या कलादालनात जॅस्पर जॉन्सची चित्रं बघत बसे किंवा अँडी वॉरहॉलची 'सूप-कॅन प्रिंट्स' कौतुकानं न्याहाळत असे. (वॉरहॉल 'टॉकिंग हेड्स'च्या सुरुवातीच्या चाहत्यांपैकी होता.) डाऊनटाउनमध्ये पसरणाऱ्या नवनवीन कल्पना आणि 'एथनिक' आवाजांची सरमिसळ- या दोन्हींनी बर्नच्या सुरुवातीच्या 'रॉक-एन-रोल' रचनांना आकार दिला. हे सगळं नकळत घडत होतं.

''तुम्ही शहराकडे नीट बघितलं आणि ते काय सांगतायत, हे नीट कान देऊन ऐकलं की, आपोआपच तुमच्या मनाचा विस्तार वाढतो. 'हे शक्य आहे, कारण अमुकतमुकनं तसं केलेलं मी पाहिलंय,' असं तुम्ही म्हणू शकता. आणि मग कदाचित कळत-नकळत तुमच्या संगीतात तुम्ही ते गुंफलेलं असतं.''

हे विविध प्रभाव एकत्र करून, इकडच्या-तिकडच्या सगळ्या मेलडीज आणि कल्पनांच्या संगमातून संगीत निर्माण करणाऱ्यांमध्ये 'टॉकिंग हेड्स' हा काही थोड्या ग्रुप्सपैकी होता. म्हणूनच तो एक महत्त्वाचा बॅन्ड मानला पाहिजे. हे पंक म्युझिक होतं, ज्यात न्यूयॉर्कचे बहुभाषिक आवाज आणि 'पोस्ट-मॉडर्न'नं आकार दिलेले डिस्को ताल मिसळले होते. यातून झालं असं की, कोणकोणत्या प्रकारचे आवाज एकत्र आणता येतात, याकडे अगदी वेगळ्या दृष्टीनं पाहिलं गेलं. बर्न म्हणतो, ''हे सगळं शहरामुळे शक्य झालं. माझ्या संगीतातला बराचसा भाग मी रस्त्यांवर ऐकलेला असतो. असं काही तरी 'अपघातानं' कानांवर पडणं मला फार महत्त्वाचं वाटतं.''

बर्नच्या दृष्टीनं महानगर म्हणजे आवाज मिसळणारा 'ब्लेंडर'. अनपेक्षित गोष्टी आपल्या पुढ्यात मांडून- वैचित्र्यपूर्ण लॅटिन ठेके, नायजेरियन बास आणि अमूर्त कला आपल्यासमोर ठेवत- महानगर आपलं मन व कल्पनाशक्ती विस्तृत करतं. मग स्टुडिओत जेव्हा आपण परततो, तेव्हा हे सगळे अनुभव आपल्या संगीतात गुंफले जातात. म्हणून 'सिंभोलिस्ट नृत्य', आफ्रिकन-क्यूबन ठेके आणि पॉप चित्रकला हे सारंच पंक रॉकमध्ये आहे. म्हणून बर्नला महानगर हा ऊर्जेचा स्रोत

वाटतो. तो सायकलवरून फिरताना खिशात डिक्टाफोन घेऊन जातो; एखादी नवी कल्पना केव्हा सुचेल, याचा काय नेम? शहर म्हणजे फक्त 'संस्कृती' असं नाही. एखाद्या चैतन्यमय शहरातल्या संग्रहालयात जाऊन तुम्हाला जे मिळतं, तेच रहदारीच्या रस्त्यांवर फिरून किंवा अगदी सलूनमध्येही मिळू शकतं. गरज असते फक्त कान उघडे ठेवण्याची आणि बारीक लक्ष देण्याची... शहरातल्या घडामोडी तुमच्यात झिरपू देण्याची. मग शहर तुमच्यात बदल घडवू शकतं.

१.

मुळातच, शहरं का बरं असतात? हा खूप अवघड प्रश्न आहे. एखादं आधुनिक महानगर ही काही फार आल्हाददायी जागा नसते. महागाई, अनेक प्रकारचे धोके, गजबजणारी रहदारी, अतिमहाग घरं, झुरळं आणि भिकारी त्यात असतातच. शिवाय प्रदूषित हवा, रस्त्यांवर कचरा, कोलमडायला आलेल्या सरकारी शाळा... थोडक्यात, शहरी जीवन काही सोपं नाही. अशा गर्दीत राहण्याची किंमत आपल्याला मोजावी लागते.

अठराव्या शतकात थॉमस मालथस या ब्रिटिश अर्थशास्त्रज्ञानं या 'किमती'चा ऊहापोह केला. 'एसे ऑन द प्रिन्सिपल ऑफ पॉप्युलेशन' या त्यांच्या १७९८ च्या निबंधात 'लोकसंख्यावाढीमुळे वस्तूंचा तुटवडा जाणवतो' हे मत त्यांनी मांडलं. (पुढे याच माल्थसचा चार्ल्स डिकन्सवर प्रभाव पडला.) शहरांची सतत वाढ झाल्यानं रोगराई पसरेल आणि मोठ्या दुष्काळाला सामोरं जावं लागेल; शहरं विनाशाकडेच वाटचाल करणार, असं माल्थसनं यावरून भाकीत केलं. सन १८०० मध्ये दहा लाख लोकसंख्या असलेल्या लंडनमध्ये १०० वर्षांनी ६७ लाख माणसं राहू लागली होती.

पण माल्थसचं भाकीत खरं ठरलं नाही. आज लंडनमध्ये उपासमारीनं ग्रासलेले लोक राहत नाहीत. शहराची मृत्युघंटा वाजणं तर सोडाच, उलट ती वेगानं वाढतच आहेत. दक्षिण चीनमधली कारखान्यांनी भरलेली शहरं असोत किंवा रियो-द-जानेरो असो; जगभर ग्रामीण भागांमधून शहरांकडे माणसांचे लोंढे सतत वाहत आहेत. मानवी इतिहासात पहिल्यांदाच निम्म्याहून अधिक माणसं शहरांत राहत आहेत. (अमेरिकेत तर ८१% लोक शहरांत राहतात.) आजपर्यंत जेवढे लोक शहरांपर्यंत पोचले आहेत, त्याहीपेक्षा जास्त संख्येनं ते पुढच्या शतकांत येतील.

जगभरातच हे शहरीकरण एवढ्या वेगानं का होत आहे? माल्थस नेमकं कुठं चुकले? नोबेलविजेत्या रॉबर्ट लुकास या अर्थशास्त्रज्ञानं १९८८ मध्ये एक प्रभावी निबंध लिहिला. त्यांनी निष्कर्ष काढला की, शहरांचं वाढतं चैतन्य हा एक मूलभूत

विरोधाभास आहे. अर्थशास्त्रीय निकषांनुसार एव्हाना शहरं कोलमडायला हवी होती. शहर बांधलेलं राहणं हे 'थिअरी ऑफ प्रॉडक्शन'मध्ये बसत नाही. महाग घरं आणि गुन्हेगारीसारख्या गोष्टींचं मोजमाप अर्थशास्त्रज्ञ करू शकतात; पण शहरांत राहण्याचे फायदे ते नीटसे समजू शकत नाहीत. एवढ्या मोठ्या प्रमाणावर दाटीवाटीनं माणसं का राहतात, हे गूढ कायम राहिलं.

अर्थशास्त्रीय समीकरणांचा काहीच उपयोग नाही, हे लुकास यांच्या लक्षात आलं होतं. तरीही 'द डेथ अँड लाइफ ऑफ ग्रेट अमेरिकन सिटीज'च्या लेखिका जेन जेकब्स नामक कार्यकर्तीच्या अंदाजांना लुकास यांनी अनुमोदन दिलं. जेन जिथं लहानाची मोठी झाली, त्या ग्रीनविच व्हिलेजच्या रक्षणार्थ ती जेव्हा उभी ठाकली, तेव्हा तिला 'शहर' या प्रकारात प्रथमच रस निर्माण झाला. त्या वेळी आधुनिकीकरणाच्या नावाखाली या छोट्या-छोट्या अंतःक्षेत्रांवर बुलडोझर फिरू लागले होते. जुन्या घरांच्या जागी अनेकमजली निवासी इमारती आणि महामार्ग बांधले जाऊ लागले. तंत्रज्ञानामुळे घराघरांमध्ये टी.व्ही., डिशवॉशर वगैरे साधनांनी जशी क्रांती घडवून आणली होती, तसंच विज्ञानाच्या साह्यानं सार्वजनिक जागांचा कायापालट केला जात होता. 'क्षयग्रस्त' शहरांचा अस्तकाळ आला होता. भविष्य उज्ज्वल होतं.

पण जेनला हे सर्व पटलं नव्हतं. नूतनीकरणाची पहिली लाट कशी अपयशी ठरली, याचं वर्णन ती आपल्या पुस्तकात करते :

> ''विकासाच्या नावाखाली सुरुवातीला अब्जावधी डॉलर्स खर्चून आपण काय केलंय पाहा. कमी उत्पन्नाच्या भागांचं रूपांतर वाढती गुंडगिरी आणि वाढतं सामाजिक नैराश्य असलेल्या भागात झालं आहे. खरं तर हे सर्व त्या झोपडपट्ट्यांबरोबर अदृश्य व्हायला हवं होतं. पण आता काय दिसतंय? ज्या भागात पुस्तकांचं एकही दुकान चालणार नाही, अशी 'सांस्कृतिक केंद्रे'. टग्यांखेरीज जिथं कोणीही फिरकत नाही, अशी सार्वजनिक ठिकाणं. (टग्यांनाही रेंगाळायला फार जागा शिल्लक नाहीयेत म्हणा.)...जे कुठूनही कुठेही जात नाहीत आणि ज्यावर पादचारीही नाहीत, असे विस्तृत पदपथ. शहरांचे कोथळे बाहेर काढून त्यांना छेदत जाणारे द्रुतगती महामार्ग. ही शहरांची पुनर्बांधणी नव्हे, हे त्यांचं खच्चीकरण आहे.''

आधुनिक नगरनियोजनाचा हा दारुण पराभव पाहून, जुन्या पद्धतीच्या आसमंतात ('नेबरहूड'मध्ये) नेमके कोणते चांगले गुण होते, हे जेननं तपासायला सुरुवात केली. तिनं स्वतःच्या घराबाहेर पडून हडसन स्ट्रीटच्या एका भागाचा अभ्यास सुरू केला. विविध प्रकारची कामं करणारा तो जनसमुदाय एक उत्स्फूर्त 'बॅले' सादर

करतोय, असं गर्दीनं भरलेला पदपथ पाहून तिला वाटलं. तिथं चौथऱ्यावर बसलेली शाळकरी पोरं होती, गप्पाष्टकं झोडणाऱ्या गृहिणी होत्या आणि दुपारचं जेवण झटपट उरकून आपापल्या ऑफिसकडे निघालेले व्यावसायिकही होते. कुलूप-किल्ल्या बनविणारे श्री. लेसी हे सिगार विकणाऱ्या स्लूब यांच्याशी बोलत होते. जहाजांवरून माल उतरविणारे आयरिश लोक 'व्हाइट हॉर्स टॅव्हर्न'मध्ये कवी मंडळींबरोबर बिअरचे घोट घेत होते. शहराचे असे भाग 'अकार्यक्षम' असतात, असं शहरनियोजनवाले नेहमीच म्हणायचे. न्यूयॉर्कचे 'मास्टर बिल्डर' रॉबर्ट मोझेस यांना तर सोहो आणि ग्रीनविच व्हिलेजमधून उंचावरून जाणारा आठपदरी महामार्ग बांधायचा होता. पण लोकांच्या अशा अनौपचारिक भेटी होणं आवश्यक आहे, असं जेकब्स आग्रहानं मांडत होती. तिच्या दृष्टीनं शहर हे इमारतींनी बनत नाही; ज्यात लोक एकमेकांबरोबर नांदतात, अशा रिकाम्या भांड्यासारखं ते असतं. शहर म्हणजे 'स्कायलाईन' नव्हे– शहर म्हणजे एक महानृत्य आहे.

पदपथावरील गप्पागोष्टी खरोखरच लाभदायक असतात. विविध प्रकारचे लोक एकमेकांशी संवाद साधू शकतात, हा हडसन स्ट्रीटचा 'सद्गुण' आहे.[१] इथं काही भौतिक गोष्टींचा जरी तुटवडा असला, तरी मानवी भांडवल इथं भरभरून वाहतंय. यातूनच 'न्यू वेव्ह म्युझिक'सारख्या नव्या गोष्टी निर्माण होतात.

या सर्वांसाठी व्हिलेज टिकणं नितांत गरजेचं होतं. कार्ससाठी नव्हे, तर टांग्यांसाठी निर्मिलेलं व्हिलेज काळविसंगत वाटू शकतं. पण त्याची रचना शहरासाठी आदर्श आहे, हे जेकब्स आग्रहानं मांडतात. इथं पादचाऱ्यांना फिरायला सोईचे असे थोड्या-थोड्या अंतरांवर चौक होते. अगदी एकोणिसाव्या शतकातल्या जुन्या इमारती होत्या. घरभाडी कमी होती, त्यामुळे वेगवेगळ्या वर्गांतले लोक तिथं वास्तव्य करू शकायचे. सगळ्यात महत्त्वाचं म्हणजे, सगळ्या गोष्टी इथं एकत्र नांदायच्या– निवासी इमारती, उपाहारगृहं, दुकानं आणि सर्व काही. वेगवेगळ्या कामांकरिता दिवसाच्या वेगवेगळ्या वेळी वेगवेगळे लोक रस्त्यांवर दिसत. यामुळे 'वैचारिक घुसळण' सतत व्हायची. लोकांनी भरलेल्या अशा ठिकाणी जे घडतं, त्याला जेकब्स यांनी 'नॉलेज स्पिलोव्हर्स' असा अतिशय समर्पक शब्दप्रयोग सादर केला आहे.

---

१. जेकब्स म्हणतात, "नव्या कल्पना रुजण्यासाठी जुन्या इमारती आवश्यक असतात." नियोजनबद्ध शहरविकासात ज्या नव्या इमारती बांधल्या जातात, त्या 'प्रायोगिक' आणि कलाविषयक कामं करणाऱ्यांसाठी महाग असतात. मॉल्स, बँका हे सर्व नव्या इमारतींमध्ये जातात; तर परदेशी उपाहारगृहे, बार्स आणि 'पॉन शॉप्स' जुन्या इमारतींकडे आकृष्ट होतात." सर्व पंक क्लब्ज मॅनहटनच्या जुन्या भागांत का निघाले, हे उघड आहे.

महानगरांतल्या गोंधळातूनच सर्वाधिक 'स्पिलोव्हर' मिळतो, हा यातला गमतीचा भाग आहे. अनेक भिन्न जाती-जमाती आणि वंशावळींचे लोक एकत्र आल्यानंतर, अनोळखी लोकांशी संबंध ठेवावा लागल्यानंतर जगाकडे बघण्याची आपल्या नजरेची व्याप्ती आपोआपच वाढते. रस्त्यात भेटलेल्या लोकांबरोबर 'रॅन्डम' गप्पांतून काय मिळणार, असं कोणाला वाटेल; पण अशा गोष्टीचे भरपूर फायदे असतात. इथं ब्रान्डाइस विद्यापीठाचे अर्थशास्त्रज्ञ अॅडम जॅफे यांनी केलेला अभ्यास पाहू या. त्यांनी प्रत्येक पेटंट अर्जासोबत जोडलेल्या 'सायटेशन्स'च्या याद्यांचं विश्लेषण केलं. त्यांना आढळून आलं की, बहुतेक नव्या गोष्टींचा (इनोव्हेशन्स) उगम 'स्थानिक' असतो. एखाद्या पेटंटबरोबर जोडलेले संदर्भ त्याच शहरातल्या संशोधनाशी निगडित असण्याची शक्यता, अन्य शहरांतल्या संशोधनांपेक्षा दहापट अधिक असते. म्हणजेच, विषय कोणताही असो- आपल्या भोवतालच्या संशोधकांपासूनच आपल्याला प्रेरणा मिळत असते. आणि हे फक्त पेटंट्सपुरते मर्यादित नाहीये. डेव्हिड बर्नला जी स्फूर्ती मिळाली ती दूरच्या संगीतकारांकडून नव्हे, तर त्याच्या गावातल्याच डान्स क्लब्जमध्ये ऐकू येणाऱ्या संगीतातून. शहराची घनताच अशी असते की, त्यातून सर्जनशीलतेचा ओघ सतत निघत राहतो.[२]

"तुझं शहर अजूनही तुझ्या संगीताला आकार देतं का?" असं मी बर्नला विचारलं, तेव्हा त्यानं अलीकडल्या त्याच्या एका दौऱ्याची गोष्ट सांगितली. "आपल्याबरोबर 'शो'मध्ये काही नर्तिका असायला हव्यात, असं दौऱ्याच्या काही महिने अगोदर मी ठरवलं. माझ्या जवळपास राहणाऱ्या दोघींपैकी एका कोरिओग्राफरला मी काही नावं सुचवायला सांगितलं. हिनं तिला, तिनं तिला– असं करत करत मला खूप नर्तिका मिळाल्या आणि त्या उत्तमच होत्या. हे मी एकट्यानं ऑडिशन घेऊन करू शकलो असतो; पण इतकं क्लिष्ट काम माझ्या हातून झालंच नसतं; आणि असं झालं असतं तर वाईट झालं असतं, कारण नर्तिकांमुळे शोला खरोखरच उठाव येतो."

२.

ज्यॉफ्रे वेस्ट दुपारचे जेवण घेत नाहीत. एक तर त्यांना अन्नाची अॅलर्जी आहे, असं त्यांच्या डॉक्टरांनी सांगितलं आहे; शिवाय दुपारी जेवलं की मळमळतं आणि ग्लानी येते. खिडकीतून दिसणाऱ्या वाळवंटाकडे बघत बसणं किंवा कुठल्याशा कागदावर

२. 'न्यूरल हायवे' आणि शहरांतले रस्ते यांमध्ये खूप साम्य असतं, असं मार्क चांगिझी या न्यूरोसायंटिस्टच्या संशोधनातून निष्पन्न झालं आहे. शहरं आणि मेंदू- दोन्हींना व्यवस्थित कार्यरत असायला 'कनेक्टेडनेस'ची आवश्यकता असते.

समीकरणं खरडत बसणं, हे त्यांचं काम. हे करत असताना ते फक्त चहा आणि एखाद्या गोड बिस्किटावर जगत असतात. त्यांच्या पिकलेल्या केसांकडे आणि दाढीकडे त्यांचं फारसं लक्ष नसल्याचं जाणवतं. शरीराला पोषण देणं, दाढी करणं अशा फालतू गोष्टींकडे लक्ष देणं म्हणजे अधिक रंजक गोष्टींकडून लक्ष विचलित करणं, असं त्यांना वाटतं, हे उघड आहे. कधी कधी त्यांना कॉम्प्युटरविषयी असूया वाटत असावी, कारण त्याला खायला लागत नाही आणि त्याचा मूड जात नाहा- एक वायर असली की झालं!

जग जितकं अमूर्त, तितकं ते वेस्टना भावतं. ते विज्ञानाच्या मूलभूत सिद्धान्तांचा अभ्यास करतात. त्यामुळे स्वतःची तुलना गॅलिलिओ, न्यूटन किंवा केपलरशी केलेली त्यांना आवडते. पण जड सृष्टीत त्यांना रस नाहीये. काळी विवरं, स्ट्रिंग थिअरी किंवा अंतराळाशी त्यांना तितकंसं घेणं-देणं नाहीये. काही दशकं त्यांनी स्टॅनफर्ड युनिव्हर्सिटी आणि लॉस अलामॉस लॅबमध्ये 'एलिमेंटरी पार्टिकल्स'वर संशोधन केलं. पण सरकारनं १९९३ मध्ये 'टेक्सास सुपरकंडक्टिंग कोलायडर' प्रकल्प रद्द केला, तेव्हा त्यांनी हे क्षेत्र सोडून दिलं. ''मी अनेक जबरदस्त प्रयोगांची योजना केली होती; पण सरकारचा हा निर्णय ऐकून मी पार खचून गेलो.'' पण ते निवृत्त व्हायला तयार नव्हते. मग 'पुढे काय' याचा विचार ते करू लागले. ''आम्ही पदार्थविज्ञानवाले; गुंतागुंतीच्या गोष्टींमधून काही तरी अर्थ लावू शकतो, सिद्धान्त मांडू शकतो.''

मग आपल्याकडे असलेली कौशल्यं वापरता येतील, अशा विषयाचा शोध त्यांनी सुरू केला. शेवटी 'शहर' हा विषय त्यांनी हाती घेतला. 'कॉन्क्रीट जंगल' ही गोंधळात टाकणारी गोष्ट वाटू शकते. पण या गोंधळामागे काही 'नियम' दडलेले असतात का? ''शहरांबद्दल विचार करत असताना आपण नेहमी त्यातले विभाग, तिथली संग्रहालये, उपाहारगृहे अशा गोष्टींचा विचार करत असतो; पण याखेरीज, प्रत्येक शहर कुठल्या तरी अलिखित तत्त्वांवर आधारित असतं, असा माझा होरा होता,'' वेस्ट सांगतात.

या गोष्टींचा शोध कोणीही घेत नव्हतं, असं त्यांच्या लक्षात आलं. आधुनिक शहरांबद्दलची विचारसरणी म्हणजे केपलरच्या अगोदर भौतिकशास्त्र जसं होतं, तशी होती- सगळा अंदाजपंचेचा खेळ; नुसतंच कथाकथन... ठोस काहीही नाही. जर एखाद्या शहराच्या महापौरांना 'शहर चालविण्यासंबंधी' सल्ला द्यायचा झाला, तर तो वस्तुनिष्ठ आणि वस्तुस्थितीवर आधारित असावा, असं वेस्टचं मत होतं. त्यांना 'अर्बन थिअरी'चा कंटाळा आला होता. त्यांना हवं होतं 'अर्बन सायन्स'.

जेन जेकब्सचे शहरांविषयी जे तर्क-वितर्क होते, त्यांचं रूपांतर जर एखाद्या शास्त्रोक्त विषयात करायचं झालं, तर वेस्टकडे भक्कम माहिती (डेटा) असणं

आवश्यक होतं. भौतिकशास्त्रातून संन्यास घेतलेल्या लुइस् बेटेनकोर्टच्या मदतीनं वेस्ट यांनी शहरांविषयी उपलब्ध आकडेवारी गोळा करण्यासाठी ग्रंथालयांची वाट धरली. अमेरिकन जनगणनेच्या प्रचंड फायली डाऊनलोड केल्या, जर्मनीतील पायाभूत सुविधांचा अभ्यास केला आणि चीनमधील शहरांबद्दल माहिती असलेल्या 'अल्मानॅक'वर (दुर्दैवानं हे पुस्तक 'मॅन्डरिन' भाषेत होतं) हजारो डॉलर्स खर्च केले. त्यांनी अनेकविध 'व्हेरिएबल्स' तपासून बघितली. यात फ्रँकफर्टमधल्या विद्युत तारांची लांबी, बॉईस्मधील पदवीधरांची संख्या, शेनझेन प्रांतातील सरासरी उत्पन्न, अशा सर्व गोष्टींचा समावेश होता. पेट्रोल पंप, खासगी उत्पन्न, ड्रेनेज पाइप्स, खून, कॉफी शॉप्स आणि पादचाऱ्यांचा चालण्याचा सरासरी वेग, अशा विविध गोष्टींबद्दल आकडेवारी जमा केली.

दोन वर्षे काळजीपूर्वक विश्लेषण केल्यावर त्यांच्या लक्षात आलं की, ही सर्व 'व्हेरिएबल्स' काही साध्या समीकरणांमध्ये बसविता येण्यासारखी आहेत. जिथं जिथं लोक एकत्र येऊन दाटीवाटीनं अपार्टमेंटमध्ये राहतात, सबवे आणि पदपथांवरून गर्दी करून फिरतात; तिथं तिथं काही 'नियम' आपोआप तयार होतात. मॅनहटन असो, की न्यूयॉर्क– काही शहरी आकृतिबंध तेच राहतात. हा शोध किती महत्त्वाचा आहे, याविषयी वेस्ट फालतू नम्रता बाळगत नाहीत. "सर्व शहरांबद्दलचे 'कॉन्स्टंट्स' आम्ही शोधून काढले आहेत. हे सिद्धान्त वापरून एखाद्या शहरात किती गंभीर गुन्हे घडू शकतील किंवा तिथल्या रस्त्यांचं क्षेत्रफळ काय असेल किंवा जपानमध्ये २,००,००० लोकसंख्या असलेल्या शहरांत सरासरी उत्पन्न किती असेल, इत्यादींविषयी आम्ही अचूक भाकीत करू शकतो. हे मी करू शकतो, कारण खरं म्हणजे प्रत्येक शहर दुसऱ्यासारखं असतं; काहीही फरक नसतो, म्हणूनच ही समीकरणं लागू होतात."

या समीकरणांचं अस्तित्व जेकब्सनं वर्णन केलेल्या हडसन स्ट्रीटच्या 'बॅले'वर अवलंबून असतं. वेस्ट म्हणतात की, या समीकरणांमुळे जेकब्स यांनी बांधलेले अंदाज बरोबर होते, असं आपण म्हणू शकतो. आकडेवारीत बसविल्यामुळे वेस्टच्या वर्णनांना शास्त्रीय अधिष्ठान प्राप्त होतं. "जेव्हा लोक येऊन मला सांगतात की, 'जेन जेकब्सना गणित येत असतं, तर तुम्ही जे मांडताय, तेच तिनंही मांडलं असतं'; तेव्हा मला खूप बरं वाटतं. जेनला जे अभिप्रेत होतं आणि आकडे जे स्पष्ट करतात, ते असं- 'जेव्हा लोक समूहानं राहतात, तेव्हा त्यांची दरडोई उत्पादकता वाढते. विचारांची देवाण-घेवाण वाढते आणि नवनिर्मितीही वाढते.' यात आश्चर्याची गोष्ट अशी आहे की, हे सर्व भाकीत करता येण्यासारखं आहे आणि हे सर्व जणू आपोआपच घडत असतं."

पेटंट्सची संख्या असो किंवा दरडोई उत्पन्न; प्रत्येक मोजता येण्याजोग्या

समाजशास्त्रीय किंवा आर्थिक 'व्हेरिएबल'चा घातांक (एक्सपोनंट) सुमारे १.१५ असतो. हा आकडा एकपेक्षा जास्त आहे, हे रंजक आहे. कारण याचा अर्थ असा की, १० लाख लोकसंख्या असलेल्या शहरातला माणूस पाच लाख लोकसंख्या असलेल्या शहरातल्या माणसाच्या तुलनेत १५% जास्त पेटंट्स मिळवितो किंवा १५% जास्त पैसे कमावतो. (तसंच, मोठ्या शहरवाल्याच्या परिसरात १५% जास्त उपाहारगृहे असतील आणि तिथं १५% जास्त ट्रेडमार्कही उत्पन्न होतील.) शैक्षणिक पातळी, कामांतला अनुभव आणि बुद्ध्यंकासारख्या गोष्टींनुसार जरी आकडे 'ॲड्जस्ट' केले तरी घातांक तोच राहतो! ''या अद्वितीय समीकरणामुळेच लोक मोठ्या शहराकडे स्थलांतरित होतात. त्याच माणसाला ५०,००० वस्तीच्या शहरातून ६०,००,००० च्या शहरात टाकलं, तर कुठल्याही निकषांवर तो तिप्पट जास्त 'काम' करणार आहे; हे समीकरण जगाच्या पाठीवर कुठेही असलेल्या शहराला लागू होतं,'' वेस्ट म्हणतात.

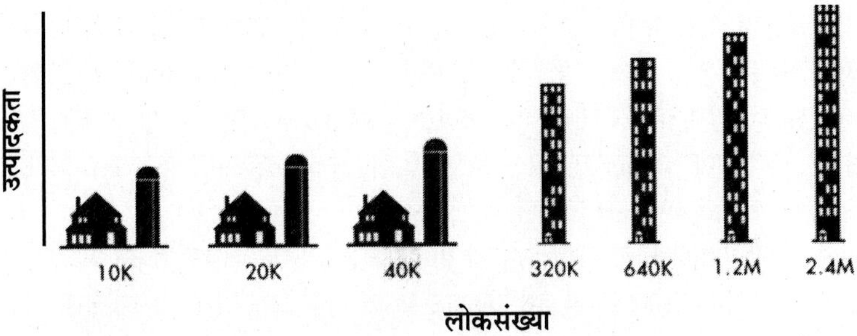

शहरांमध्ये 'सुपरलीनिअर' वाढ आढळून येते; शहर जसे वाढत जाते, तसे तिथल्या प्रत्येकाची उत्पादकता वाढते.

या चमत्काराला वेस्ट आणि बेटेनकोर्टनं 'सुपरलीनिअर स्केलिंग' असं नाव दिलं आहे. साध्या भाषेत म्हणजे- मोठ्या शहरांतल्या माणसांची उत्पादकता जास्त असते. सुपरलीनिअर समीकरण जर आलेखाच्या स्वरूपात मांडलं, तर तो आलेख आकाशाकडे झेपावणाऱ्या 'रोलर-कोस्टर'सारखा दिसेल. त्याची उभी चढण शहरी जीवनाच्या 'पॉझिटिव्ह फीडबॅक लूप'मुळे असते. वाढत्या शहरामध्ये लोकांची उत्पादकता वाढते, म्हणून आणखी लोकांना शहराकडे धाव घ्यावीशी वाटते आणि हे चक्र असंच चालू राहतं. 'शहर' ही मानवी इतिहासातली सर्वांत महत्त्वाची निर्मिती आहे, असं या सुपरलीनिअर आकृतिबंधावरून आपल्या लक्षात येतं. शहरांमुळेच आपलं आर्थिक सामर्थ्य वाढतं आणि आपल्या चातुर्याला प्रचंड वाव मिळतो. दाटीवाटीनं केलेल्या मानवी अधिवासाचं वैशिष्ट्य असं की, त्यामध्ये पुनर्निर्मितीची बीजं आपोआपच येतात. उदाहरणार्थ– लोकरीच्या धंद्यासाठी निर्माण

झालेल्या शहरातून पुढे कधी तरी 'वॉल स्ट्रीट' निर्माण होतो; युद्धनीतीच्या दृष्टीनं सोईस्कर 'सीन'मधल्या बेटाचं रूपान्तर 'अवां-गार्द कलाकारां'च्या माहेरघरात होतं. वेस्ट म्हणतात, ''शहरं म्हणजे नवकल्पनांचा न आटणारा स्रोत. शहरं जशी मोठी होत जातात, तसा या प्रक्रियांचा वेगही वाढत जातो. प्रत्येक माणसाची उत्पादकता आणि त्याच्या हातून होणारी नवनिर्मिती वाढते. निसर्गात यासारखं दृश्य कुठंही आढळत नाही. जीवशास्त्रीय दृष्टीनं शहर ही एक प्रकारची विकृती (अनॉमली)च आहे. शहर समजावून घेतल्याशिवाय आधुनिक जीवन म्हणजे काय, हे आपल्याला नीट कळणार नाही. प्रत्येक रंजक गोष्टीमागची प्रेरणा म्हणजे शहर. जे-जे नवं असतं, ते सर्व तिथूनच निर्माण होत असतं.''

या सुपरलीनिअर सिद्धान्ताचा शोध लावल्यावर वेस्ट आणि बेटेनकोर्ट यांनी आणखी एका मुद्द्याकडे लक्ष वळवलं. या समीकरणाच्या आधारावर कोणत्या गोष्टी समजावता येत नाहीत? तर, शहरा-शहरांमध्ये असलेले बारीक फरक काय असतात, हे यानं सांगता येत नव्हतं- ब्रिजपोर्ट हे ब्रुकलिनपेक्षा वेगळं का किंवा न्यू ऑर्लिन्स हे सिॲटलपेक्षा वेगळं कसं, वगैरे. ''मी आमच्या सिद्धान्ताविषयी बोललो की, लोक लगेच या फरकांविषयी बोलतात– 'जर प्रत्येक शहर सारखं असेल, तर माझं शहर मला असाधारण का वाटतं?' शेवटी या प्रश्नांना कंटाळून आम्ही त्याच्या खोलात शिरायचं ठरवलं.''

त्यांना पहिली गोष्ट लक्षात आली ती ही की, हे फरक कायम टिकून असतात. उदा.– गेली किमान शंभर वर्षं तरी ब्रिजपोर्ट श्रीमंत शहर आहे किंवा न्यू ऑर्लिन्समध्ये गुन्हेगारीचं प्रमाण जास्त आहे; ऑस्टिनमधून ह्युस्टनच्या मानानं नेहमीच जास्त पेटंट्स निर्माण झाली आहेत. ''मग माझ्या लक्षात आलं की, लोकांचा प्रश्न वेडपट नाहीये. हे फरक 'रॅन्डम' नाहीत. या फरकांमधून प्रत्येक शहराचं एक निश्चित वास्तव आपल्या समोर येतं.''

हे फरक कायमचे असल्यामुळे शहरी जीवनाच्या विविध पैलूंचे एकमेकांशी असलेले परस्परसंबंध आपण उलगडू शकतो. क्लिव्हलँड नेहमी गरीब का राहिलंय? सॅन्टा मोनिकामध्ये एवढे ट्रेडमार्क कसे जन्माला येतात? वेस्ट आणि बेटेनकोर्ट यांना अनेक रंजक आकृतिबंध लक्षात आले आहेत. उदा.– गुन्हेगारीचं प्रमाण कमी करायचं असेल, तर तरुण पदवीधरांना तुमच्या शहराकडे आकृष्ट करा. प्रिन्सटनचे मानसशास्त्रज्ञ मार्क आणि हेलन बोर्नस्टाईननं १९७० च्या सुमारास केलेल्या सर्वेक्षणात वेस्ट व बेटेनकोर्टना काही आश्चर्यकारक शोध लागले. या मार्क आणि हेलन बोर्नस्टाईननं विविध शहरांमधल्या पादचाऱ्यांचा चालण्याचा सरासरी वेग मोजायला सुरुवात केली. फुटपाथचा ६० फुटांचा एखादा पट्टा आखायचा आणि त्यावरून जाणाऱ्या हजारो लोकांची चालण्याची गती मोजायची. गम्मत अशी की,

शहर जितकं मोठं, तितका तिथल्या लोकांचा चालण्याचा वेग जास्त होता, असं त्यांना आढळून आलं.

वेस्टच्या दृष्टीनं हे निरीक्षण त्यांच्या सुपरलीनिअर सिद्धान्ताला पुष्टी देणारंच आहे. चालण्याचा वेग आणि पेटंट्सचा काय संबंध आहे? वेगानं चालणाऱ्या लोकांच्या शहरांतून जास्त पेटंट्स निर्माण होतात, याचं स्पष्टीकरण भौतिकशास्त्राच्या भाषेत द्यायचा प्रयत्न वेस्ट करतात. शहरांतली माणसं म्हणजे एकमेकांवर आपटून इतस्ततः भिरकावल्या जाणाऱ्या पदार्थकणांसारखी असतात. ज्या शहरांमध्ये जास्त 'आपटाआपटी' होते, तिथं नवनिर्मितीही जास्त होते.

अर्थात, माणसा-माणसांमध्ये होणारं हे घर्षण त्रासदायकही ठरू शकतं. आपल्याला दर वेळी अनोळखी व्यक्तीशी संवाद साधायचा नसतो. धक्काबुक्कीही नको असते; पण वेस्ट आग्रहाने सांगतात की, जगात कुठंही 'यशस्वी शहरं' थोडी अस्वस्थ आणि 'अ-सुखकारक' असतात. लोकांना शक्य तितका कमी त्रास व्हावा, पण एकमेकांतले फलदायी संबंध वाढावेत, अशी व्यवस्था निर्माण करणं, हेच शहर नियोजनाचं महत्त्वाचं काम आहे. ती राहत असलेल्या मॅनहटनच्या भागाची रचना पूर्वीच्या काळी गर्दीनं काठोकाठ भरलेल्या अजस्र महासागरासारखी नव्हती, असं जेकब्सनं म्हटलं आहे. त्यामध्ये जवळिकीची भावना जोपासली जात होती. लोकांचे परस्परसंबंध अर्थपूर्ण होते. म्हणून तर त्याला 'व्हिलेज' म्हटलं जातं.

पण अलीकडच्या काही दशकांत फिनिक्स किंवा रिव्हरसाइडसारखी वेगानं वाढणारी शहरं वेगळ्याच धर्तीवर ही वाढ जोपासत आहेत. इथं गर्दीच्या सार्वजनिक जागांपेक्षा सुट्या-सुट्या घरांवर भर दिला गेला आहे. पण वेस्टच्या मते, यामुळे अनेक शहरी 'मॅट्रिक्स'च्या बाबतीत ही शहरं मागं आहेत. (काही संशोधनानुसार, लोकसंख्याघनता दुप्पट झाली की, उत्पादकता २८% कमी होते.) गेल्या ४० वर्षांत उत्पन्न आणि नवनिर्मितीच्या बाबतीत फिनिक्स सरासरीच्या खाली आहे. वेस्ट म्हणतात, "झपाट्याने वाढणाऱ्या या शहरांकडे पाहिलं की वाटतं, ही शहरे म्हणजे भूमीवर आलेली 'बेंड' आहेत. यांची वाढ इतक्या वेगानं होत आहे की, ती टिकाऊ असणं शक्यच नाही."

फिनिक्सच्या या अवस्थेची तुलना सॅन होजेशी वेस्ट करतात. हे शहर म्हणजे गेली शंभरएक वर्षं नवनिर्मितीचं माहेरघर ठरलं आहे. (दरडोई पेटंट्सच्या बाबतीत सॅन होजेचा दुसरा क्रमांक लागतो, तर फिनिक्सचा १४६वा.) विशेष म्हणजे, तिथं सिलिकॉन व्हॅली यायच्या कित्येक दशकं आधी (जेव्हा तिथं फक्त आक्रोड आणि जर्दाळूच्या बागा होत्या) सुद्धा दरडोई पेटंट्सचं प्रमाण खूप जास्त होतं. "इथं असं काही तरी आहे, ज्यामुळे सिलिकॉन व्हॅली इथंच निर्माण झाली. हा अपघात नव्हता. आकडेवारीनंच हे घडू शकलं. अर्थात, समीकरणांमुळे इतकी नवनिर्मिती का होते,

हे नीटसं सांगता येणार नाही.''

३.

रूट क्र. १२८ बॉस्टनच्या भोवतालून जाणारा महामार्ग आहे. याची सुरुवात ग्लॉस्टर, मॅसाच्युसेट्स येथील मासेमारी बंदरापासून एक दुपदरी रस्ता म्हणून होते. तिथून तो वळून उपनगरांकडे जातो. सन १९५० च्या सुरुवातीच्या काळात महामार्गाच्या दोन्ही बाजूंना हाय-टेक उद्योग वसू लागले. (१९५५ मध्ये 'बिझनेस वीक'ने रूट १२८ ला 'द मॅजिक सेमीसर्कल' असं संबोधलं, तर 'फोर्ब्स'नं त्याला 'अमेरिकाज टेक्नॉलॉजी हायवे' म्हटलं.) हे उद्योग विशेषतः वॉलथम आणि न्यूटन या दोन शहरांजवळ होते. इथं जागोजागी इंडस्ट्रियल पार्क्स आणि काचांचा दर्शनी भाग असलेल्या ऑफिस इमारती उभ्या राहिल्या. सन १९७० उजाडलं, तेव्हा तंत्रज्ञान क्षेत्रातील जगातल्या सर्वांत मोठ्या १० कंपन्यांपैकी सहा इथंच होत्या. यांत डिजिटल इक्विपमेंट कॉर्पोरेशन आणि रेथीयनचा समावेश आहे. 'मॅसाच्युसेट्स मिरॅकल' उमलू पाहत होतं.

दुसऱ्या महायुद्धानंतरच्या 'बूम'मध्ये रूट १२८ ची भरभराट होत होती, तेव्हा सॅन होजे हा शेतीप्रधान प्रदेश होता. इथले स्थानिक उद्योग म्हणजे अन्नप्रक्रिया करणाऱ्या लहानलहान कंपन्या. त्यामुळे १९५६ मध्ये जेव्हा 'ट्रान्झिस्टर'चा काहीसा विक्षिप्त जनक विल्यम शॉकलेने तिथल्या माउंटन व्ह्यू नामक छोट्या गावात शॉकले ट्रान्झिस्टर कॉर्पोरेशनचा कारखाना टाकला, तेव्हा सगळ्यांना आश्चर्य वाटलं. (शॉकलेने रूट १२८ परिसरात तो सुरू करायचा प्रयत्न केला होता; पण बॉस्टनच्या मोठ्या कंपन्यांना त्याच्या प्रॉडक्ट्समध्ये रस नव्हता.) बेल लॅब्समधल्या त्याच्या माजी सहकाऱ्यांनासुद्धा शॉकले ट्रान्झिस्टर कॉर्पोरेशनमध्ये भागीदार होण्यात रस नव्हता. (कोणालाच लहान शेतीप्रधान गावात जायचं नव्हतं.) म्हणून मग शॉकलेनं कॅल्टेक आणि स्टॅनफोर्डच्या पदवीधर विद्यार्थ्यांना भरती केलं. दुर्दैवानं शॉकलेला व्यवस्थापनाचा गंधही नव्हता आणि १९५७ मध्ये त्याच्याकडील आठ संशोधकांनी नोकरी सोडली. या आठ लोकांनी (ते स्वतःला 'ट्रेटरस एट' म्हणवतात) सॅन होजेमधल्या एका छोट्याशा गॅरेजमध्ये 'द फेअरचाइल्ड सेमीकंडक्टर कंपनी' स्थापन केली. तिथं बनलेले पहिलेवहिले ट्रान्झिस्टर त्यांनी आय.बी.एम.ला विकले; १९६२ पर्यंत त्यांची विक्री १३० दशलक्ष डॉलर्सपेक्षा जास्त झाली होती. काही वर्षांनी त्यांच्यापैकी रॉबर्ट नॉइस व गॉर्डन मूर बाहेर पडले आणि त्यांनी स्वतःची मायक्रोचिप कंपनी सुरू केला- या कंपनीचं नाव होतं इंटेल.

सिलिकॉन व्हॅलीमध्ये १९८० पर्यंत इंटेल, ॲपल, सिस्को, ओरॅकल आणि

सन मायक्रोसिस्टम्ससारख्या अनेक कंपन्यांची यशोगाथा लिहिली गेली. यांचं यश इतकं मोठं होतं की, १९८५ पर्यंत रूट १२८ च्या तुलनेत सिलिकॉन व्हॅलीमध्ये हाय-टेक क्षेत्रात दुप्पट लोक कामाला होते. इथून पुढे आपल्याला दिसतो तो केवळ चढता आलेखच. नेटस्केप, गूगल, नेटफ्लिक्स आणि फेसबुकसारख्या इंटरनेट कंपन्याही इथंच जन्माला आल्या. (फेसबुकचा जन्म तसा फेब्रुवारी २००४ मध्ये हार्वर्डच्या 'डॉर्म'मध्ये झाला; पण मार्क झुकेरबर्गनं उन्हाळ्यात पालो अल्टोमध्ये त्याचं स्थलांतर केलं.) आणि टेक क्षेत्रातले बॉस्टनमधले डिजिटल आणि वांग लॅब्ससारखे दिग्गज आज नामशेष झाले आहेत. अगदी ५० वर्षांपेक्षा कमी काळात आक्रोड मळ्यांचं सॅन होजे हे जगाचं टेक्नॉलॉजी केंद्र बनलं आहे.

या भन्नाट यशामुळे एक प्रश्न उपस्थित होतो- रूट १२८ चं नेमकं काय झालं? ड्यूकमधले बिझनेस प्राध्यापक विवेक वधवा म्हणतात, "१९७५ मध्ये 'टेक सेक्टरवर कोणाचं वर्चस्व असेल?' या प्रश्नावर कोणीही रूट १२८ वर आपले पैसे लावले असते. रूट १२८ नं सगळ्यांपेक्षा जबरदस्त आघाडी मिळवली होती. तिथं एम.आय.टी. आणि हार्वर्डही होते, शिवाय अनेक यशस्वी टेक कंपन्याही. या कंपन्यांचं लष्कराशी भलं मोठं कंत्राट होतं आणि मायक्रोचिप व इलेक्ट्रॉनिक हार्डवेअर बाजारपेठही त्यांच्याच ताब्यात होती."

आणि तरी ही ताकद अपुरी पडली. काही दशकं वर्चस्व गाजविल्यानंतर हा किल्ला ढासळू लागला. याचं मुख्य कारण म्हणजे, इथल्या कंपन्या सॅन होजेच्या तुलनेत, नवनवे शोध लावण्यात कमी पडल्या. 'रीजनल ॲडव्हांटेज' या आपल्या पुस्तकात यू.सी.-बर्कलेमधल्या नगररचना प्राध्यापिका ॲना-ली सक्सेनियन म्हणतात की, १९७० च्या मध्यापर्यंत बॉस्टन परिसर कित्येक वर्षं मागं राहून गेला होता. सिलिकॉन व्हॅलीमधून बाहेर पडणाऱ्या डिझाइन्स आणि नव्या प्रॉडक्ट्सशी इथले प्रॉडक्ट्स स्पर्धा करूच शकत नव्हते.

ही 'इनोव्हेशन गॅप' कशामुळे निर्माण झाली? बॉस्टनमधल्या कंपन्यांचा जम बसायला ज्या-ज्या गोष्टी कारणीभूत होत्या, त्याच गोष्टी ऱ्हासालाही कारणीभूत ठरल्या. सक्सेनियन म्हणतात त्याप्रमाणे, रूट १२८ चं वैशिष्ट्य म्हणजे तिथल्या मोठाल्या कंपन्या. (एक वेळ अशी होती, जेव्हा एकट्या 'डिजिटल'मध्ये १,२०,००० लोक कामाला होते.) या कंपन्या स्वयंपूर्ण ('सेल्फ सफिशियंट') होत्या. 'डिजिटल' मिनी कॉम्प्यूटर्स, त्यामधल्या मायक्रोचिप्स आणि त्यांना लागणारं सॉफ्टवेअरदेखील बनवायचे. (कंपनीचे संशोधन-उपाध्यक्ष गॉर्डन बेल म्हणाले होते, "स्थानिक अर्थव्यवस्थेमधलं बेट असावं, असं आमच्या कंपनीचं स्वरूप आहे.") कामाच्या या पद्धतीमुळे गोपनीयतेला तिथं अतोनात महत्त्व होतं. 'डिजिटल'मधला वैज्ञानिक 'वांग' किंवा 'लोटस'मधल्या कोणाशीही कामाविषयी बोलू शकत नसे. वेगवेगळ्या

प्रकारच्या करारांचं काटेकोर पालन केलं जाई. एक कंपनी सोडून दुसरीत भरती व्हायला परवानगी नसे. तसंच वैज्ञानिकांना आपल्याच विषयाच्या नियतकालिकांमध्ये शोधनिबंध प्रकाशित करायची परवानगी नव्हती. त्यामुळे या कंपन्यांमध्ये माहितीचा ओघ 'वरून-खाली' असा एकाच दिशेनं वाहत असे.

या कार्यपद्धतीमुळे 'इंटलेक्चुअल प्रॉपर्टी'चं संरक्षण व्हायचं; पण नवनिर्मिती मागं पडायची. सर्जनशीलता वाढण्यासाठी विचार आणि संकल्पनांची मुक्त देवाण-घेवाण व्हावी लागते, हे आपण पाहिलंच आहे. रूट १२८ वर हे कधी झालंच नाही. त्यामुळे भरपूर बुद्धिमान लोक असूनही ते एकमेकांशी संपर्क साधू शकत नव्हते, वैचारिक देवाण-घेवाण करू शकत नव्हते. प्रत्येक कंपनी दुसरीपासून विलग, आपल्याच विश्वात रममाण होती.

बॉस्टनच्या कंपन्यांच्या 'व्हर्टिकल स्ट्रक्चर'चं विरुद्ध टोक म्हणजे सिलिकॉन व्हॅलीमधलं 'हॉरिझॉन्टल' व्यवस्थापन. इथल्या कंपन्या इतक्या छोट्या होत्या की, खूपदा एखाद्या प्रकल्पात एकमेकींच्या इंजिनिअर्सना आपल्यात सामावून घ्यायच्या. यामुळे 'सिस्को'तला वैज्ञानिक 'ओरॅकल'मधल्या कोणाचा तरी दोस्त असे किंवा 'इंटेल'चा संस्थापक 'ॲपल'मधल्या तरुण मॅनेजरला मार्गदर्शन करीत असे. अर्थात, यामुळे 'कर्मचारी उलाढाल' भरपूर होती. तिथला कोणीही माणूस १९८० च्या दशकात सरासरी दोन वर्षांनी नोकरी बदलत असे. (बॉस्टनप्रमाणे इथं कोणतेही बंधनकारक करार नव्हते.) म्हणजेच, सॅन होजेमधलं उद्योगविश्व वैयक्तिक कंपन्यांभोवती फिरत नव्हतं. इथं एकमेकांशी माहितीची देवाण-घेवाण करणाऱ्या इंजिनिअर्सचं जाळं होतं. सन १९८३ मध्ये रॉबर्ट नॉइसबद्दल टॉम वुल्फ म्हणतो–

> दर वर्षी कुठल्या तरी ठिकाणी– द वॅगन व्हील म्हणा किंवा रिकीज किंवा राउंडहाउस म्हणा– सेमीकंडक्टर उद्योगातले तरुण-तरुणी कामानंतर गप्पा-गोष्टी करायला किंवा एखादं ड्रिंक घ्यायला इथं जमत असत. इथं गॉसिपिंगही चाले, तसंच बढाया मारल्या जात. 'फॅन्टम सर्किट्स'पासून 'रॅम'पर्यंत हजारो विषयांवर हे लोक चर्चा करत.

अशा अनौपचारिक वार्तालापातूनच नव्या कल्पना जन्म घेतात. इथली उपनगरं पाहून कदाचित जेन जेकब्सच्या चेहऱ्यावर आठ्या उमटल्या असत्या; पण इथल्या इंजिनिअर्सनी त्यांच्या परीनं एक 'ग्रीनविच व्हिलेज'च साकार केलं आहे. 'व्हिलेज'प्रमाणे ते एकमेकांना रस्त्यात भेटत नसतील; पण 'वॅगन व्हील'मध्ये बिअर प्यायला भेटतातच. हा हडसन स्ट्रीटचा बॅले नसला, तरी हे एक नृत्यच आहे; आणि हेच महत्त्वाचं असतं.

या सगळ्याचं उत्तम उदाहरण म्हणजे, 'द होम ब्रू कॉम्प्यूटर क्लब'. सन १९७५ मध्ये मेन्लो पार्कमधल्या एका गॅरेजमध्ये याची सुरुवात झाली. काही 'मायक्रोकॉम्प्युटर रसिकां'नी सिलिकॉन व्हॅलीभर बुलेटिन बोर्ड्सवर असं आमंत्रण लावलं– 'तुम्ही स्वतःचा कॉम्प्यूटर बांधताय का? जर असाल, तर अशाच विषयांत रस असणाऱ्यांना भेटायला तुम्हाला निश्‍चितच आवडेल. इथं तुम्ही माहितीची देवाण-घेवाण करू शकाल; एखाद्या प्रकल्पाला हातभार लावू शकाल; काहीही...'

काही दिवसांतच जागा पुरेनाशी झाली म्हणून हा क्लब स्टॅनफोर्डच्या पदार्थविज्ञान विभागाच्या सभागृहात हलला. हे मेळावे अनौपचारिक असले, तरी त्यामध्ये काही विशिष्ट संकेत पाळले जायचे. सुरुवातीला 'मॅपिंग' करताना लोक ओरडून प्रश्न विचारायचे, अफवांवर अंदाज बांधायचे आणि पुढले प्लॅन्स लोकांना सांगायचे. मग एखादा सभासद नव्या शोधाबद्दल 'प्रेझेन्टेशन' करायचा. शेवटी 'रॅन्डम ॲक्सेस सेशन'मध्ये लोक इकडे-तिकडे फिरून एकमेकांशी ओळखी करून घ्यायचे.

सिलिकॉन व्हॅलीच्या विकासात या क्लबचा महत्त्वाचा वाटा होता. ॲपलचे सह-संस्थापक स्टीव्ह वॉझनियाक म्हणतात की, त्यांच्या कंपनीने जे पहिले कॉम्प्यूटर बनविले, ते नफा कमावणारे कन्झुमर प्रॉडक्ट्स म्हणून नव्हे, तर होमब्रू क्लबमध्ये प्रदर्शित करण्यासाठी बनविले होते. 'आयवॉझ' या आपल्या बखरीत ते लिहितात, "ही मशिन्स क्लबच्या टेबलवर मांडण्यासाठी बनविली होती. मला भाव खायचा होता– 'बघा, यात अगदी थोड्या चिप्स आहेत, एक व्हिडिओ स्क्रीन आहे. तुम्ही टंकलेखनही करू शकता.' त्या काळी बाजारात तितकेसे पी.सी. आलेले नव्हते. मी 'ॲपल– १'शी संबंधित नकाशे वाटले होते आणि घरोघरी जाऊन लोकांना असा कॉम्प्यूटर बांधायला मदत करत होतो."

लोकांकडून आलेल्या सूचना लक्षात घेऊन वॉझनियाक 'ॲपल– १'मध्ये सुधारणा करत राहिले. कोणी नव्यानं बाजारात येऊ घातलेल्या मायक्रोप्रोसेसरबद्दल सांगत, तर कोणी सर्किटमध्ये सुधारणा सुचवत. आणखी कोणी सप्लायर्सशी बोलणी कशी करायची, याबद्दल सल्ला देत. वॉझनियाकच्या मते, सुरुवातीचे ॲपलचे कम्प्यूटर्स केवळ होमब्रू क्लबमुळे बनू शकले. "आज परिस्थिती वेगळी आहे. तुम्ही अब्जावधी डॉलर्स खर्चून एखादे प्रॉडक्ट बनवत असाल, तर संशोधन चालू असताना त्याचा सुगावा कोणालाही लागू न देणं अत्यावश्यक आहे. आम्ही जर नवी कंपनी काढून प्रॉडक्ट विकण्यावर भर द्यायचं ठरवलं असतं, तर आम्ही असा विचार केला असता– 'चला, आपल्याला योग्य मायक्रोप्रोसेसर, स्क्रीनवर योग्य संख्येत कॅरॅक्टर्स वगैरे घ्यायला हवेत.' असे सर्व निर्णय इतर कंपन्या घेतच होत्या आणि मग आमचा कॉम्प्यूटरही चार-चौघांसारखा झाला असता– मोठा खोका, स्विचेस, दिवे आणि व्हिडिओ टर्मिनल नसलेला... आणि बाजारात बहुधा

तो टिकलाही नसता.''

पण वॉझनियाकची मशिन्स वेगळी होती. रूट १२८ च्या कंपन्यांचा मार्ग न अवलंबता त्याच्या बहुविध लाग्याबांध्यांनी दिलेल्या सल्ल्यातून त्यानं एक स्वस्त कॉम्प्यूटर बनवला– बस, वीस डॉलर्सचा मायक्रोप्रोसेसर आणि २५६ केची मेमरी. पण वापरातल्या सुलभतेच्या ('युझेबिलिटी') दृष्टीनं तो एक ब्रेकथ्रू होता.

सन १९७६ च्या वसंत ऋतूत वॉझनियाकने होमब्रू क्लबच्या आणखी एका इंजिनिअरशी बोलणी सुरू केली. ॲपलचा हा किट म्हणजे एका नव्या प्रकारच्या कॉम्प्यूटर कंपनीचा पाया ठरू शकतो, अशी या माणसाला खात्री होती. एक अशी कंपनी, जी थेट ग्राहकाला कॉम्प्यूटर विकेल. पण वॉझनियाकला यात रस नव्हता. त्याला ह्युलेट पॅकार्डमध्ये उत्तम नोकरी होती आणि त्याला उद्योजक बनायचं नव्हतं. पण या ठाम इंजिनिअरला नकार मान्य नव्हता. शेवटी वॉझनियाकनं हार पत्करली. एप्रिल १९७६ मध्ये स्टीव्ह वॉझनियाक आणि त्याच्या होमब्रूमधल्या या मित्रानं 'ॲपल कॉम्प्यूटर'ची स्थापना केली... त्या मित्राचं नाव होतं स्टीव्ह जॉब्स.

४.

दुपारचे ४ वाजले आहेत तरी यॉसी वार्दी अजूनही पायजम्यातच आहेत. तेल अवीव्हच्या उपनगरातल्या विद्यापीठाजवळच्या शांत रस्त्यावर त्यांचं घर आहे. मी त्यांना भेटायला तिथं जाणार आहे. आदल्या दिवशी राष्ट्रीय सुटी होती आणि त्या रात्री उशिरापर्यंत वार्दी जागले होते, हे उघड होतं. येणाऱ्या जांभयांबद्दल दिलगिरी व्यक्त करत ते कोचावर पहुडतात. कुठल्याही क्षणी त्यांना झोप लागेल, असं वाटतंय.

तेल अवीव्हमध्ये सुरू असलेल्या तंत्रज्ञानाच्या घोडदौडीविषयी मला त्यांच्याशी बोलायचं आहे. सन १९७० च्या सुमारास सिलिकॉन व्हॅली जशी होती, तशी आज ही जागा वाटतेय- तरुण उद्योजकांनी खच्चून भरलेली. शहराबाहेर असलेल्या टोमॅटो आणि ऑलिव्ह मळ्यांच्या जागी झपाट्याने ऑफिसेस उभी राहत आहेत. सन २००८ मध्ये इस्राईलमध्ये जवळजवळ दोन अब्ज डॉलर्स 'व्हेंचर कॅपिटल' आलं. ('व्ही.सी.'मधली गुंतवणूक हे नवनिर्मितीचं द्योतक आहे.) म्हणजे सात दशलक्ष लोकसंख्या असलेल्या या देशानं फ्रान्स आणि जर्मनीनं मिळून आकृष्ट केलं नाही, एवढं भांडवल आकृष्ट केलं. भूमध्य सागरालगतच्या जमिनीच्या या छोट्याशा पट्ट्यातलं दरडोई 'व्ही.सी.' भांडवल अमेरिकेच्या तिप्पट, तर पश्चिम युरोपच्या तीसपट आहे.

इथल्या यशस्वी छोट्या कंपन्याही त्या मानानं अलीकडची गोष्ट आहे. सन

१९९० च्या दशकात इस्त्राईल प्रसिद्ध होता तो लष्करी हार्डवेअर आणि शेतीसाठी. हा देश अत्याधुनिक रडार यंत्रणा आणि 'आवोकाडो'ची निर्यात करायचा. ''टेक क्षेत्रात बिगरलष्करी गुंतवणूक फारशी नव्हती,'' वार्दी म्हणतात. ''इस्त्राईलमधील सॉफ्टवेअर, चिप्स किंवा बॅटरीबद्दल कोणीही बोलत नसे. जो-तो बोलायचा तो आमच्या ठिबक सिंचनाबद्दल.'' असं असूनही २००९ पर्यंत कॅनडापेक्षा जास्त इस्त्रायली कंपन्या 'नॅसडॅक'वर होत्या. ''नव्या उद्योजकांकरता अमेरिकेपाठोपाठ इस्त्राईल दुसऱ्या क्रमांकाचा उत्तम देश आहे,'' असं गूगलचे सी.ई.ओ. स्टीव्ह बामर म्हणतात. ''मायक्रोसॉफ्ट ही जितकी अमेरिकन कंपनी आहे, तितकीच ती इस्त्रायलीही आहे, कारण त्यांचं सर्व महत्त्वाचं संशोधन आणि विकास आता तेल अवीव्हमध्ये होतो. गेल्या दशकात इस्त्राईलनं जपान, चीन, भारत, कोरिया आणि ब्रिटनपेक्षा जास्त प्रमाणात यशस्वी हाय-टेक 'स्टार्ट-अप्स' निर्माण केले आहेत.''

वार्दी या तेजीच्या वातावरणात अगदी केंद्रस्थानी आहेत. त्यांनी सत्तरएक कंपन्यांना आर्थिक मदत दिली आहे आणि त्यांतल्या बारा आता 'सार्वजनिक' झाल्या आहेत. सुमारे १९७५ पासूनच वार्दी यांचा इस्त्रायली राजकारणाशी घनिष्ठ संबंध राहिला. पण नोव्हेंबर १९९६ पासून तंत्रज्ञानाशीही त्यांचा संबंध येऊ लागला. त्या वेळी आरिक या त्यांच्या थोरल्या मुलानं 'विंडोज' वापरणाऱ्यांसाठी 'आय.सी.क्यू.' नामक ऑनलाइन चॅट प्रोग्राम सादर केला. वार्दी म्हणतात, ''ही सगळी माझ्या मुलाची कल्पना. मला इंटरनेट म्हणजे काय, हेही ठाऊक नव्हतं.'' पण लाइव्ह चॅटचं भवितव्य उत्तम आहे, हे त्यांच्या लक्षात आलं आणि त्यांनी आपल्या मुलाला आर्थिक पाठबळ द्यायचं ठरवलं. ''नोव्हेंबरमध्ये हा प्रोग्राम रिलीज झाल्यावर झपाट्यानं पसरला. काही महिन्यांतच आम्हाला १ लाख सभासद मिळाले; मी थक्क झालो. पण गाडी इथं थांबली नाही. जुलै १९९७ पर्यंत १० लाख सभासद झाले. सप्टेंबरपर्यंत २० लाख... डिसेंबरमध्ये ६० लाख! तोपर्यंत असं काहीही माझ्या पाहण्यात आलं नव्हतं. हा ओघ थांबतच नव्हता. जेव्हा आम्ही 'ए.ओ.एल.'च्या चॅट प्रोग्रामपेक्षा मोठे झालो, तेव्हा त्यांनी आम्हाला विकत घेतलं.'' किंमत होती ४०० दशलक्ष डॉलर्सपेक्षाही जास्त.

अलीकडच्या काळात इस्त्राईलच्या टेक क्षेत्राची बांधणी करण्यात वार्दींची भूमिका महत्त्वपूर्ण आहे. सुरुवातीला 'आय.सी.क्यू.'च्या विक्रीनंतर या क्षेत्रात प्रचंड उत्साह निर्माण झाला होता. याच उत्साहाचं रूपांतर त्यांना सिलिकॉन व्हॅलीला खंदा प्रतिस्पर्धी निर्माण करण्यात करायचं होतं. त्यांनी सेल-फोन कंपन्या सुरू केल्या. सौर ऊर्जेचे प्रकल्प राबविले. सर्च इंजिन्स स्थापन केली. हे सर्व अशक्यप्राय अडचणींवर मात करून झालं आहे. अडचणी काय स्वरूपाच्या होत्या? इस्त्राईल चारही बाजूंना शत्रूंनी वेढलेला, ओसाड जमिनीचा एक पट्टा. इथे जी.डी.पी.चा

१०% भाग लष्करावर खर्च होतो. (प्रगत देशांमध्ये इस्राईलचं हे प्रमाण सर्वाधिक आहे. शिवाय, गेल्या वीस वर्षांत १५ लाखांहून अधिक लोक इस्राईलमध्ये स्थलांतरित झाले आहेत.)

पण या सर्व अडचणींचं रूपांतर त्यांनी शक्तीत केलं आहे. वार्दी म्हणतात, "या देशाचा लहान आकार खूप महत्त्वाचा आहे. इस्राईलमध्ये प्रत्येक जण दुसऱ्याला ओळखत असतो. थेट माहीत नसला तरी त्या अनोळखी व्यक्तीला आणि तुम्हाला ओळखणारा एखादा दुवा तरी असतोच." प्रगत देशांपुरतं बोलायचं झाल्यास, इस्राईलची ९१% लोकसंख्या शहरांत राहते. इथली लोकसंख्येची घनता प्रगत जगात दुसऱ्या स्थानावर आहे. एखाद्या समाजात जर या पातळीवर परस्परसंबंध असतील, तर साहजिकच नव्या कल्पना वाऱ्याच्या वेगानं लोकांत पसरतात. वार्दींचंच बघा. त्यांच्या सर्व 'स्टार्टअप्स'ची माहिती त्यांना ओळखीच्या लोकांशी गप्पा मारतामारता समजते. "एखादा मित्र मला, त्याच्या मित्राला सुचलेल्या कल्पनेबद्दल सांगतो. मी कोणाशी तरी बोलताना त्याचा उल्लेख करतो. त्यांनासुद्धा ही कल्पना चांगली वाटते. मग ते आणखी कोणाशी तरी बोलतात. आणि कळायच्या आत निधी उभारण्याबाबत आराखडा तयार होतो. ही प्रक्रिया नेहमीच अशी घडते."

जगात बहुतेक लोकांना साधारणपणे चार ते सात जवळचे मित्र असतात. या लोकांशी आपला घनिष्ठ संबंध असतो. हे आकडे कुठल्याही देशाला किंवा संस्कृतीला लागू आहेत. याचा अर्थ असा की, परस्परसंबंधांच्या बाबतीत मानवी मनाला काही मर्यादा आहेत. शिवाय, यापेक्षा जास्त लोकांच्या संपर्कात राहायला वेळ तरी कोणाला असतो? पण 'किंचित ओळख' असलेल्या लोकांची (आपल्या 'वीक टाइज'ची) संख्या माणसा-माणसागणिक वेगळी असते. इथं संस्कृती, तुमचं भौगोलिक स्थान वगैरे गोष्टींचा प्रभाव पडतो. वार्दींच्या बाबतीत, हे ओळखीच्या लोकांचं जाळं प्रचंड मोठं आहे. ते दर वर्षी विविध विषयांवरच्या सुमारे पन्नास 'कॉन्फरन्सेस'मध्ये सहभागी होतात. कुठल्याही कार्यक्रमाचं आमंत्रण सहसा नाकारत नाहीत. त्यांच्या दिनचर्येचा बराचसा भाग नव्या लोकांशी संपर्क साधण्यातच जातो.

तसं पाहायला गेलं, तर 'किती लोकांशी तुमचे संबंध आहेत' यावरून काय ठरतं? नाही तरी यांतले बहुतेक लोक आपल्याला क्वचितच भेटणार असतात. असं असलं तरी, एखाद्या समाजाच्या सर्जनशीलतेच्या दृष्टीनं या संबंधांनाही खूप महत्त्व असतं. ज्या शहरांमध्ये मानवी परस्परसंबंधांना पोषक वातावरण असतं, तिथं नवनिर्मिती जास्त होते. उदा.– तेल अवीव्ह किंवा सॅन होजे. अशा 'कॉन्टॅक्ट्स'चा तरुण उद्योजकांवर काय परिणाम होतो, याचा अभ्यास मार्टिन रुएफ या प्रिन्स्टनच्या समाजशास्त्रज्ञानं केला आहे. त्यांनी स्टॅन्फोर्ड बिझनेस स्कूलमधून पदवी घेतल्यानंतर

स्वतःचा व्यवसाय सुरू केलेल्या ७६६ लोकांच्या मुलाखती घेतल्या. या लोकांच्या 'सामाजिक नेटवर्क'मध्ये रुएफना रस होता. बहुतेकांचे मोजकेच 'कॉन्टॅक्ट्स' आहेत, असं त्यांच्या लक्षात आलं. ज्यांना खूप मित्र होते, ते सर्व मित्र समान विषयांत रस असलेले किंवा एकाच ठिकाणचे होते. वेगवेगळ्या कंपन्यांतील अनेक लोकांशी नाममात्र संबंध ठेवण्यापेक्षा हे लोक मोजक्याच, पण जवळच्या लोकांशी संबंध ठेवून होते. अर्थात, यात आश्चर्य वाटण्यासारखं काही नाही. आपण सगळेच असं करत असतो. काही मूठभर पदवीधरांनी मात्र ओळखीच्यांचं विशाल जाळं पसरलं आहे, हेही मार्टिनच्या लक्षात आलं. हे लोक फक्त जवळच्या लोकांच्याच संपर्कात न राहता वैविध्यपूर्ण 'नेटवर्क्स'शी संबंध ठेवून होते. परिषदा असोत की कॉफी शॉप्स- हे लोक आवर्जून ओळखी काढत आणि नव्या लोकांशी बोलत. थोडक्यात, ते वार्दीसारखे वागत होते.

मग नवनिर्मितीचं गुंतागुंतीचं 'मेट्रिक' वापरून मार्टिननं या माहितीचं विश्लेषण केलं. पेटंट अर्ज आणि ट्रेडमार्कच्या संख्यांवर लक्ष ठेवलं. त्यांच्या प्रॉडक्ट्सची 'ओरिजिनॅलिटी' पडताळून पहिली. एखाद्यानं नव्या क्षेत्रात पदार्पण केलं असलं, तर त्याला बोनस गुण मिळत. हे सर्व करून झाल्यावर त्यांनी गुण आणि प्रत्येकाचं सोशल नेटवर्क यांची सांगड घातली. निकाल आश्चर्यकारक होता. छोट्याशा नेटवर्कमध्ये राहणाऱ्यांच्या तुलनेत मोठी नेटवर्क असलेले लोक तिप्पट जास्त 'इनोव्हेटिव्ह' होते. याचं कारण म्हणजे- चाकोरीत अडकून न राहता, त्याच त्या विचारचक्रांमध्ये गुंतून न राहता, ते नव्या आणि फायदेशीर संकल्पनांवर काम करू शकले.

रुएफ यांच्या या निष्कर्षानं आपण अस्वस्थ होतो. आपण उद्योजकांना आंत्रप्रिनर्स- सर्जनशील 'व्यक्ती' म्हणून ओळखत असतो. जर एखाद्याला नव्या कंपनीसाठी उत्तम कल्पना सुचली तर आपल्याला वाटतं की, हा मनुष्य आपल्यापेक्षा मुळातच जास्त क्रिएटिव्ह आहे. म्हणून आपण बिल गेट्स, ओप्रा विनफ्रे किंवा चार्ल्स ब्रॅन्सनसारख्यांना मानतो. पण व्यक्तीवर लक्ष केंद्रित केलं, तर नवनिर्मितीमागे खरं काय दडलंय, ते आपल्याला दिसत नाही. आपल्या सर्वांत क्रिएटिव्ह संकल्पना या आपल्या भोवतालच्या नेटवर्क्समधून निर्माण होत असतात. म्हणजेच, कधी कधी आपल्याला जवळजवळ अपरिचित असलेली माणसंच आपल्या आयुष्यातली सर्वांत महत्त्वाची माणसं ठरतात.

इस्राईलचं 'टेक बूम' अशाच 'वीक टाइज'च्या ताकदीमुळे शक्य झालं आहे. अनोळखी लोक ज्ञानाची- माहितीची देवाण-घेवाण करतात, तेव्हा नवं काही तरी निर्माण होतं. उदा.- 'ए.ओ.एल.'नं 'आय.सी.क्यू.' विकत घेतल्यावर या क्षेत्रात अनेक पदवीधर तरुण शिरले. हे सगळेच या टेक स्वप्नांच्या मागं धावत होते.

"अचानक जणू प्रत्येक पोरगं इंटरनेट कंपनी सुरू करत होतं- त्यातली यत्किंचितही माहिती नसली तरी," वार्दी सांगतात. "यांतल्या बहुतांश कंपन्यांमध्ये काहीही दम नव्हता आणि त्यांतल्या बऱ्याचशा बुडाल्याही. पण जी स्पर्धा निर्माण झाली, ती सर्वांच्या हिताची होती. या मोठ्या समुदायामुळे आम्हाला अल्पावधीत एक सक्षम हाय-टेक समाज निर्माण करता आला आणि आम्ही एकमेकांकडून शिकायला सुरुवात करू शकलो." घनिष्ठ संबंध ('स्ट्राँग टाइज') असलेल्या छोट्याशा गटाचं रूपांतर दूरचे संबंध (वीक टाइज) असलेल्या लोकांच्या विशाल नेटवर्क'मध्ये झालं, हे 'आय.सी.क्यू.'चं खरं यश मानायला हवं.

अर्थात, व्हेंचर कॅपिटलला आकर्षित करण्याचा प्रयत्न करणारी इस्राईल ही काही एकमेव जागा नाहीये. अनेक दशकं, अनेक शहरं सिलिकॉन व्हॅलीसारखं यश आपलंसं करू पाहत आहेत... गूगल आणि ॲपलसारख्या कंपन्या जिथं निर्माण झाल्या, तिथल्यासारखं वातावरण आणण्याचा (बहुधा) असफल प्रयत्न करत आहेत. मग अनेक अडचणी असूनही इस्राईलला हे कसं शक्य झालं?

यावर वार्दींचं उत्तर आश्चर्यकारक आहे- 'लष्कर'. देश लहान असल्यामुळे मोठं लष्कर असणं इस्राईलला अवघड होतं. म्हणून 'आय.डी.एफ.' (इस्राईल डिफेन्स फोर्सेस) हे खूपसं राखीव दलांवर अवलंबून आहे. पंचेचाळीस वर्षं वयाच्या आतल्या बहुतेक सर्व पुरुषांना वर्षातले काही आठवडे तरी लष्करात काम करावं लागतं.

हे अनिवार्य काम तिथल्या बऱ्याच लोकांना रुचत नाही. त्यानं आर्थिक उत्पादकतेवरही विपरीत परिणाम होतो; पण यामुळे नवनिर्मितीला उत्तेजन मिळतं, हेही लोकांच्या लक्षात आलं आहे. या राखीव दलांमुळे मानवी परस्परसंबंधांचं एक भलं मोठं जाळं तयार होतं. दर वर्षी तेच लोक एकमेकांना भेटतात, तेव्हा तिथं महाविद्यालयीन माजी-विद्यार्थी मेळाव्यासारखं वातावरण असतं. एकमेकांशी गप्पा-गोष्टी रंगात येतात. या भेटीगाठींतूनच 'आय.सी.क्यू.', 'चेक पॉइंट सॉफ्टवेअर', आणि 'नाईस सिस्टम्स' या अतिशय यशस्वी टेक कंपन्या निर्माण झाल्या आहेत.

इस्राईलमधले हे सामाजिक नेटवर्क कुठल्याही शहरातल्या रसरशीत 'नेबरहूड'सारखे आहेत. तेल अवीव्ह आणि जेन जेकब्सचा हडसन स्ट्रीट एकमेकांसारखेच आहेत. या ठिकाणांना आपल्या मानवी भांडवलाचा जास्तीत जास्त वापर करता आला आहे.

५.

सन १९९० च्या उत्तरार्धात जेव्हा 'डॉट कॉम' एकदम जोरात होतं, तेव्हा अनेक तंत्रज्ञांना वाटलं की, शहरं लवकरच नामशेष होतील, ॲनॅलॉग जमान्याचे अवशेष म्हणून त्यांची आठवण तेवढी राहील. ई-मेल आणि व्हिडिओ-चॅट्सच्या ऑनलाइन

जमान्यात उगीचच अनोळखी लोकांत कोण काम करेल? आपल्या जीवनमानाचा दर्जा कोण खराब करेल? ऑफिसेससाठी भरमसाट भाडी देत बसण्यापेक्षा स्वस्त झालेल्या 'बॅन्ड-विड्थ'वर एकमेकांशी संपर्क साधता येईल.

पण शहरांबद्दलचं हे भाकीत अजूनही खरं ठरलं नाहीये. किंबहुना, शहरांचं महत्त्व वाढतंय, असंच आकडेवारी सांगते.[३] हार्वर्डचे अर्थतज्ज्ञ एडवर्ड ग्लेसर यांनी माणसांच्या प्रत्यक्ष भेटीगाठींवर इंटरनेटचा काय परिणाम झाला आहे, याचा अभ्यास केला आहे. शहरांमधली जागांची भाडी आणि औद्योगिक परिषदांमधली उपस्थिती ही 'मेट्रिक्स' लावली, तर माणसांच्या दरम्यान होणाऱ्या प्रत्यक्ष भेटीगाठींचे फायदे वाढलेलेच आहेत. "आधुनिक जगात चुणचुणीत आणि क्रिएटिव्ह असण्याला अधिकच महत्त्व प्राप्त झालं आहे. आणि चाणाक्षपणा कशानं वाढतो, तर आजच्या तंत्रज्ञानाच्या युगातसुद्धा अन्य चाणाक्ष किंवा हुशार लोकांत मिसळून! म्हणून तर आपण मॅनहटन किंवा केम्ब्रिज किंवा सिलिकॉन व्हॅलीत राहण्यासाठी वाटेल ती किंमत मोजायला तयार असतो. छपाई तंत्रज्ञानानं शहरांचं महत्त्व कमी नाही झालं, तसंच इंटरनेटमुळेही ते कमी नाही होणार!" असं ग्लेसर म्हणतात.

मिशिगन युनिव्हर्सिटीच्या संशोधकांनी असा एक प्रयोग केला– लोकांचे अनेक गट एकत्र आणले आणि जो खेळ खेळायला एकमेकांचं सहकार्य लागेल, असा एक अवघड खेळ (समस्या) त्यांना खेळायला दिला. दुसऱ्या एका गटाला हाच खेळ दिला; फरक एवढाच की, या गटातले लोक ई-मेल किंवा मेसेजिंगच्या माध्यमातून एकमेकांशी संपर्क साधू शकत होते; प्रत्यक्ष भेटायला परवानगी नव्हती. पहिल्या गटानं एकमेकांच्या सहकार्यानं चट्कन समस्या सोडविली. वास्तविक, दोन्ही गटांमध्ये तितक्याच प्रमाणात माहितीची देवाण-घेवाण झाली होती; पण प्रत्यक्षात भेटण्याचे काही अनपेक्षित परिणाम असतात. हे दुसऱ्या गटाला शक्य झालं नाही.

हार्वर्ड मेडिकल स्कूलच्या आयझॅक कोहेन यांच्या २०१० च्या संशोधनातूनही असेच निष्कर्ष निघाले. त्यांचा प्रश्न होता– 'संशोधक प्रत्यक्षात एकमेकांच्या जवळ असण्याचा त्यांनी केलेल्या वैज्ञानिक संशोधनाच्या दर्जावर काय परिणाम होतो,' याची उकल करण्यासाठी त्यांनी ३५,००० हून अधिक 'पिअर-रिव्ह्यूड' शोधनिबंधांचं

---

३. सिलिकॉन व्हॅलीतलं चैतन्य बघा. हाय-टेक कंपन्या 'रीमोट कम्युनिकेशन'चा अवलंब करतील, असं कोणालाही वाटणं स्वाभाविक आहे. पण असं घडलं नाहीये. जागांची भाडी भरमसाट असूनही सर्व हाय-टेक कंपन्या या छोट्याशा ठिकाणीच गर्दी करून आहेत. जगातल्या सर्वोत्तम 'इनोव्हेटर्स'ना माहीत आहे की, एकमेकांशी प्रत्यक्षात संबंध ठेवणं, हाच संपर्काचा सर्वोत्तम मार्ग आहे.)

विश्लेषण केलं. त्यातला प्रत्येक संशोधक कुठे आहे याचाही शोध घेतला. हे सर्व करायला पदवीधर विद्यार्थ्यांच्या एका छोट्याशा सेनेला अनेक वर्षे लागली. निष्कर्ष असा निघाला– जेव्हा जेव्हा शोधनिबंधांचे 'को-ऑथर' एकमेकांजवळ होते, तेव्हा तेव्हा त्या शोधनिबंधांचा दर्जा अधिक चांगला होता. दर्जा ठरविण्यासाठी त्या शोधनिबंधाला किती 'सायटेशन्स' मिळाली होती, ते पाहण्यात आलं. संशोधक एकमेकांपासून दहा मीटर अंतराच्या आत होते, तेव्हा सर्वांत दर्जेदार संशोधन निर्माण होत होतं. जेव्हा हे अंतर एक किलोमीटरपेक्षा जास्त होतं, तेव्हा सर्वांत निम्न दर्जाचं संशोधन बाहेर पडत होतं. कोहेन म्हणतात, ''लोकांकडून जर परिणामकारक काम करवून घ्यायचं असेल, तर एकमेकांशी त्यांच्या वारंवार भेटी होतील अशा प्रकारे इमारतीची आणि त्यातल्या सुविधांची व्यवस्था असायला हवी.''

याचा अर्थ इंटरनेटला महत्त्व नाही असा होत नाही. उलट, तंत्रज्ञानाच्या मर्यादा लक्षात घेऊन ऑनलाइन संबंध जास्तीत जास्त उपयुक्त कसे होतील, यावर पुनर्विचार व्हायला हवा. पहिली गोष्ट म्हणजे- 'डिजिटल संबंधां'मुळे प्रत्यक्षातल्या 'ॲनॅलॉग संबंधां'कडे दुर्लक्ष होता कामा नये. हडसन स्ट्रीटच्या 'बॅले'ची जागा 'ट्विटर' कधीही घेऊ शकणार नाही. कार्यक्षमता वाढविणं आणि माहिती सहज उपलब्ध होणं, यासाठी इंटरनेट मुख्यतः विकसित झालं आहे. त्यानं 'सेरेंडिपिटी' वाढायला हवी आहे. ज्या 'आयडिया'ची गरज जाणिवेतही नसते, अशीच 'आयडिया' कधी कधी सर्वांत महत्त्वाची असते.

आपण पुन्हा येतो ते महानगराच्या या आंतरिक शक्तिस्थानाकडे. इथं आपला संपर्क विलक्षण आणि अनपेक्षित गोष्टींशी सतत येत असतो. गर्दीच्या रस्त्यावरून जणू माहिती पाझरत असते. जे प्रश्न आपल्या डोक्यात आलेही नसतात, त्यांची उत्तरं आपल्या पुढ्यात येत असतात. जर इंटरनेटच्या माध्यमातून आपली सर्जनशीलता वाढवायची असेल, तर आपल्या महानगरांच्या धर्तीवर वेबसाईट निर्माण कराव्या लागतील. मित्रवर्गात लिंक्स शेअर करणं आणि ब्लॉगवर निनावी मतं नोंदविण्याच्या पलीकडे जाऊन अनोळखी लोक आणि अनोळखी कल्पनांशी दोन हात करावे लागतील. विक्षिप्तपणा आणि ओरिजिनॅलिटीनं इंटरनेट फुललं आहे. प्रत्यक्षात आपल्याला जवळ आणू शकेल, अशा व्हर्च्युअल जगाची आपल्याला आज गरज आहे.

कल्पनांची देवाण-घेवाण अतिशय आवश्यक आहे. शहरांचं महत्त्व हे याला साक्षी आहे. ही देवाण-घेवाण, हे शेअरिंग हडसन स्ट्रीटवर होत असो वा तेल अवीव्हमधल्या बारमध्ये (जिथं राखीव सैन्य दलातले लोक बिअर घेत गप्पा मारतात) असो; यातला गमतीचा भाग असा की, या शहरी 'बॅले'चं नृत्यलेखन

(कोरिओग्राफी) आधी ठरवून करता येत नाही. शहरातली सर्जनशीलता आणि स्वातंत्र्य यांचा एकमेकांशी घनिष्ठ संबंध असतो.

शहरांची तुलना मोठ्या कंपन्यांशी करून ज्यॉफ्रे वेस्ट हा मुद्दा स्पष्ट करतात. या दोन गोष्टींमध्ये काही साम्यं आहेत. दोन्हींत एका विवक्षित जागेत असंख्य लोक एकमेकांबरोबर काम करत असतात. दोन्हींना पायाभूत सुविधा आणि मानवी भांडवल लागतं. एखाद्या कंपनीच्या सी.ई.ओ.सारखा महापौर असतो.

पण शहरं आणि कंपन्यांत एक मोठा फरकही आहे. शहरं कधीच 'मरत' नाहीत; कंपन्यांचं अस्तित्व मात्र तसं अल्पजीवी असतं. चक्री वादळानंतरसुद्धा न्यू ऑर्लिन्सचं अस्तित्व संपुष्टात आलं नाही किंवा प्रलयंकारी अणुबॉम्बनंतरही हिरोशिमा टिकून आहे. याउलट, एखाद्या आधुनिक कंपनीचं सरासरी आयुर्मान फक्त पंचेचाळीस वर्षं आहे. हे अल्पायुष्य फक्त लहान कंपन्यांपुरतं मर्यादित आहे, असं नाही. डो जोन्स निर्देशांकांतल्या मूळच्या बारा कंपन्यांपैकी आज फक्त दोनच शिल्लक आहेत. 'फॉर्च्युन ५००'मधल्या २०% कंपन्या दर दहा वर्षांत बंद पडतात.

कंपन्यांचं अस्तित्व एवढं क्षणभंगुर का? याचं उत्तर देण्याकरता वेस्ट आणि

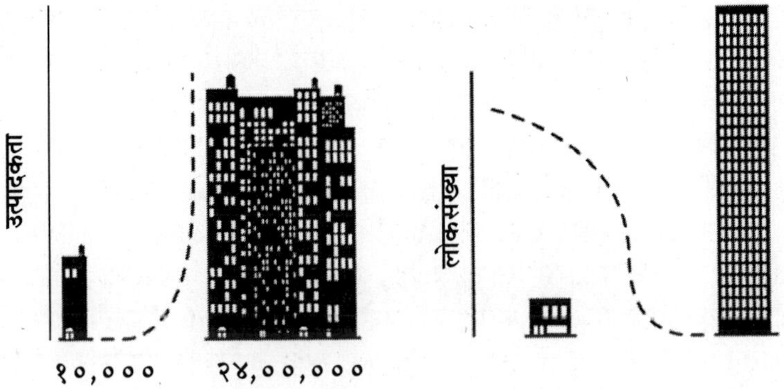

शहराच्या वाढीबरोबर दरडोई उत्पादकता जलद गतीने वाढते, परंतु कंपन्यांमध्ये याच्या उलट चित्र दिसतं.

बेटेनकोर्टने २५,००० डॉलर्स खर्च करून ८,५०० 'पब्लिकली ट्रेडेड' कंपन्यांची आकडेवारी गोळा केली. कंपन्यांची उत्पादकता त्यांच्या आकाराबरोबर वाढत नाही, असं लक्षात आलं; उलट कर्मचारीसंख्या जशी वाढते, तसा दरडोई नफा कमी होत जातो. (शहरं 'सुपरलीनिअर' असतात, तर कंपन्या 'सबलीनिअर' असतात.) नवनिर्मिती करण्यातलं अपयश हे कंपन्यांच्या घटत्या उत्पादकतेचं कारण आहे, असं वेस्ट म्हणतात. कंपन्यांमध्ये कर्मचाऱ्यांदरम्यानचे परस्परसंबंध कमी होण्याकडे प्रवृत्ती असते; शहरांत असे संबंध वाढीस लागतात. कंपन्यांमध्ये अधिकार श्रेण्या

काटेकोर आणि कडक असतात. कर्मचाऱ्यांना रिलॅक्सेशनची काहीच सोय नसते, इनसाईट्स मिळण्यासाठी पोषक वातावरण नसतं. कर्मचाऱ्यांनी एकमेकांशी मिळूनमिसळून वागणं अपेक्षित नसतं आणि मतभेद खपवून घेतले जात नाहीत. कर्मचाऱ्यांची क्रिएटिव्हिटी वाढविण्याचा प्रयत्न करण्याऐवजी बारीकसारीक गोष्टींमधली कार्यक्षमता वाढविण्यावरच लक्ष दिलं जातं.

नव्या कल्पनांचा ओघ आटला की, नफाही कमी व्हायला लागतो. असं झाल्यावर बाजारपेठेतले चढ-उतार पचविण्याची क्षमताही कमी होते. एकीकडे कंपनी मोठी झाली की, 'ओव्हरहेड कॉस्ट' वाढत जाते आणि मग गोष्टी थोड्या इकडच्या तिकडे झाल्या की प्रचंड तोटा होतो; कारण या संकटांशी कंपनी जुळवून घेऊ शकत नाही. ''कंपन्यांची वाढ कधीही खुंटू शकत नाही, अशी वॉल स्ट्रीटची मानसिकती असते,'' वेस्ट म्हणतात. ''पण या आकडेवारीचं 'सबलीनिअर' स्वरूप पाहता, वाढीबरोबर खूपसे तोटेही चालून येतात.''

कंपन्या चालविण्यासाठी भरपूर पगारावर उच्चपदस्थ मॅनेजर असतात आणि हे लोक हुकूम सोडून कामं करवून घेत असतात. शहरं मात्र राजकारण्यांच्या आणि नियोजकांच्या अपेक्षा झुगारून बेफाम जिणं जगत असतात. महापौर किती असमर्थ असतो, याचा जरा विचार करा. कोणी कुठे राहायचं, काय करायचं, कोणाशी बोलायचं– हे तो लोकांना सांगू शकत नाही. शहरे मॅनेज करता येत नाहीत, म्हणून ती चैतन्यानं भरलेली असतात. माणसांच्या या महासागरात आपसुक होणारे परस्परसंबंध आणि विचारांची देवाण-घेवाण यामुळेच शहरं जिवंत राहतात.

वेस्ट आणि बेटेनकोर्ट हे सांता फे इन्स्टिट्यूट (एस.एफ.आय.) मध्ये काम करतात. या संस्थेत काही सार्वजनिक जागा, जुने कोच, छोटी ऑफिसेस आणि कॉफी रूम्स अशा गोष्टींची सरमिसळ आहे. वेस्ट म्हणतात, ''इथलं काम अनपेक्षित भेटींवर चालतं. इथं नियोजित मीटिंग्ज नाहीत. अनियोजित गप्पा-गोष्टी मात्र आहेत. इथलं वातावरण या दृष्टीनं शहरासारखंच आहे. थोडंसं पिक्सारसारखं आहे.'' मी या संस्थेला भेट दिली, तेव्हा लॉबीत कादंबरीकार कॉरमक् मॅक्आर्थी मला भेटले. आपलं बरंचसं लिखाण ते इथं करतात. हा लेखक आणि वेस्ट हे भौतिकशास्त्रज्ञ एकमेकांशी गप्पा मारायला लागले. विषय काय, तर मासे, संपादनप्रक्रिया आणि उत्क्रांती! या गप्पा पाऊण तास चालल्या. एस.एफ.आय.मधून निघालेल्या नवकल्पनांचा पाढा वाचण्यापूर्वी वेस्ट म्हणाले, ''इथे आम्ही निव्वळ गप्पाष्टकांत वेळ घालवितो, असं वाटणं स्वाभाविक आहे. यात थोडं तथ्य असेलही; पण अशा क्षणांमुळेच ही जागा इतकी ग्रेट आहे. सगळे ब्रेकथ्रूदेखील इथूनच बाहेर पडतात.''

तात्पर्य– शहरं याकरिता असतात. इथल्या गर्दीमुळे माणसांचे एकमेकांशी संबंध येणं अपरिहार्य असतं. एरवी आपण ढुंकूनही बघणार नाही अशा तिऱ्हाइताशी

आपल्याला बोलावं लागतं. हे सगळं आल्हाददायक असतंच, असं नाही. म्हणून तर लोक उपनगरांकडे धाव घेतात. पण तरी हे मानवी संबंध आवश्यक असतात. वेस्ट आणि बेटेनकोर्टच्या सुपरलीनिअर समीकरणांमुळे या लक्षणीय प्रक्रियेची मोजदाद होऊ शकली. माणसा-माणसांतल्या या संबंधांमधून कधी एखाद्याला पेटंट मिळेल, कधी एखादा लॅटिन डान्स क्लबकडे वळेल- जिथे कधी न ऐकलेला ठेका त्याच्या कानांवर पडेल. या मानवी घसटणीतूनच सर्जनशीलतेच्या ठिणग्या पडत असतात.

शेक्सपिअरचा विरोधाभास

'कोणीही माणूस एखाद्या बेटासारखा नसतो.'
-जॉन डॉन

डयूक युनिव्हर्सिटीमधल्या डेव्हिड बँक्स नामक संख्याशास्त्रज्ञानं काही वर्षांपूर्वी एक छोटा निबंध लिहिला होता- 'द प्रॉब्लेम ऑफ एक्सेस जीनियस'. स्थळ आणि काळ या निकषांवर पाहिलं, तर जगात प्रतिभावंत 'रॅन्डमली' विखुरलेले नसतात; उलट ते काही ठिकाणीच, गठ्ठ्यागठ्ठ्यानं गोळा झाल्याचं दिसून येतं. बँक्स इ.पू. ४४० आणि ३८० च्या दरम्यानच्या अथेन्सचं उदाहरण देतात. या कालावधीत इथं फार मोठ्या संख्येनं प्रतिभावंत होऊन गेले. यांत प्लॅटो, सॉक्रेटिस, पेरिक्लीस, थ्युसीडिडेस, हेरोडोटस, युरिपिडीस, सोफोक्लीस, अरिस्तोफेन्स आणि झिनोफॉन यांचा समावेश आहे. या विचारवंतांनी पाश्चात्त्य संस्कृती निर्माण केली. हे सगळे एकाच काळात, एकाच ठिकाणचे होते. तसेच, १४५०-१४९० दरम्यानच्या फ्लोरेन्सचं उदाहरण बघा. त्या चाळीसएक वर्षांत ५०,००० पेक्षा कमी वस्ती असलेल्या या शहरात अजरामर चित्रकार होऊन गेले- मायकेल अॅन्जेलो, लिओनार्दो दा विंची, घिबर्टी, बोतीचेली आणि दोनातेलो.

एकाच काळात एवढी सर्जनशीलता कशामुळे आढळते? शांतता आणि सुबत्ता ही ऐतिहासिक कारणं पुढे केली जातात; पण बँक्स ती फेटाळून लावतो. त्या काळात अथेन्स आणि स्पार्टादरम्यान कडवं युद्ध सुरू होतं. ब्लॅक प्लेगमुळे फ्लोरेन्सची निम्मी जनता दगावली होती. 'मोठ्या प्रमाणात झालेल्या बौद्धिक क्रांतीपाठोपाठ प्रतिभावंतांचा सुकाळ येतो,' हेही बँक्सना मान्य नाही. कारण अशा अनेक क्रांत्यांनंतर असा प्रतिभेचा उद्रेक बघायला मिळालेला नाही. ''प्रतिभावंतांच्या सुळसुळाटाचा हा प्रश्न मला फार महत्त्वाचा वाटतो, पण उत्तराच्या दिशेनं फार प्रगती झालेली नाही. या गोष्टीचं गूढ कायम आहे.''

पण कदाचित हा प्रश्न पूर्णपणे अतर्क्य नाहीये. अथेन्समध्ये प्लेटो किंवा फ्लोरेन्समध्ये एवढे कलाकार एकदम कसे निर्माण झाले, याची उकल कदाचित नाही होणार; पण आपल्याला अशा घटनांना अपघात नाही मानता येणार. आपल्याला त्यांचा थोडाफार अर्थ लावता येईल.

१.

रंगभूमीची भरभराट होत असतानाच्या काळात, म्हणजे १५८० च्या मध्यात विल्यम शेक्सपिअर लंडनला आला. लंडनमध्ये तेव्हा डझनापेक्षा जास्त नाट्यगृहे होती. कित्येकांमध्ये आठवड्यातले सहा दिवस रोज खेळ असायचा. कोणत्याही रात्री २% लंडनवासी नाटक बघायला जायचे. एक तृतीयांश जनता महिन्यातून एक तरी नाटक बघायची. डझनभर नाटक कंपन्या असल्यामुळे त्यांच्यामध्ये जबरदस्त स्पर्धा असे आणि शिवाय नाट्यसृष्टी नव्या कलाकारांच्या शोधातही असायची. यामुळे नाटकाचा फारसा अनुभव नसूनही, बायको आणि दोन लहान मुलांना गावाकडे ठेवून शेक्सपिअर लंडनमध्ये आला.

त्या वेळी असलेली लंडनची लोकसंख्या-घनता मानवी इतिहासात क्वचितच आढळून आली आहे. थेम्स नदीच्या किनाऱ्यावर काही चौरस मैलांत दोन लाख लोक दाटीवाटीनं राहत. जागेसाठी एवढी मागणी होती की, जुन्या स्मशानभूमींवर नव्या वस्त्या उभारल्या जात होत्या. या इमारतींच्या तळघरांच्या भिंतींमध्ये मानवी हाडांचा भरणा असे. या गर्दीमुळे लंडनमध्ये दंगली आणि रोगराईचं साम्राज्य होतं. पण या ठिकाणी राहण्यात आर्थिक फायदेही होते. देशातल्या दुसऱ्या कोणत्याही ठिकाणांपेक्षा लंडनमधले पगार ५०% जास्त होते. (वेस्ट आणि बेटेनकोर्टचं सुपरलीनिअर समीकरण सोळाव्या शतकातही लागू होतं, असं दिसतंय.) एवंच, शेक्सपिअरसारख्या तरुणांचे तांडे लंडनकडे आकृष्ट होत होते. एका अंदाजानुसार, १५९० पर्यंत तिथली निम्म्याहून अधिक जनता विशीच्या आतली होती.

माणसांच्या या समुद्रात नाट्यगृहे केंद्रस्थानी होती. दाटीवाटीच्या या शहरात नाट्यगृहांमध्ये सर्वांत जास्त दाटीवाटी होती. बहुतेक नवी नाट्यगृहे शहराच्या वेशीजवळ आणि वेश्यागृहे, तुरुंग व वेड्यांच्या इस्पितळाच्या सान्निध्यात होती. इथं जमीन स्वस्त होती. शिवाय वेशीच्या किंचित बाहेर असल्यानं शहराचे कायदेकानू पाळले नाहीत तरी खपून जात असे. साऊथवर्क येथील रोझ नामक नव्या नाट्यगृहात बहुधा शेक्सपिअरने पहिल्यांदा काम केलं. रोझला प्लास्टर केलेल्या भिंती आणि गवताचं छप्पर होतं. या नाट्यगृहाचा गाभारा ('इनर यार्ड') फक्त ४६ फूट व्यासाचा होता. पण एवढ्या जागेत सुमारे २००० प्रेक्षक बसू शकायचे. ही घनता सध्याच्या

प्रेक्षागृहांच्या तिप्पट आहे.

शेक्सपिअर लंडनला आल्यानंतर लगेचच्या काळात म्हणजे १५८७ मध्ये 'टॅम्बुर्लेन द ग्रेट' हे क्रिस्तोफर मार्लो यांचं नवं नाटक लागलं. या महाकाव्यवजा नाटकात दौडत जाणारे रथ, गरजणाऱ्या तोफा, खोटं रक्त- सारं काही भरपूर प्रमाणात होतं. कथा साधीच होती- स्कीथियन साम्राज्यातला एक धनगर मोठेपणी सम्राट होतो. मार्लोनं या नाटकाद्वारा 'ब्लॅन्क व्हर्स' ही नाट्यलेखनाची नवी शैली सादर केली. या प्रकारातले संवाद यमकांनी नव्हे, तर 'मीटर'नं एकमेकांशी जोडलेले असतात. मार्लोला यमकांविषयी जरा रागच होता. या शैलीमुळे नाटकात बोलीभाषेचा प्रवेश होऊ शकला. नाटक काव्यापासून दूर गेलं आणि व्यक्तिरेखांवर केंद्रित झालं.

संस्कारक्षम शेक्सपिअरच्या दृष्टीनं 'टॅम्बुर्लेन' साक्षात्कारी ठरलं. रंगभूमीवर काय करता येऊ शकतं, हे मार्लोनं दाखवून दिलं होतं. एखादं नाटक एकाच वेळी गहन आणि लोकप्रियही असू शकतं. नाटकांमधला नैतिकतेविषयी असलेला तोचतोपणा घालवून मार्लोनं स्थानिक बोलीभाषेतलं आणि अधिक रंजक असं चिरंतन नाट्य रसिकांसमोर आणलं. ही घाऊक करमणूक होती; पण तिच्यात करमणुकीपलीकडचं काही तरी होतं. हे नाटक संपल्यानंतरही मनात रेंगाळत होतं.

पण 'टॅम्बुर्लेन' बघणं शेक्सपिअरला जड गेलं असणार. तो आणि मार्लो, दोघेही एकाच पिढीतले. मार्लोचा जन्मही १५६४ मध्ये एका प्रांतीय (प्रॉव्हिंशियल) गावातल्या गरीब घरात झाला होता. शेक्सपिअरला मनातून जसं नाटक लिहायचं होतं, तसंच नाटक मार्लोनं लिहिलं होतं. मार्लोला विद्यापीठातल्या शिक्षणामुळे शेक्सपिअरवर निर्णायक आघाडी मिळाली होती. सन १५८० च्या सुरुवातीला केम्ब्रिज विद्यापीठात मार्लोला संपूर्ण शिष्यवृत्ती मिळाली होती. (ही शिष्यवृत्ती काव्यात गती असलेल्या, पण गरीब विद्यार्थ्यांना प्रोत्साहन देण्याकरिता होती.) मार्लोनं कला विषयात पदवी घ्यायचं ठरवलं; ओव्हिड आणि व्हर्जिलचं भाषांतर करण्यात तो बराचसा वेळ घालावीत असे.

'टॅम्बुर्लेन'मध्ये शेक्सपिअरला मार्लोच्या शिक्षणाची झाक दिसली असणार. मूळ कथानक (प्लॉट) मार्लोनं इतिहासाच्या लोकप्रिय पुस्तकांमधून उचललं होतं. पण त्यात पर्शिया आणि तुर्कस्तानमधले 'एक्झॉटिक' बारकावे घातले होते. स्क्रिप्टमध्ये जनानखाने, उंची मेजवान्या आणि वृद्ध आफ्रिकन राजे अवतरले होते. या माहितीचा स्रोत होता- अब्राहम ओर्टेलियस नामक फ्लेमिश भूगोलशास्त्रज्ञानं लिहिलेलं एक अतिशय महाग हस्तलिखित. मार्लोला हे पुस्तक परवडणारं नव्हतं, पण केम्ब्रिजमध्ये त्याच्या दोन प्रती होत्या.

अशा या मार्लोशी शेक्सपिअर काय स्पर्धा करणार? त्याच्याकडे शिक्षणानं

येणारी प्रतिष्ठाही नव्हती आणि ग्रंथालयात त्याला शिरकावही नव्हता. (१५९२ मध्ये रॉबर्ट ग्रीन या नाटककारानं 'अशिक्षित, आगाऊ कावळा' अशा शब्दांत शेक्सपिअरची निर्भर्त्सना केली होती.) केम्ब्रिजमध्ये जुन्या रोमन काव्यांची भाषांतरं करण्याऐवजी शेक्सपिअरनं आपला उमेदवारीचा काळ एक नट म्हणून घालविला. दुसऱ्या कोणी तरी लिहिलेले संवाद म्हणणं, हेच त्याच्या नशिबी होतं की काय! भविष्यकाळातही टिकून राहील, असं लिखाण करणं त्याच्या हातून व्हायचंच नव्हतं की काय!

पण तो ज्या काळात जन्माला आला होता, तो काळच त्याचा त्राता ठरला. अनेक नव्या संस्था आणि सरकारी धोरणांमुळे एलिझाबेथच्या काळातलं इंग्लंड तरुण नाटककारांच्या दृष्टीनं आदर्श ठिकाण होतं. एक तर तो नाटकवेड्यांचा काळ होता. त्यामुळे शेक्सपिअरसारख्या नवख्या लेखकांना काम आणि अनुभव मिळणं तसं सोपं होतं.

एकीकडे लंडनवासीयांचे लोंढे नाट्यगृहांत गर्दी करत होते, तर दुसरीकडे एक नवी 'साहित्यिक संस्कृती' उदयाला येत होती. सामाजिक पातळीवर लोक आता पुस्तकांविषयी चर्चा करू लागले होते. याचं प्रमुख कारण म्हणजे १६व्या शतकातल्या इंग्लंडमध्ये साक्षरतेचा प्रसार फार मोठ्या प्रमाणावर झाला. पुरातन अथेन्सच्या नंतर जगात प्रथमच इतका मोठा वाचक वर्ग निर्माण झाला होता. इतिहासकारांनुसार १५१० मध्ये एक टक्क्याहून कमी लोक वाचू शकत होते. शेक्सपिअर लंडनमध्ये आला तोपर्यंत हे प्रमाण पन्नास टक्क्यांच्या जवळपास पोचलं होतं.

इतर देशांतली परिस्थिती अशी नव्हती. कॅथॉलिक फ्रान्समध्ये घेतलेल्या सरकारी सर्वेक्षणानुसार, १६८६ ते १६९० च्या काळात ७५% जनतेला स्वतःची सहीसुद्धा करता येत नव्हती. साधारण याच काळात युरोपात धर्मसुधारणा आंदोलन (रीफॉर्म्स) सुरू झालं. या आंदोलनानं सामान्य जनांना वाचन करण्यास प्रोत्साहन दिलं आणि म्हणून पुस्तकांची मोठी बाजारपेठ खुली झाली. राणी एलिझाबेथच्या कारकिर्दीत सात हजारांहून अधिक पुस्तकं प्रकाशित झाली. (१६०० पर्यंत कोव्हेंट गार्डन परिसरात शंभरच्या आसपास प्रकाशक होते; संपूर्ण परिसरात शाईची दुर्गंधी येते, अशी तक्रार तिथले रहिवासी करत.) या सगळ्याचा परिणाम म्हणजे, विविध प्रकारचं ज्ञान सामान्य लोकांपर्यंत पोचलं. (डेमोक्रॅटायझेशन) आणि शेक्सपिअर व त्याच्या समकालीनांना जुन्या-नव्या साहित्याचं भांडार खुलं झालं. या नाटककारांना ऑक्सफर्ड किंवा केम्ब्रिजची जरूरच नव्हती. त्यांच्यासाठी पुस्तकांची दुकानं होतीच की!

शेक्सपिअरच्या कारकिर्दीच्या सुरुवातीला एवढं सगळं साहित्य हाताशी असणं, हे त्याच्या पथ्यावरच पडलं. रिचर्ड फील्ड्स हा स्ट्रॅटफर्डमधला शेक्सपिअरचा

बालमित्र. पुढे त्यानं छपाईचा धंदा सुरू केला. सन १५८७ मध्ये (जेव्हा शेक्सपिअरनं आपलं पहिलं नाटक लिहायला घेतलं) रिचर्डनं राफेल हॉलिनशेड लिखित 'क्रॉनिकल्स ऑफ इंग्लंड, स्कॉटलंड अँड आयर्लंड' प्रकाशित केलं. हे पुस्तक शेक्सपिअरला परवडण्यासारखं नव्हतं. पण रिचर्डनं आपल्या बालमित्राला स्वतःच्या दुकानाचा वापर ग्रंथालयासारखा करायला दिल्याची खूप शक्यता आहे. थोड्याच काळात 'टॅम्बुर्लेन'शी स्पर्धा करू शकतील अशा कथांच्या शोधात शेक्सपिअर या क्रॉनिकल्सचं पारायण करू लागला. सहाव्या हेन्रीच्या काळापासून त्यानं सुरुवात केली. त्या काळात इंग्लिश दरबारात हेव्यादाव्यांनी थैमान घातलं होतं. इथल्या रक्त-मांसात प्रेम, वासना, बदला, खून, कटकारस्थानांत शेक्सपिअरला त्याचा विषय मिळाला.

रोझ नाट्यगृहात १५९२ मध्ये शेक्सपिअरच्या नाटकाचा पहिला प्रयोग झाला. तो प्रचंड लोकप्रिय ठरला. आपलाच इतिहास रंगमंचावर पाहून लंडनवासीय रोमांचित झाले. सामान्य माणसानं राजाची भूमिका करणं, हेही अतिशय चित्तथरारक होतं. आणि हिंसेचं काय सांगावं? प्रेक्षकांना 'रक्त' आवडतं, हे मार्लोकडून शेक्सपिअरला कळलं होतं. म्हणून त्यानं आपल्या नाटकात भरपूर तलवारी, द्वंद्व आणि भोसकाभोसकीची दृश्यं घातली. ऐतिहासिक नाटकांची 'ट्रायोलॉजी' पूर्ण होईपर्यंत शेक्सपिअरची गणना अत्यंत लोकप्रिय नाटककारांमध्ये होऊ लागली होती.

पण शेक्सपिअर नाट्यशास्त्र शिकतच होता. सहाव्या हेन्रीच्या या नाटकावर 'टॅम्बुर्लेन'चा एवढा प्रभाव होता की, मार्लोनंच यातले संवाद लिहिले आहेत, असं अठराव्या शतकातल्या अभ्यासकांना वाटलं. शिवाय शेक्सपिअरच्या नंतरच्या नाटकांमधल्या पात्रांमध्ये जो 'माणूसपणा' होता, तो या पात्रांमध्ये अजिबात नव्हता. ही पात्रं म्हणजे 'ओबडधोबड' कॅरिकेचर्स होती. 'ही नाटकं म्हणजेच शेक्सपिअर' असं जर समीकरण असतं, तर आज त्याचं नाव कोणालाही माहीत नसतं. किंबहुना, त्याचं लिखाण लक्षात ठेवण्याच्या लायकीचंही मानलं गेलं नसतं. शेक्सपिअर हा दैवी देणगी लाभलेला नाटककार नव्हता, अशातला भाग नाही; पण अजून तो 'जीनियस' व्हायचा होता.

इथं आपल्याला संस्कृतीचं महत्त्व जाणवतं. शेक्सपिअरकडे 'असामान्य प्रतिभावंत, आणि मानवजातीच्या अतीत कोणी तरी', असं बघितलं जातं. पण वस्तुस्थिती अशी आहे की, तो ज्या काळात वावरत होता, त्या काळावर तो पूर्णपणे अवलंबून होता. एलिझाबेथ राणीच्या काळात त्याला नाटककार बनण्याची प्रेरणा मिळाली. याच वातावरणात 'मार्लोची सुमार दर्जाची नक्कल करणारा' शेक्सपिअर पुढे जगातला आतापर्यंतचा सर्वांत महान लेखक बनला.

आपली सर्जनशील निर्मिती बऱ्याच अंशी आपल्यावर होणाऱ्या आजूबाजूच्या

संस्कारांवर अवलंबून असली, तरी हेच संस्कार लगामही बनू शकतात. मग समाजातली कल्पकता वाढीला लावण्याऐवजी कलाकार आणि वैज्ञानिकांना आपण नव्या गोष्टी करणं अवघड करून ठेवतो. 'अवां-गार्द'ला आपण नाउमेद करतो; नव्या कल्पनांचा गळा घोटतो. आपल्यातल्या जीनियस लोकांच्या मार्गात आडथळे निर्माण करतो.

पण केव्हा तरी, कधी तरी गणित जमतं. लोकांमधली सर्जनशीलता उफाळून यावी; असं सामाजिक आणि सांकृतिक वातावरण असं जमून येतं. मग एकाच वेळी एवढे प्रतिभावंत निर्माण होतात की, आपला विश्वासच बसत नाही. ही स्थिती 'न भूतो, न भविष्यति' अशी असते.

एलिझाबेथ राणीच्या इंग्लंडमध्ये नेमकं असं वातावरण होतं. या काळात उत्तमोत्तम लेखकांचं पेव फुटलं. शेक्सपिअरच्याच काळातले इतर दिग्गज बघा- मार्लो, बेन जॉन्सन, जॉन मिल्टन, सर वॉल्टर रॅले, जॉन फ्लेचर, एडमंड स्पेन्सर, थॉमस किड, फिलिप सिडने, थॉमस नॅश, जॉन डॉन आणि फ्रान्सिस बेकन. यांतले बहुतेक सगळे बेताच्या परिस्थितीतून वर आले होते; पण त्यांच्याकडून नव्या प्रकारच्या वाङ्मयाची निर्मिती झाली. आपण अजूनही त्यांच्याच छायेत खर्डेघाशी करतोय.

शेक्सपिअरचं यश या काळातल्या वाङ्मयीन भरभराटीशी निगडित आहे. त्याचं स्वतःचं ग्रंथालय किती विविध प्रकारच्या पुस्तकांनी भरलेलं असेल! 'सर्व काही वाचलेला माणूस' अशी कोलरिजची ओळख सांगितली जाते; पण सर्व काही वाचलेला पहिला माणूस म्हणून आपल्याला शेक्सपिअरचंच नाव घ्यावं लागेल. त्याची कपाटं 'द ट्रॅजिकल हिस्टरी ऑफ 'रोमियस अँड जुलिएट', डेकामरॉन, आणि हेप्टामरॉनसारख्या भारदस्त ग्रंथांनी भरलेली होती. त्याचबरोबर लोकप्रिय प्रेमकथाही होत्या. (इटालियन 'पल्प फिक्शन'ची त्याला खास आवड होती.) त्यानं ओव्हिड आणि प्लूटार्कमधून काही कल्पना घेतल्या, तसंच त्याच्या राजांना त्यानं थेट क्रॉनिकल्समधले संवाद दिले. शेक्सपिअरच्या लिखाणांमध्ये अगदी रस्त्यावरची पत्रकंसुद्धा डोकावतात. त्यानं एडमंड स्पेन्सर व चॉसर या आपल्या पूर्वजांचे लिखाणही वाचलं होतं आणि जॉन डॉनसारख्या तरुण कवींची हस्तलिखितंही त्यानं वाचली होती. समकालीन नाटककारावर तर एखाद्या हेराप्रमाणे त्याची नजर असे. त्यानं थॉमस वॉटसनच्या सॉनेट्सचा अभ्यास केला आणि ग्रीनच्या 'पॅनडोस्टो'ची कथाही उचलली. ('हॅम्लेट'पासून 'रोमिओ अँड जुलिएट'पर्यंत शेक्सपिअरचे जवळ जवळ सर्वच प्लॉट कोणाच्या तरी लिखाणावर आधारित असेच होते.) मार्लोपासून चौर्यकर्म तर त्यानं शेवटपर्यंत चालू ठेवलं!

पण त्यानं नुसतंच या सगळ्यांचं अनुकरण केलं असं नाही; त्यानं ते सर्व

आत्मसात केलं आणि त्यांतलं जे चांगलं होतं, ते आपल्या नाटकांमध्ये बेमालूमपणे गुंफून टाकलं. कधी तरी तो यामुळे अडचणीत सापडे. निदान त्या काळातल्या संदर्भानुसार तो निश्चितच चौर्यकर्म करत होता. पण या आरोप करणाऱ्यांना हे लक्षात आलं नाही की, तो एक नवी क्रिएटिव्ह प्रक्रिया वास्तवात आणू पाहतोय. यामध्ये शक्य असलेल्या सर्व स्रोतांत कलेची बीजं शोधणं अभिप्रेत होतं. शेक्सपिअरच्या दृष्टीनं नवनिर्मिती आणि 'कनेक्शन' या दोन्ही क्रिया एकसारख्याच होत्या.

बेन जॉन्सननं म्हटलं आहे की, 'शेक्सपिअर हा कोण्या एका काळाचा नसून, तो सर्व काळाचा आहे.' हे तसं खरं आहे. मॅक्बेथ, किंग लिअर आणि द टेम्पेस्ट या अजरामर कलाकृती आहेत. सभोवताली अनेक जीनियस असण्याच्या काळातही शेक्सपिअर अतुलनीय होता.

आणि तरीही, जॉन्सनचं म्हणणं एका प्रकारे चुकीचं होतं. शेक्सपिअरसारखा कलावंत १६ व्या शतकाच्या उत्तरार्धातील लंडनमध्येच निर्माण होऊ शकला असता. त्यानं वाङ्मयीन चौर्य केलं, हा मुद्दा महत्त्वाचा नाहीये. अनेक शतकांत पहिल्यांदाच अशी परिस्थिती होती की, चोरण्यालायक एवढं वाङ्मय उपलब्ध होतं. शिवाय, शेक्सपिअरला कोणीही अडवलं नाही. आपली प्रतिभा आपल्याभोवतालच्या परिस्थितीवर अवलंबून आहे याची त्याला जाणीव असावी, असं वाटतं. 'हॅम्लेट'मध्ये नायक काही नटांना त्यांच्या कामाविषयी सल्ला देतोय, असा एक महत्त्वाचा प्रवेश आहे. अतिशय प्रसिद्ध असलेल्या या प्रसंगातल्या भाषणात तो म्हणतो, ''तुमच्या काळाबद्दल चिंतन करा. तुमच्याभोवतालच्या परिस्थितीला आकार द्या.'' हा नायक क्रिएटिव्हिटीबद्दलचं वास्तवच सांगतोय. भोवतालच्या परिस्थितीशी कलेचा अनन्यसाधारण संबंध असतो, हे शेक्सपिअरला माहीत असल्यामुळेच तो इटालियन प्रेमकथा वाचायचा; त्याच्या प्रेक्षकांचे अभिप्राय आवर्जून घ्यायचा. त्याच्याकडे असामान्य प्रतिभा होती, हे खरंच आहे; पण तेवढं पुरेसं नसतं. शेक्सपिअरचं लिखाण सर्व काळाकरता आहे; पण तो मात्र त्याच काळात असू शकला असता.[१]

२.

सन १९९० मध्ये पॉल रोमर या अर्थतज्ज्ञाने 'इकॉनॉमिक ग्रोथ'बद्दल एक नवा सिद्धान्त मांडला. हा सिद्धान्त अनेक अवघड समीकरणांवर अवलंबून असला, तरी त्यामागची संकल्पना साधी आह- 'कल्पना म्हणजे कच्च्या मालाचा न आटणारा स्रोत.' अर्थशास्त्र हे भौतिक जगातल्या टंचाईशी निगडित असतं. पण ज्ञान जेव्हा

---

१. दुर्दैवानं इंग्रजी साहित्यातली क्रिएटिव्ह भरभराट अल्पायुषी ठरली. सन १६४२ मध्ये कर्मठ लोकांनी सार्वजनिक थिएटर बंद केलं.

एका माणसाकडून दुसऱ्याकडे जातं, तेव्हा ज्ञानात घट होत नाही किंवा त्याची 'झीज' होत नाही. उलट, एखादी कल्पना जितक्या जास्त लोकांत पसरते, तितकी तिची उपयुक्तता वाढते; त्यातून आणखी कल्पना जन्माला येतात. रोमर म्हणतात, "वस्तू आणि कल्पना यांच्यात एक मूलभूत फरक असतो. वस्तूत जितके जास्त हिस्सेदार, तितकं तिचं मूल्य कमी होतं- वापरलेल्या गाडीला नव्या गाडीइतकी किंमत येत नाही. पण कल्पनांचं तसं होत नाही. कल्पनांची टंचाई किंवा दुर्भिक्ष कधीही येत नाही."

थोडक्यात, रोमरच्या सिद्धान्तानुसार माहितीचा प्रसार ही चांगलीच गोष्ट आहे. एक कल्पना अनेक नव्या कल्पनांना जन्म देते. म्हणूनच ज्या ज्या ठिकाणी कल्पनांचं 'शेअरिंग' करायला वाव दिला जातो, त्या त्या ठिकाणांची उत्पादकता वाढते. अशा शेअरिंगमुळे एखाद्या कल्पनेत दडलेल्या विविध 'शक्यता' (पॉसिबिलिटीज) यांची केवळ बेरीज न होता गुणाकार होतो.

अर्थात, असं वातावरण नेमकं कसं तयार करायचं, हा कळीचा मुद्दा आहे. शहरांमध्ये आपोआपच माणसांची घसटण होत असते आणि माणसं एकमेकांशी विचारांची देवाण-घेवाण करतात. असं असलं तरी सर्जनशील समाजालासुद्धा थोड्याशा हातभाराची गरज असते. रोमर म्हणतात त्याप्रमाणे लागोसमध्ये माणसांची गर्दी असूनही तिथं फार पेटंट्स जन्म घेत नाहीत; तिथं दिसते ती दिवसच्या दिवस न सुटणारी वाहतूककोंडी. तसंच, पोर्त-ओ-प्रिन्समधल्या 'फावेलाज'मध्ये रोगराई आणि गुन्हेगारी तेवढी वाढलेली दिसते. रोमर म्हणतात, "शहरांत दडलेल्या ताकदीविषयी भाबडेपणाची भावना नसणं महत्त्वाचं आहे. माणसं एकमेकांशी मिसळू शकणं पुरेसं नसतं; त्याच्या बरोबरीनं काही 'नियम' आणि रूढी असणंही गरजेचं असतं. मानवी घसटणीचे फायदे आणि तोटे यांमध्ये योग्य समतोल राखण्यासाठी पूरक संस्थाही असाव्या लागतात.... गटारं रस्त्यांतून वाहणं चांगलं नसतं."

या सामाजिक संकल्पांना रोमर 'मेटा-आयडियाज' असं संबोधतात. 'मेटा-आयडियाज' म्हणजे दुसऱ्या/अन्य कल्पनांना आधार देणाऱ्या कल्पना. आपल्या शैक्षणिक व्याख्यानांमध्ये रोमर दिव्याखाली कोंडाळं करून बसलेल्या किशोरवयीन मुलांचा फोटो दाखवितात. ही पोरं अंधारात का बसली आहेत आणि ती काय करताहेत, हे आधी आपल्या लक्षात येत नाही. पण रोमर यांनी सूचित केल्यावर आपल्याला त्यांच्याजवळ असलेले कॅल्क्युलेटर, पेन आणि पुस्तकं दिसतात. ही पोरं गृहपाठ करायला तिथं बसली आहेत. मोबाईल फोन परवडण्यासारखी त्यांची परिस्थिती आहे; पण तरी, त्यांच्या घरांत वीज नसल्यामुळे त्यांना इथं बसावं लागतंय. 'गिनी'नामक या प्रदेशात भ्रष्टाचार बोकाळला आहे. एकोणिसाव्या

शतकातलं तंत्रज्ञानही इथं उपलब्ध नाहीये. रोमर यांच्या मते, हा फोटो 'मेटा-आयडियाज'चं महत्त्व अधोरेखित करतो.

आता प्रतिभावंतांचा सुळसुळाट असलेल्या काळाकडे बघू यात. आपण फार काळ मानत आलो आहोत की, असा सुळसुळाट 'अपघातानं' होतो. या समजुतीमुळे या प्रकाराचा अभ्यासही आपल्याला करावासा वाटला नाहीये. प्रतिभावंत निर्माण होणं, ही आपण दैवी देणगी तरी मानतो किंवा तत्सम कोणतं तरी कारण देऊन आपण मोकळे होतो. पण एखाद्या युगाला किंवा काळाला आकार देणाऱ्या गोष्टींचा विचार केल्यावर काही समाज अधिक सर्जनशील का झाले, हे आपल्याला कळू लागतं. प्रतिभा सर्वत्र आहे; आपण तिचा वापर करतो का नाही, हा प्रश्न आहे.

राणी एलिझाबेथच्या वेळचं इंग्लंड बघा. या कालावधीत मानवी परस्पर-संबंधांना उधाण आलं होतं. पण एवढ्यावर शेक्सपिअर आणि त्याच्या समकालीनांचा उदय समजावून सांगता येणार नाही. या युगात अनेक संकल्पना– रोमर यांच्या 'मेटा-आयडिया'- उदयाला आल्या (आणि त्यांना पोषक वातावरण मिळालं), ज्यांमुळे सर्जनशीलता फुलू शकली.

सोळाव्या शतकातल्या इंग्लंडमधली पहिली महत्त्वाची 'मेटा-आयडिया' म्हणजे नियमांकडे केलेली काहीशी निरागस आणि सौम्य डोळेझाक. पहिल्या एलिझाबेथच्या काळात सेन्सॉरशिपचे कायदे 'न भूतो- न भविष्यति' म्हणता येईल, इतपत ढिले केले गेले. अर्थात, तुम्ही काय बोलताय, यावर लक्ष ठेवायचे अधिकार सरकारकडे होतेच. राणीनं नाटकांवर नियंत्रण ठेवण्यासाठी 'मास्टर ऑफ रिव्हेल्स' असा हुद्दा १५८१ मध्ये निर्माण केला. पण अभिव्यक्तिस्वातंत्र्याच्या मर्यादा ओलांडल्या तरी लेखकांना कधी शिक्षा होत नसे. या परिस्थितीत शेक्सपिअर आपल्या नाटकांमध्ये सरकारवर टीका करू शकला. 'किंग लिअर'मध्ये अन्यायाच्या विरोधात त्यानं वापरलेले उद्‌गार पाहा :

Robes and furred gowns hide all. Plate sin with gold,
And the strong lance of justice hurtless breaks;
Arm it in rags, a pygmy's straw doth pierce it

एखादा निर्भीड लेखकच अशा ओळी लिहू शकतो. आपली नाटकं राणीच्या सेन्सॉरला रुचली नाहीत, तरी आपण तुरुंगात जाणार नाही याची शेक्सपिअरला खात्री होती. किंबहुना, तो ज्या समाजात जन्माला आला, तो असा पहिलाच समाज असावा; जो लेखकाला गुन्हेगार मनात नव्हता. फार तर नाटकाच्या छापील आवृत्तीतून प्रक्षोभक मजकूर गाळायला किंवा पुढच्या प्रयोगांत काही ओळी दुरुस्त

करायला सांगितलं गेलं असतं. अशा उदारमतवादी वातावरणामुळे लेखक क्रिएटिव्ह धोके पत्करू शकायचे; सडेतोडपणा कुठवर ताणता येतोय, हे पडताळून पाहू शकायचे... आणि शेक्सपिअरच्या लक्षात आलं की, खूप काही खपून जातंय!

याच काळात आणखी एक महत्त्वाची 'मेटा-आयडिया' प्रसृत झाली, ती 'बौद्धिक मालमत्ते'– इंटेलेक्चुअल प्रॉपर्टी– विषयी. त्या काळात कॉपीराइटसंबंधी थोडेच नियम होते. शेक्सपिअर इतर लेखकांकडून चौर्यकर्म करायला मोकळा होता. पण 'इनोव्हेशन'बद्दल नव्यानं नियम करण्यात आले. सन १५६० च्या सुमारास इंग्लिश सरकारनं काही उत्पादनांकरता एकाधिकार– मोनॉपोली– बहाल करायला सुरुवात केली. साबण, काचेच्या बाटल्या आणि कागद बनविणाऱ्या आद्य-प्रवर्तकांना– पायोनियर्सना असा एकाधिकार दिला गेला. सुरुवातीला ही पेटंटसदृश योजना परदेशांतून तज्ज्ञ मंडळींना आकर्षित करण्यासाठी आखली गेली. पण यातूनच 'कल्पनांना मूल्य असतं' ही नवी संकल्पना रुजायला मदत झाली. (देशाला उपयोगी ठरणाऱ्या कोणत्याही शोधाला राणी 'लेटर ऑफ पेटंट' बहाल करेल, अशी घोषणा फ्रान्सिस बेकन यांनी केली.) आता केवळ स्थावर मालमत्ताच नव्हे, तर बौद्धिक मालमत्तेला सुरक्षित ठेवण्याची जबाबदारी सरकारवर आली. क्रिएटिव्हिटी हे समृद्धीचं साधन होण्याची ही पहिलीच वेळ होती.[२]

पण उपरोक्त दोन्हींपेक्षा जास्त– नव्हे; सर्वांत महत्त्वाची 'मेटा-आयडिया' म्हणजे शिक्षणाचा प्रसार. सोळाव्या शतकात मध्यमवर्गातल्या प्रत्येक तरुणाला शिक्षण देण्याचा पद्धतशीर प्रयत्न झाला. यांत गवंडी, लोकरीचे व्यापारी आणि शेतकऱ्यांचा समावेश होता. अभिजात वाङ्मयाचा अभ्यास करण्यासाठी तुम्ही मोठे जमीनदार असण्याची आता गरज नव्हती. (राणी एलिझाबेथचे 'ट्युटर' रॉजर आश्चम म्हणतात, 'आपल्या मुलानं लॅटिन शिकावं, ही अभिलाषा प्रत्येक माणसाला असते.') शेक्सपिअरचंच आयुष्य घ्या. त्याचे वडील जॉन हे हातमोजे बनविणारे जवळजवळ निरक्षर गृहस्थ होते. ते आपली स्वाक्षरीदेखील करू शकत नव्हते. तरीही त्यांनी विल्यमला वयाच्या सातव्या वर्षी स्ट्रॅटफर्डच्या विनामूल्य ग्रामर शाळेत घातलं होतं. ही शाळा गरीब आणि अशिक्षित आई-बापांच्या मुलांना शिक्षण देण्याची हमी देत असे. या शाळेच्या ऑक्सफर्डशिक्षित हेडमास्तरांना शुल्क घ्यायला बंदी होती. शेक्सपिअरचे शाळेतले दिवस म्हणजे रटाळ, कंटाळवाणे, घोकंपट्टीने भरलेले होते; पण या शिक्षणात एक अपूर्व संधी दडलेली होती. काही दशकांपूर्वी एखाद्या हातमोजे बनविणाऱ्याच्या मुलाला ज्ञानाचं भांडार असं खुलं झालं नसतं.

---

२. याच सुमारास लॅटिन 'इनोव्हेटस'वरून 'इनोव्हेशन' हा शब्द इंग्रजीत आला.

शेक्सपिअर एकटाच या सार्वजनिक शिक्षण धोरणाचा लाभार्थी नव्हता. क्रिस्तोफर मार्लोचे वडील चांभार होते, पण त्याला पूर्ण शिष्यवृत्तीसह शिक्षण मिळालं. एडमंड स्पेन्सर (याचे वडील 'क्लॉथमेकर' होते) आणि जॉन डॉन (याचे वडील लोहार होते) यांनाही याचा फायदा झाला. रॉबर्ट ग्रीनचे आई-बाप नॉरविचमधल्या एका गरीब कुटुंबातले होते, पण रॉबर्ट केम्ब्रिजचा पदवीधर झाला. पुढे याच रॉबर्टनं 'शेक्सपिअरकडे कॉलेज पदवी नाही' असा आरोप केला. या सगळ्या घडामोडींमुळे लंडनमध्ये साहित्यक्षेत्रात प्रतिभावंतांची रेलचेल झाली; नाटककार होऊ शकणाऱ्यांची संख्या प्रचंड वाढली.[३] या सर्व समकालीन 'स्पर्धकां'मुळे शेक्सपिअरची वाढ उत्तम प्रकारे होऊ शकली. त्यांच्यामुळे 'काय काय करता येतं' हे शेक्सपिअरला कळलं आणि ते कसं करायचं, हे मात्र त्यानंच दाखवून दिलं.

टी. एस. एलियट यांनी एका निबंधमालिकेतून साहित्याच्या भरभराटीच्या या काळाबद्दल ऊहापोह केला आहे. बहुतेक टीकाकार हे शेक्सपिअरविषयी 'पुराणे' लिहिण्यात व्यग्र होते– तो कसा कल्पनातीत प्रतिभावंत होता, वगैरे. मात्र एलियट यांनी शेक्सपिअरच्या भोवतालच्या परिस्थितीवर लक्ष केंद्रित केलं. त्यांचं म्हणणं असं की, १६ व्या शतकातील लंडनमध्ये एकाच वेळी इतके जबरदस्त कवी निर्माण होणं, हा काही अपघात नाही. तसंच, एकाच राणीसाठी मार्लो, जॉन्सन आणि एकमेवाद्वितीय शेक्सपिअर एकाच वेळी लिखाण करत होते; हाही योगायोग नव्हे. कलानिर्मिती सुलभ असलेल्या काळात हे सगळे जन्माला आले, हे त्यांचं भाग्य. भूतकाळातल्या परंपरा जोपासत ते मोठे झाले, पण त्याचबरोबर ते एकमेकांकडून चौर्यकर्म करू शकत होते. त्यांना लॅटिन येत होतं, पण आपलं लिखाण ते बोलीभाषेत करत होते. त्यांची नाटकं गुंतागुंतीची होती, पण तरीही भरपूर चालायची. त्यांच्यातील सुप्त गुणांना भरपूर वाव मिळाला. एलियट म्हणतात, "आपल्या काळापेक्षा 'ग्रेट एजेस'मध्ये जास्त प्रतिभावंत होऊन गेले असं नव्हे, पण त्या काळात प्रतिभा वाया जाण्याचं प्रमाण कमी होतं."

---

३. कधी नव्हे ते इंग्लंडमधल्या उच्चभ्रू विद्यापीठांमध्ये सर्व सामाजिक स्तरांतले विद्यार्थी दाखल झाले होते. 'हुजूर' आणि सामान्य जन– दोघेही एकत्र शिकत होते. यातले बहुतेक मध्यमवर्गीय पदवीधर पुढे चर्चमध्ये कामाला लागले. पण त्यात रस नसलेल्यांचं भवितव्य मात्र धूसर होतं. धंदा-पाणी करणं, हे त्यांच्या दृष्टीनं 'खालच्या पातळीवरचं' काम होतं, पण राजदरबारही त्यांच्या आवाक्याबाहेरचा होता. मग उरलं काय? तर, नाट्यक्षेत्र. बहुतेक नाटक कंपन्या बराचसा वेळ आम जनतेसाठी प्रयोग करण्यात घालवीत होत्या; पण अनेक कंपन्या वर्षातले अनेक आठवडे राणीच्या दरबारात प्रयोग करण्यात घालवीत असत.

३.

‘द न्यू ऑर्लिन्स सेंटर फॉर क्रिएटिव्ह आर्ट्स’ (NOCCA- ‘नोक्का’) हे मिसिसिपी नदीच्या किनाऱ्यावर वसलेलं आहे. फ्रेंच वस्तीतल्या स्मरणिका (सुवेनिर) विकणाऱ्या दुकानांपासून हाकेच्या अंतरावर इथलं सार्वजनिक हायस्कूल आहे. इथे फारसे पर्यटक दिसत नाहीत. आहेत ती फक्त फॅशनेबल कॉफी शॉप्स, चाळवजा घरं आणि नाक्यावरचे बार. शाळेच्या एका बाजूला मालगाड्यांचा रेल्वे यार्ड आहे आणि दुसऱ्या बाजूला कारखान्यांच्या जुन्या, रिकाम्या इमारती. या सगळ्या परिसरावर भूतकाळाची छाया आहे. इथं तांदळाची मिल आणि चॉकोलेट कंपनीची वखार होती. इथं होमर प्लेसीला अटक झाली होती. रेल्वे रुळांबरोबर आपण पुढे चालत गेलो, तर आपण सेंट क्लॉडला पोचतो. इथं कॅनॉल ओलांडून पूर्वेकडे गेल्यावर लोअर नाइंथ वॉर्ड येतो. इथं चक्री वादळ आलं होतं, तेव्हा पाण्याची पातळी खूप वाढली होती. त्याच्या खुणा अजूनही इथल्या घरांवर दिसतात.

दुपारी एकपासून बसेस यायला सुरुवात होते. कलेचे विद्यार्थी अनेक ठिकाणांहून– शहरांतले गरीब भाग, श्रीमंत उपनगरं, लेक पोन्शार्त्रेनच्या दलदलमय गावांमधून, जेफरसन पॅरिशच्या घरांमधून– असे सगळीकडून इथं शिकायला येतात. काही जण पश्चिमेला ९० मैल दूर असलेल्या बॅटन रूजहून गाड्या चालवत येतात. इथं येणारी पोरं सकाळी ‘नेहमीच्या शाळांत’ जातात आणि दुपारी आपली कला विकसित करायला इथं येतात.

या विद्यार्थ्यांना एक थोर परंपरा लाभली आहे. सन १९७३ मध्ये ‘नोक्का’ची स्थापना झाल्यापासून विंटन आणि ब्रॅनफर्ड मार्सलिस, वेन्डेल पियर्स, टेरेन्स ब्लॅनचार्द, अँटनी मॅकी, हॅरी कॉर्निक जुनिअर आणि ट्रॉम्बोन शॉर्टीसारखे प्रसिद्ध कलाकार या संस्थेनं निर्माण केले आहेत. सन २०१० मध्ये इथले ९८% ज्येष्ठ विद्यार्थी पुढे महाविद्यालयात गेले. यांतले बहुतेक जण स्थानिक महाविद्यालयांमध्ये गेले असले तरी काही जणांना न्यूयॉर्क, ‘यूक्ला’(UCLA), नॉर्थवेस्टर्न आणि कूपर युनियन यांसारख्या विद्यापीठांमध्ये प्रवेश मिळविता आला. यातल्या ८०% विद्यार्थ्यांना कुठल्या ना कुठल्या स्वरूपात शिष्यवृत्तीही मिळाली. ही रक्कम सरासरी ९९,००० डॉलर्स इतकी होती! ‘नोक्का’ चालवायचा वार्षिक खर्च आहे फक्त ५ दशलक्ष डॉलर्स. पण प्रत्येक तुकडी १२ दशलक्ष डॉलर्स शिष्यवृत्तीच्या रूपानं मिळविते.

मी ‘नोक्का’चे सी.ई.ओ. कायली वेडबर्ग यांच्याबरोबर कॅंपसवर फिरतोय. उकाडा बऱ्यापैकी असूनही कायली सुटाबुटात आहेत. ‘ट्युबा’ वाजविणारी पोरं, सॉनेट्स लिहीत बसलेला एखादा गट आणि नृत्याची तालीम करणारे– अशांमधून

वाट काढत आम्ही फिरतोय. कायली म्हणतात, ''आमचे बरेच विद्यार्थी 'नापास शाळां'मधून येतात. कित्येकांचं कौटुंबिक जीवन खडतर असतं. काहींना इथून गेल्यावर रात्रीची नोकरी करावी लागते. इथले विद्यार्थी चांगल्या कॉलेजांमधून शिक्षण पूर्ण करणाऱ्यांपैकी नाहीत. तरीही 'नोक्का'त काही वर्षं काढल्यावर इथला विद्यार्थी जगात कुठेही जाऊन टिकाव धरू शकतो.''

हे 'नोक्का'ला कसं साधतं? पहिल्या वर्षाकरता प्रवेशासाठी ऑडिशननं सुरुवात होते. प्रत्येक विभाग आपापली वेगळी चाचणी घेतो. प्रत्येकाला आपली प्रतिभा व्यक्त करावी लागते. बहुतेकांची कला 'रॉ', म्हणजे अपरिपक्व असते. कोणी स्वत: ट्रंपेट वाजवायला सुरुवात केलेली असते, कोणी नाट्यशास्त्राचा एकाही धडा न घेता नाटकांमध्ये कामं करत असतो. पण इथले शिक्षक 'पॉलिश'च्या शोधात नसतात; त्यांना हेरायची असते क्षमता ('पोटेन्शियल').

'नोक्का' जुनाट वाटणाऱ्या गुरू-शिष्यपरंपरेवर चालविली जाते. स्वत: कामं करत विद्यार्थी शिकतात. (इथला प्रत्येक शिक्षकही काम करणारा कलाकार असतो.) दुपारी आल्या-आल्या पहिल्यांदा फराळ होतो– सफरचंद आणि 'ग्रॅनोला'. हा विनामूल्य असतो. अल्पोपाहारानंतर मुलं आपापल्या वर्गात जातात. इथं मात्र ते खुर्च्यांवर बसून व्याख्यान ऐकत नाहीत, हे वैशिष्ट्य. ('नोक्का'त अनेक वर्गांमध्ये खुर्च्याच नाहीयेत.) इथं जाडजूड पुस्तकंही नाहीत, की मार्क वाढविण्यासाठी दिलेले पाठही नाहीत. नेहमीच्या हायस्कूलमध्ये जे-जे असतं, त्यातलं इथं काहीही नाहीये.

इकडचे विद्यार्थी काही तरी निर्माण/तयार करण्यात आपला वेळ घालवतात. प्रत्येक जण एखादे वाद्य किंवा स्केचबुक किंवा नाटकातील नेपथ्याचं साहित्य घेऊन कामाला लागतो. कुठे जॅझचे सूर घुमत असतात, तर कुठे भिंतींवर रंगांचे शिंतोडे उडालेले असतात. शिल्पकलेच्या खोलीत शाडूच्या मातीचा घमघमाट असतो आणि लेखनकक्षाबाहेरची केराची टोपली कागदाच्या बोळ्यांनी भरून वाहत असते. वेडबर्ग म्हणतात, ''रूढ शिक्षणाच्या दृष्टिकोनातून आम्ही सुमारे १२० वर्षं मागे आहोत. काळाच्या ओघात केव्हा तरी 'व्यावसायिक शिक्षण' हा एक अपशब्द ठरविला गेला. मुलांना स्वत: काही तरी करायला लावणं 'अन्फॅशनेबल' ठरलं. मग शिक्षण याचा अर्थ- 'मुलांच्या डोक्यात माहिती कोंबा आणि त्यांच्या परीक्षा घ्या' असा झाला. या गोष्टींना माझं विरोध आहे असं नाही; पण पाठांतराखेरीज ज्या विचारप्रणाली आहेत, त्यांनाही आपण उत्तेजन दिलं पाहिजे.'' टायनं घाम पुसत आणि काही तरी गुपित सांगत असल्याच्या आविर्भावात वेडबर्ग पुढे म्हणतात, ''परीक्षांना अवास्तव महत्त्व देऊन आपण विद्यार्थ्यांना चुकीचा संदेश देतोय. 'क्रिएटिव्हिटी ही फारशी चांगली गोष्ट नाही,' असंच जणू आपण त्यांना सांगतोय. यात तुम्ही वेळ घालविता कामा नये; योग्य त्या चौकोनात 'टिक'मार्क करणं हे क्रिएटिव्हिटीपेक्षा

गांभीर्यानं खेळत असतात. जेव्हा त्यांना मजा येत असते, तेव्हा ती सर्वांत 'फोकस्ड' असतात. या संशोधनात जे दिसून आलं ते इतकं धडधडीत सत्य होतं की, प्रयोग मध्येच थांबविला गेला- खेळावर आधारित अभ्यासक्रम इतका परिणामकारक असताना दुसऱ्या गटावर 'अन्याय' करणं गैर होतं.

'नोक्का'तले बहुतेक विद्यार्थी पुढे व्यावसायिक कलाकार होणार नाहीत, हे वेडबर्गना माहीत आहे. आज सॅक्सोफोनबद्दल वेडा असलेला उद्या कदाचित सेल्समन होईल आणि टापडान्स करणारी मुलगी पुढे डिझायनरही होईल. पण स्वत:ची प्रतिभा जोपासण्याचं अत्यंत महत्त्वाचं कौशल्य मिळविणं म्हणजे काय, दररोज पाच तास स्वत:च्या कामावर कष्ट घेतल्यामुळे काम चांगलं करणं म्हणजे काय... झगडणं, असफल होणं आणि त्यातून पुन्हा यशस्वी होणं म्हणजे काय– हे यांनी नीट अनुभवलं आहे. या मुलांना अवघड प्रश्नांचं विश्लेषण करता येतं आणि टीकेला तोंड देता येतं. ('नोक्का'च्या प्रत्येक वर्गात एक टीकासत्र असतं. यामध्ये एकमेकांच्या कामावर उपयुक्त टीका-टिप्पणी केली जाते.) वेळेचं नियोजन आणि कठीण समयी चिकाटीनं काम करणं हे ते शिकलेले असतात. वेडबर्ग म्हणतात, "थोरवी मिळविण्यासाठी काय लागतं, हे आम्ही त्यांना शिकवितो. इथला प्रत्येक विद्यार्थी स्वत:ला पुढे रेटू शकतो."

'नोक्का'च्या अभ्यासक्रमाचं वैशिष्ट्य हे की, इथले विद्यार्थी सर्जनशीलतेच्या प्रक्रियेत अंतर्भूत असलेल्या प्रखर वास्तवाला सामोरं जातात. (मिल्टन ग्लेसरचं बोधवाक्य आठवून बघा– 'आर्ट इज वर्क'.) तुम्ही जॅझवाले असा नाही तर लेखक; यश संपादन करायचं असेल तर चिकाटी हवी आणि काम नीट पूर्ण होईपर्यंत टिकून राहण्याची क्षमता हवी. वूडी ॲलननं म्हटलंच होतं, "यशाचा ८०% भाग म्हणजे तुम्ही 'तिथं असणं." 'नोक्का' आपल्या विद्यार्थ्यांना हे 'असणं' शिकवतं- पुनःपुन्हा हजेरी लावणं आणि असणं.

अलीकडे मानसशास्त्रज्ञांनी चिकाटी आणि क्रिएटिव्हिटीचा एकमेकांशी नेमका काय संबंध आहे, याचा अभ्यास केला आहे. 'कठीण परिस्थितीत दाखविलं गेलेलं धैर्य ('ग्रिट')' यावरून यशाचा बऱ्यापैकी अंदाज बांधता येतो, असा शोध लावला गेला आहे. "कष्टांची गरज भासणार नाही इतकं प्रतिभाशाली कोणीही नसतं. पण 'ग्रिट'मुळे कष्ट घेणं सुलभ जातं," असं युनिव्हर्सिटी ऑफ पेन्सिल्व्हेनियाच्या अँजेला डकवर्थ या मानसशास्त्रज्ञ म्हणतात. "...'ग्रिट'वर अवलंबून नव्हती अशी एकही यशस्वी व्यक्ती नाही, याची मला पक्की खात्री आहे." 'नॅशनल स्पेलिंग बी', स्पेशल फोर्सेस बूट कँपचे पदवीधर आणि 'टीच फॉर अमेरिका' प्रकल्पातले शिक्षक- या सर्वांबाबत 'ग्रिट' आणि यश यांचा जवळचा संबंध असल्याचं पुन्हा एकदा दिसून आलं. (बुद्ध्यंकापेक्षा दोन व्यक्तींमध्ये असलेल्या 'ग्रिट'मध्ये जो

जास्त महत्त्वाचं आहे, असं आपण त्यांच्यावर बिंबवतोय. माझ्या मते, यापेक्षा आणखी वाईट संदेश असू शकत नाही.''

स्किडमोर कॉलेजच्या मानसशास्त्रज्ञांनी काही डझन प्राथमिक शाळांचं सर्वेक्षण केलं. 'तुमच्या वर्गात क्रिएटिव्ह पोरं असावीत, असं तुम्हाला वाटतं का?' असं शिक्षकांना विचारलं. यावर अर्थातच सर्वांनी 'हो' असं उत्तरं दिलं. मग 'क्रिएटिव्ह थिंकिंगशी संबंधित (उदा.- मुक्त अभिव्यक्ती) निकषांवर विद्यार्थ्यांचं मूल्यमापन करा', असं शिक्षकांना सांगितलं गेलं. याच शिक्षकांनी हे निकष त्यांच्या सर्वांत 'नावडत्या' विद्यार्थ्यांशी जोडले. दिवास्वप्नं बघणारे विद्यार्थी जास्त कल्पक असतीलही; पण अशांना शिकविणं आणि नेहमीच्या चाचण्यांमध्ये त्यांच्याकडून चांगली कामगिरी करवून घेणं अवघड होतं. म्हणून अशा मुलांना पुनःपुन्हा नाउमेद केलं जायचं किंवा दुर्लक्षिलं जायचं. मानसशास्त्रज्ञांनी जड अंतःकरणानं सर्वेक्षणाचा निष्कर्ष मांडला- 'आवडता विद्यार्थी आणि क्रिएटिव्हिटी हे परस्परविरोधी आहेत; आम्हाला सर्वांत जास्त क्रिएटिव्हिटी सर्वांत नावडत्या विद्यार्थ्यांमध्ये दिसून आली.'

नेहमीच्या शाळा अभिव्यक्तीला उत्तेजन देणाऱ्या नसतात. सर्जनशीलतेची प्रक्रिया ही शालेय वर्गाच्या दृष्टीने एक 'नापास' किंवा निष्फळ गोष्ट आहे. वेडबर्ग म्हणतात, ''एकविसाव्या शतकात जगण्यासाठी क्रिएटिव्हिटी हा अत्यंत महत्त्वाचा गुण ठरणार आहे, हे सर्वांना मान्य आहे. पण हे कौशल्य आपण मुलांना शिकवत नाही आहोत, आपण घोकंपट्टीवर फार जोर देतो; कुठल्या तरी ऐतिहासिक गोष्टी लक्षात ठेवायला भाग पाडतो. पण आजच्या युगात या गोष्टींना काहीच महत्त्व नाहीये. अहो, या गोष्टी तुम्हाला मोबाईलवरही दिसू शकतात! खऱ्या जगात जर आपल्या विद्यार्थ्यांचा निभाव लागायला हवा असेल आणि ते यशस्वी व्हायला हवे असतील, तर त्यांना स्वतःच्या हातांनी काही तरी घडवता आलं पाहिजे. आमची शाळा व्यवसाय शिक्षण देणारी तर आहेच, पण क्रिएटिव्हिटीबद्दल आम्हाला सर्वाधिक आस्था आहे.''

'नोक्का'त किशोरवयीन मुलांच्या कल्पनाशक्तीला प्रोत्साहन दिलं जातं, हे खरंच. अलीकडच्या संशोधनातून निष्पन्न झालंय की, प्रोत्साहनाची प्रक्रिया जितक्या लहान वयात सुरू केली जाईल, तितकं चांगलं. एका संशोधकानं चार वर्षे वयाच्या मुलांचा अभ्यास केला. पहिला गट 'अनस्ट्रक्चर्ड प्ले'ला महत्त्व देणाऱ्या शाळेतल्या मुलांचा होता. दुसऱ्या गटातली मुलं स्वरशास्त्र (फोनेटिक्स) आणि अंक मोजण्यावर भर देणाऱ्या शाळेतली होती. एका वर्षानंतर पहिल्या गटातील मुलं 'कॉग्निटिव्ह' स्किल्स (स्वरनियंत्रण, एकाग्रता आणि स्मरणशक्ती) च्या बाबतीत दुसऱ्या गटापेक्षा सरस ठरली. या कौशल्यांचा शैक्षणिक आणि एकूणच यशाशी जवळचा संबंध आहे. 'खेळा'चा फायदा असा की, मुलं अनेक वेळा अत्यंत मन लावून आणि

फरक असतो, तोच अखेर महत्त्वाचा ठरतो, असं अनेक उदाहरणांवरून दिसतं.) हुशार लोकांनासुद्धा रियाज करावाच लागतो. या सरावात मजा येत नाही, तरी न कंटाळता तो करत राहावा लागतो. तुम्ही कादंबरीकार असाल, तर 'ग्रिट'मुळेच तुम्ही आपली पहिली कादंबरी पूर्ण करू शकाल. आणि त्याही पुढे जाऊन, तिच्यात सुधारणा करत-करत ती उत्तम दर्जाची करू शकाल. 'ग्रिट'मुळेच तुमच्यातल्या गुणांना वाव मिळतो.

'नोक्का'त ही 'ग्रिट' अंगीकारायला शिकविलं जातं. उद्दिष्ट गाठण्यासाठी एखाद्या गोष्टीचा पाठपुरावा एकचित्तानं करायला आणि आपली आवडती गोष्ट साध्य करायला लागणारा त्याग करायला शिकवलं जातं. विद्यार्थ्यांनी कष्ट घ्यावेत, याबाबत इथले शिक्षक आग्रही असतात... यश संपादन करायला हे किती आवश्यक आहे, हे ते स्वानुभवावरून शिकलेले असतात. 'नोक्का'तले एक अधिकारी म्हणतात, "आम्ही विद्यार्थ्यांना नुसती मजा मारायला देतो, असं लोकांना वाटतं. हे मत अतिशय चुकीचं आहे. इथं विद्यार्थी वयानुसार वर्गात बसत नाहीत, तर आपापल्या कौशल्याच्या पातळीनुसार बसतात. एकदा 'लेव्हल १' च्या विद्यार्थ्यानं काढलेल्या चित्राचं 'विच्छेदन' केलं गेलेलं मी पाहिलं. ते चित्र म्हणजे चमकदार रंगातलं 'स्टिल लाइफ' होतं. शिक्षिका म्हणत होत्या, 'कल्पना चांगली आहे, पण कार्यवाही चुकली आहे. तू घाई केलेली दिसतेय, कारण ब्रशचे फटकारे इतस्ततः पसरलेले आहेत. हे चित्र खूप चांगलं होऊ शकलं असतं, पण त्याकरता तू जास्त कष्ट घेणं आवश्यक होतं.' या १५ वर्षीय विद्यार्थ्याला हा 'ग्रिट'चाच धडा होता."

अर्थात, 'नोक्का' प्रत्येकासाठीच आहे, असं नाही. सगळ्यांनाच काही चित्रकला किंवा रंगभूमीत रस नसतो. काहींना अंधार पडेपर्यंत शाळेत वेळ घालवायचा नसतो. काहींना बसनं दररोज एवढा प्रवास नको असतो. पण तरी 'नोक्का'चं मार्गदर्शक तत्त्व आहे– 'क्रिएटिव्हिटी शिकविता येते आणि आपल्या पोरांमध्ये सुप्त प्रतिभेचा प्रचंड साठा असतो.' हे तत्त्व सर्वच शाळांनी अंगीकारायला हवंय. शाळांचा जोर असतो तो खालच्या २५% विद्यार्थ्यांवर. हे विद्यार्थी शाळा सोडून जाऊ नयेत, याकडे सर्व लक्ष केंद्रित करता करता प्रतिभेला प्रोत्साहन देण्याकडे दुर्लक्ष होता कामा नये. वेडबर्ग म्हणतात, "उत्कृष्टतेचा एक गोट ('पॉकेट्स ऑफ एक्सलन्स') तयार करावा, अशी आमची धारणा आहे. आमचे बहुसंख्य विद्यार्थी नेहमीच्या शाळेतही चांगली कामगिरी करू शकतील, चांगले गुण मिळवून कॉलेजातही जातील; पण एवढ्यावर आपण समाधान मानता कामा नये. त्यांच्यातल्या सुप्त गुणांचं पुरेपूर चीज त्यांनी करायला हवं. तुम्ही थोर होऊ शकणार असाल, तर निव्वळ चांगलं होऊन थांबता कामा नये."

अशा प्रकारे काम करणाऱ्यांमध्ये फक्त कलाशिक्षण देणाऱ्याच शाळा आहेत,

असं नाही. सॅन दिॲगोमध्ये स्थानिक तंत्रज्ञांना जेव्हा कुशल कर्मचाऱ्यांची चणचण जाणवू लागली, तेव्हा वैतागून त्यांनी २००० मध्ये 'हाय टेक हाय' नावाची शाळा सुरू केली. एके काळी वखार म्हणून नौदलाच्या वापरात असलेली मोठी जागा त्यांनी विकत घेतली आणि त्या जागेत वर्ग बांधून काढले. 'नोक्का'प्रमाणे इथंही स्वतः काम करण्यावर भर दिला जातो. प्रत्येक विद्यार्थ्याचा जवळजवळ सगळा वेळ दिलेले प्रकल्प पूर्ण करण्यात जातो. इथं गिटार वा रंगांऐवजी पोरं लोखंड आणि 'प्रोग्रामिंग कोड्स'शी खेळतात, एवढाच फरक. भरभर बोलणारे शाळेचे सी.ई.ओ. लॅरी रोझेनस्टॉक म्हणतात, "आम्ही काही तरी क्रांतिकारी करतोय, असा लोकांचा समज झालाय. पण आमची संकल्पना तशी जुनीच आहे. जॉन ड्यूई म्हणतो त्याप्रमाणे, काम करण्यातूनच एखादी गोष्ट आपल्याला समजू शकते; माहिती ऐकून कोणीही शिकत नसतो. स्वतः काही बनवलं, तर त्यातून शिक्षण होतं. आणि असं करताना कितीही कष्ट पडले तरी ते जाणवत नाहीत." आजवर मानवी शक्तीवर चालणारी पाणबुडी, फुटबॉल लाथेनं ४५ फूट लांब उडविणारा रोबो, असे 'हाय टेक हाय'चे काही प्रकल्प झाले आहेत. मागच्याच वर्षी इथल्या कला शाखेच्या विद्यार्थ्यांनी ई-बेवरून २०० डॉलर्सला एक जुनं वेंडिंग मशिन घेतलं. त्याच्याशी खुडबूड करून विद्यार्थ्यांची चित्रं विकणाऱ्या यंत्रात त्याचं रूपांतर केलं. हे मशिन आता शाळेच्या लॉबीत कार्यरत आहे.

सुरुवातीला 'हाय टेक हाय'च्या अभ्यासक्रमावर बरीच टीका झाली. क्रमिक शिक्षण अधिक प्रमाणात हवं, असं लोकांचं म्हणणं होतं. पण तरीही 'हाय टेक हाय'चे निकाल उत्तम आहेत. इथला प्रत्येक विद्यार्थी पुढे महाविद्यालयात दाखल झाला आहे. इथल्या ८५% हून जास्त विद्यार्थ्यांनी चार वर्षीय पदवी मिळविली आहे. इथं प्रवेशासाठी लॉटरी पद्धत वापरली जाते आणि संपूर्ण सॅन दिॲगो परिसरातून विद्यार्थी येतात. यातले जवळजवळ एक-तृतीयांश हे आपापल्या कुटुंबातले पहिलेच पदवीधर होतात. रोझेनस्टॉक म्हणतात, "सतत बदलत असलेल्या जगात आपली मुलं वाढत आहेत. भविष्यात काय घडेल या दृष्टीनं त्याची प्रत्यक्ष तयारी किंवा चाचणी आपण घेऊ शकत नाही. पण एवढं नक्की की, नवनिर्मितिक्षमताच तुम्हाला यश देणार आहे. क्रिएटिव्हिटीची नेहमीच गरज भासणार आहे."

कल्पनाशक्ती ही गोष्ट इतकी महत्त्वाची आहे की, तिच्याकडे दुर्लक्ष करून चालणार नाही, हेच 'नोक्का' आणि 'हाय टेक हाय' दाखवू इच्छितात. निर्मितीतूनच प्रतिभा सुविकसित होते. खऱ्या जगात यश मिळविण्यासाठी हेच आवश्यक असतं. इथं गुंतागुंतीचे प्रश्न सोडविणं, विविध कल्पनांना एकमेकींशी जोडणं, विविध क्षेत्रांचे परस्परसंबंध, इत्यादी गोष्टींचं आकलन होतं. या गोष्टी चुटकीसरशी शिकण्याच्या नव्हेत. हुशारी वाढविण्याकरता क्रमिक पुस्तकं नसतात आणि विभिन्न प्रकारे विचार

करण्यासाठी धडे नसतात. हे सगळं काम करताकरताच शिकावं लागतं.

एम.आय.टी.च्या मानसशास्त्रज्ञ लॉरा शूल्ज यांनीही हेच दाखवून दिलंय. त्यांनी चार वर्षं वयाच्या मुलांना नळ्या असलेलं एक खेळणं दाखविलं. प्रत्येक नळीचं कार्य वेगळं होतं. एकीतून कुच्-कुच् आवाज निघायचा, एकीचं आरशात रूपांतर व्हायचं, वगैरे.

या मुलांच्या एका गटाला एका संशोधिकेनं हे खेळणं दाखविलं आणि तिला हे जमिनीवर नुकतंच सापडलंय, असं सांगितलं. हे खेळणं दाखविता दाखविता तिनं 'चुकून' एक नळी दाबली आणि त्यातून आवाज निघाला. "हः! बघितलं, काय झालं? चला, मी पुन्हा करून बघते–" असं ती उद्गारली. दुसऱ्या गटाला हेच खेळणं दाखवून, एखाद्या शिक्षकाप्रमाणे तिनं सांगितलं, "माझ्याकडे एक नवं खेळणं आहे आणि ते कसं चालतं, हे मी तुम्हाला आता दाखविणार आहे." असं म्हणून तिनं आवाज काढून दाखविला.

या प्रात्यक्षिकानंतर दोन्ही गटांना हे खेळणं देण्यात आलं. सगळ्याच मुलांनी ती आवाज निघणारी नळी ओढून बघितली आणि आवाज निघाल्यावर हसली. यात आश्चर्यकारक काही नव्हतं. पण मग गम्मत झाली. दुसऱ्या गटातील मुलांना या खेळाचा कंटाळा चट्कन आला. पहिल्या गटातली मुलं मात्र खेळत राहिली. आवाज काढून बघण्यावर न थांबता ते सर्व नळ्या ओढून, दाबून काय होतंय ते पाहू लागली. मानसशास्त्रज्ञांनुसार 'शिकविण्याची पद्धत' हे या फरकाचं कारण होतं. जेव्हा विशिष्ट सूचना किंवा माहिती दिली जाते, तेव्हा आपणहोऊन एखादी वस्तू तपासून बघण्याची शक्यता कमी होते. कुतूहल ही एक नाजूक गोष्ट आहे. म्हणूनच सर्व चांगल्या शाळांमधून नियमांच्या चौकटी नसलेले खेळ दिले जातात. स्वतःहून शोध घेणं, हा शिक्षणाचा फार मोठा भाग आहे. मग विद्यार्थी कविता करत असो की एखादं सर्किट सोल्डर करत असो, की खडूनं रेघोट्या मारत असो; काही तरी नवं बनविण्यातली धडपड आणि रोमांच स्वतःहून अनुभवावे लागतात. पुढे आयुष्यात कोणताही मार्ग स्वीकारला तरी लहानपणी शिकलेले असे धडे कोणीच विसरत नाही.

'नोक्का'तल्या माझ्या शेवटच्या दिवशी मी त्यांच्या सभागृहात ५०० उत्साही विद्यार्थ्यांच्या मध्यात बसलो होतो. ते सगळे 'इंटरल्युड डे'च्या तयारीत होते. या दिवशी ते एकमेकांसाठी 'परफॉर्म' करतात. शोच्या सुरुवातीला कोणी तरी ब्राहम्स गायला. त्यानंतर काव्यवाचन, नंतर जॅझ गिटार. तैलचित्रांची पॉवर पॉइंट प्रेझेंटेशन्स होती, विनोदी व्हिडिओ क्लिप्स होत्या. कोणी तरी मॅक्बेथचं स्वगत सादर केलं. आणखी एका गटानं 'वेस्ट साईड स्टोरी'तला एक प्रवेश सादर केला. इतक्या वैविध्यातलं समान सूत्र म्हणजे सगळ्यांची प्रचंड तळमळ. सर्वांनी एकमेकांना

'स्टॅन्डिंग ओव्हेशन' दिलं. नृत्य शिकणाऱ्या टिफनी नामक मुलीशी कार्यक्रमानंतर मी बोलत होतो. ती पुढे व्यावसायिक नर्तिका होणार आहे का, असं मी तिला विचारलं. "कदाचित नाही", ती उद्‌गारली. "मला नृत्य करायला खूप आवडतं- मला त्यातून खूप आनंद मिळतो; पण नर्तिकांना फार पैसे मिळत नाहीत. मला तर खूप पैसे मिळवायचे आहेत." तरीही, तिचं नृत्यशिक्षण उपयोगी आहे का, हे मी विचारलं. ती इथं न शिकता नेहमीच्या शाळेत गेली असती, तर बरं नसतं झालं का? "ओह् नो! इथं मी फक्त नृत्य शिकत नाहीये. आमच्या वर्गाकडे बघून तुम्हाला कदाचित तसं वाटलं असेल; कारण आम्ही सतत नाचत असतो. पण एखादी गोष्ट कशी सादर करायची, हे मी इथं शिकतेय."

४.

आपण कोणत्या 'मेटा-आयडिया' अंगीकारल्या पाहिजेत? प्रतिभावंतांचे तेजस्वी गोट कसे निर्माण करायचे? हे सगळं अशक्यप्राय वाटणं स्वाभाविक आहे. पूर्वी येऊन गेलेल्या सुवर्णयुगाला परत कसं आणणार? पण हे शक्य आहे. सामूहिक पातळीवर सर्जनशीलता वाढविण्याकरता कोणती धोरणं स्वीकारायची, याबद्दल आता आपल्याकडे पुरेशी शास्त्रीय माहिती आणि पुरावे आहेत. किंबहुना, मानवजातीने यापूर्वी 'जीनियसचा अतिरेक' निर्माण करून दाखविला आहे. फक्त, हा अतिरेक मैदानी खेळांमध्ये (ॲथलेटिक्स) आहे, एवढंच.

'सेबरमेट्रिक्स' म्हणजे बेसबॉलचं संख्याशास्त्रात्मक विश्लेषण. याचा जनक आहे बिल जेम्स. तो म्हणतो की, क्रीडा क्षेत्रातले 'तारे'– स्टार्स निर्माण करण्यात आज अमेरिकेचा हात कोणीही धरू शकणार नाही. कॅन्सास राज्यातलं विचितासारखं शहरसुद्धा- याची लोकसंख्या एलिझाबेथकालीन लंडनइतकी असावी- दर काही वर्षांनी उत्तम दर्जाचा ॲथलिट निर्माण करतं. इथल्या माध्यमिक शाळा नियमितपणे बॅरी सॅन्डर्स किंवा गेल सेयर्ससारखे खेळाडू निर्माण करू शकतात, ही केवढी उल्लेखनीय बाब आहे! या लोकांच्या 'शारीरिक जीनियस'लाही क्रिएटिव्हिटी लागते. या लोकांचं मोल लक्षावधी डॉलर्स आहे.

पण ॲथलेटिक्समधलं यश इतर क्षेत्रांत आढळून येत नाही. विचितानं प्रतिभाशाली लेखक, संगीतकार, चित्रकार किंवा वैज्ञानिक एवढ्या प्रमाणात अजिबात निर्माण केले नाहीयेत. याचं कारण म्हणजे, आपला समाज ॲथलिट्सना वेगळी वागणूक देतो, असं जेम्स म्हणतो. एक तर अगदी लहान वयातच आपण त्यांना प्रोत्साहन देतो. त्यांना बेसबॉल खेळायला लावतो, पॉप वॉर्नर स्पर्धांना घेऊन जातो. यामुळे मुलांच्या गुणांना वाव मिळतो, शिवाय प्रशिक्षकांनाही गुणी मुलांची चट्कन पारख

करता येते. दुसरी गोष्ट अशी की, आपण यशस्वी खेळाडूंवर बक्षिसांचा वर्षाव करतो, त्यांच्या मिरवणुका काढतो, प्रसारमाध्यमांमधून त्यांना भरपूर प्रसिद्धी देतो. लिटल लीगपासून एन.सी.ए.ए. आणि महत्त्वपूर्ण स्पर्धांपर्यंत प्रत्येक पायरीवर आपण गुणी ॲथलिट्सना योग्य मार्गदर्शन देतो, त्यांच्याकडे भरपूर लक्ष देतो आणि त्यांना भली मोठी कंत्राटं देतो.

एवंच, आपण आणखी जीनियस तयार करू शकतो. प्रश्न एवढाच आहे की- मैदानी खेळांतली प्रतिभा जोपासणारा आपला समाज इतर क्षेत्रांतल्या प्रतिभाशाली लोकांनासुद्धा तितकंच प्रोत्साहन देऊ शकेल का? खरं तर यावरच मानवजातीचं भवितव्य अवलंबून आहे.

सर्वप्रथम आपण शिक्षणाकडे गांभीर्यानं बघायला हवं. पुढचा प्रतिभावंत कुठे आणि कसा निर्माण होईल, हे सांगता येणं अवघड आहे. जेव्हा जेव्हा शिक्षणाच्या नव्या प्रकारच्या संधी उपलब्ध झाल्या आहेत, त्या त्या काळात प्रतिभावंतांचा सुकाळ आला आहे, असा अनुभव आहे. ज्या काळात अशिक्षित धंदेवाईकांची मुलं कॉलेजात जातात किंवा हातमोजे बनविणाऱ्यांच्या मुलाचं ग्रंथालय असतं, त्याच काळात असं घडू शकतं. एलिझाबेथ राणीच्या काळातल्या इंग्लंडप्रमाणे आपण प्रत्येक विद्यार्थ्याला यशस्वी होण्याची संधी उपलब्ध करून दिली पाहिजे. एकीकडे आपण ॲथलिट्सना भरघोस शिष्यवृत्त्या देत असतानाच दुसरीकडे मात्र त्यांच्या बरोबरीची मुलं सुमार दर्जाच्या शाळांमधून 'ड्रॉपआऊट' होत असतात. त्यांच्या कल्पनाशक्तीला कधी वावच मिळत नाही. किती प्रतिभा अशीच वाया जात असते!

पण केवळ प्रत्येकाला शाळेत प्रवेश मिळवून देण्यानं किंवा कमी गुणवाल्यांचे मार्क वाढवून काम होणार नाही. ज्यांच्याकडे प्रतिभा आहे, अशांमध्ये तिची भरभराट होईल, याची खात्री करायला हवी. हुशारीचं चीज करणाऱ्या संस्था आपल्याकडे हव्यात. 'नोक्का' आणि 'हाय टेक हाय'च्या संचालकांप्रमाणे सुप्त गुण व 'मोटिव्हेशन' असलेले विद्यार्थी पारखून, त्यांच्या हातून शोध लागावेत यासाठी त्यांना योग्य हत्यारं द्यायला हवीत. वेडबर्ग म्हणतात, "प्रतिभाशाली लोक एकत्र आले की, काही तरी विशेष घडतं. ते एकमेकांना स्फूर्ती देतात आणि आव्हानंही देतात. आपल्या हातून काही तरी भन्नाट घडल्यानं आश्चर्यचकित झालेली मुलं पहिली की, मला अतिशय आनंद होतो. जणू 'आपण इतके चांगले आहोत', यावर त्यांचाही विश्वास बसत नसतो."

आपण आपल्याच मुलांना योग्य शिक्षण देणार नसलो, तर किमान परदेशांतल्या लोकांसाठी तरी आपली दारं खुली करायला हवीत. ही दुसरी महत्त्वाची 'मेटा-आयडिया' आहे. माणसांची नव्या प्रकारे सरमिसळ होणं आणि प्रतिभावंतांचा सुकाळ, या दोन गोष्टी बरोबरीनं होत असतात. आकडेवारीही हेच सांगते. अमेरिकन

पेटंट कार्यालयानुसार स्थानिक लोकांच्या तुलनेत, इमिग्रंट्स दुपटीनं पेटंट मिळवितात. म्हणूनच इमिग्रंट्सची संख्या १% वाढली, तर पेटंट्सची संख्या १५% वाढते. (अलीकडच्या काळात अमेरिकेच्या आंतरराष्ट्रीय पेटंट अर्जांपैकी २५% अर्ज इमिग्रंट्सनं केलेले आहेत.) नव्यानं स्थायिक झालेले हे लोक कंपन्याही जास्त वेगानं सुरू करतात. सन १९९५ पासून आजपर्यंत सिलिकॉन व्हॅलीतल्या ५२% कंपन्यांचे सहसंस्थापक हे इमिग्रंट्स आहेत.[४] नव्या कल्पनांची देवाण-घेवाण मोकळेपणानं झाली की, ते सर्वांच्याच फायद्याचं असतं.

एलिझाबेथ राणीच्या काळात इंग्लंडमध्ये हेच घडलं. देशभरातून लोक लंडनमध्ये येऊन राहू लागले, एकमेकांत मिसळू लागले. याच सुमारास आंतरराष्ट्रीय व्यापार आणि देशोदेशी आपला माल विकणारे व्यापारीही वाढले. ''माणसांची संख्या आणि विभिन्न प्रकारच्या माणसांची घसटण प्रचंड प्रमाणात वाढली,'' असं 'यूक्ला'चे इतिहास व इंग्रजी साहित्याचे प्रा. रॉबर्ट वॉटसन म्हणतात. कधी नव्हे इतकी माणसं एकमेकांना भेटत होती.

याचा एक परिणाम म्हणजे, विस्फोट व्हावा त्याप्रमाणे इंग्रजीत नवे शब्द घुसले. काही शब्द लंडनच्या गल्लीबोळांतून भाषेत शिरले. वेगवेगळ्या भागांतले लोक आपापली बोलीभाषा तिच्यातल्या म्हणींसह घेऊन आले. पण भाषा खरी फुलली ती परदेशस्थ नागरिकांकडून. एकाच देशात फ्रेंच, लॅटिन, ग्रीक आणि जर्मन शिकविणारे लोक होते. हे लोक परदेशी प्रवास करायचे, तिथं नव्या गोष्टी अनुभवायचे, बघायचे आणि तिथल्या म्हणी व वाक्प्रचार इंग्रजीत आयात करायचे. यामुळे इंग्लंडमधल्या लेखकांना एक अत्यंत समृद्ध शब्दभांडार उपलब्ध झालं. शेक्सपिअरनं तर कमाल केली. त्याच्या नाटकांमध्ये २५,००० पेक्षा जास्त शब्द आढळतात. शब्दवैविध्याच्या बाबतीत त्याच्या जवळपास येणारा लेखक म्हणजे जॉन मिल्टन. आणि त्याचा शब्दसंग्रह शेक्सपिअरच्या निम्म्याहून कमी होता! शेक्सपिअरची कला इतकी समृद्ध असण्याचं कारण त्याची भाषासमृद्धी. आणि ही समृद्धी केवळ त्याच्या आसपासच्या विविध ठिकाणांहून आलेल्या माणसांमुळेच शक्य झाली होती.

---

४. परदेशी लोक अमेरिकेत येताना आपल्याबरोबर अनेक कौशल्यं घेऊन येतात. सन २०१० मध्ये अमेरिकेतील इंजिनिअरिंगमधले ६०% डॉक्टरेट हे परदेशातून तात्पुरत्या व्हिसावर आलेले विद्यार्थी होते. याउलट, अमेरिकेतील बहुतेक डॉक्टरेट हे मानव-विज्ञान (ह्युमॅनिटीज) आणि कला शाखेतले असतात. जे ५% अमेरिकन कर्मचारी विज्ञान आणि तंत्रज्ञान क्षेत्रात कामं करतात, त्यांच्यामुळे ५०% हून जास्त आर्थिक अभिवृद्धी (ग्रोथ) होते.

क्रिएटिव्ह लोकांची एकमेकांत ऊठ-बस असणं, हे चांगलंच आहे; आणि हे फक्त सोळाव्या शतकापुरतं मर्यादित नाहीये. अगदी छोट्या-छोट्या गोष्टींचे आणि नियमांचेसुद्धा दूरगामी परिणाम होतात. सध्याच्या काळातल्या 'नॉनकॉम्पीट क्लॉज'चं उदाहरण घ्या. अमेरिकेतील बहुतेक राज्यांमध्ये हे क्लॉज बंधनकारक असतात. यामुळे कुठलीही कंपनी तिच्याशी स्पर्धा करणाऱ्या दुसऱ्या कंपनीतील कर्मचारी आपल्याकडे भरती करून घेऊ शकत नाही. पण कॅलिफोर्निया सिव्हिल कोडमध्ये हे कलम रद्द केलं गेलं आहे. यामुळे सिलिकॉन व्हॅलीतले कर्मचारी कधीही नोकऱ्या बदलायला, नव्या समस्या सोडवायला आणि अर्थात जास्त पगार मिळवायला मोकळे असतात. फेडरल रिझर्व्हच्या एका विश्लेषणानुसार कर्मचाऱ्यांची ही अनिर्बंध अदलाबदल सिलिकॉन व्हॅलीच्या विकासाला जबाबदार आहे. जर आपण माणसांना एकमेकांशी मोकळेपणानं संबंध ठेवू दिले नाहीत आणि त्यांच्यावर कृत्रिम बंधनं घातली, तर आपलंच नुकसान होणार आहे. आपण सर्वांनीच शेक्सपिअरप्रमाणे नव्या शब्दांचं, नव्या कल्पनांचं स्वागत करायला हवं.

जोखीम पत्करायची क्षमता किंवा तयारी हीदेखील एक महत्त्वाची 'मेटा-आयडिया' आहे. एखाद्या छोट्या धंदेवाइकाला कर्ज देण्याचा प्रश्न असो किंवा तरुण वैज्ञानिकाला रीसर्च ग्रॅन्ट असो; जोखीम पत्करणाऱ्यांना आपण प्रोत्साहन दिलंच पाहिजे. यांतले बहुसंख्य लोक अपयशी होणारच आहेत. (शेक्सपिअरनंदेखील अनेक वाईट नाटकं लिहिली होती.) पण अपयशाचा अर्थ असा होतो की, आपण नव्या कल्पनांना संधी देतोय. तेल अवीवच्या यॉसी वार्दीशी बोलताना ते अनेक वेळा म्हणत की, क्रिएटिव्हिटीला धीटपणाची, थोड्याशा बेदरकारपणाची साथ असावी लागते. 'आपण जगाला बदलू आणि भरपूर पैसा मिळवून देईल अशी कल्पना आपल्याकडे आहे' अशी खात्री वाटायला तुमच्याजवळ एका प्रकारचं जबरदस्त धारिष्ट्य लागतं आणि हे धारिष्ट्य तुमच्याजवळ आहे, अशी तुमची श्रद्धा असल्याखेरीज तुम्ही कधीच 'आंत्रप्रिनर' होऊ शकणार नाही.

कुठलीही नवी कल्पना तशी जात्याच अस्थिर असते, त्यामुळे थोडा बेदरकारपणा असल्याशिवाय ती तग धरू शकत नाही. आज सिलिकॉन व्हॅलीतल्या प्रत्येक यशस्वी उद्योजकानं सुरुवातीला एकदा तरी आपटी खाल्ली आहे, असं ॲना-ली सक्सेनियन म्हणतात. पण अपयश आलं तरी पुनःपुन्हा प्रयत्न करणं ते सोडत नाहीत. 'नोक्का'च्या विद्यार्थ्यांनासुद्धा जोखीम पत्करायला प्रोत्साहन दिलं जातं; शरमिंदा होण्याची वेळ आली तरी हरकत नाही, असं त्यांच्यावर बिंबवलं जातं. इथल्या नाट्य वर्गाच्या सायरस कूपरच्या तासाला मी गेलो असताना तिथं दरवाजावरची मोठी हस्तलिखित पाटी वाचली होती. त्यावर लिहिलं होत- 'फेल बिग'- (मोठ्ठे अपयश मिळवा).

एन.आय.एच.- 'नॅशनल इन्स्टिट्यूट ऑफ हेल्थ' ही वैद्यकीय संशोधनाला अनुदान देणारी जगातली क्र. दोनची संस्था आहे, तर 'हार्वर्ड ह्युजेस मेडिकल इन्स्टिट्यूट' (एच.एच.एम.आय.) ही 'ज्ञानाचा विस्तार करण्यासाठी' स्थापन केलेली धर्मादाय संस्था आहे. कोणत्याही संशोधनाकरिता अनुदानासाठी सादर होणाऱ्या अर्जांची छाननी एन.आय.एच. अत्यंत काटेकोरपणे आणि तर्कशुद्ध पद्धतीनं करते. प्रत्येक अर्ज शास्त्रीय दृष्ट्या सुयोग्य आहे ना, त्याच्या सोबत काही प्राथमिक निष्कर्ष आहेत ना, अशासारख्या निकषांवर तज्ज्ञांचं एक मंडळ विचार करतं आणि गुणवारी देऊन पुढे जातं. करदात्यांचा पैसा सत्कारणी लागावा, असं त्यांचं स्पष्ट उद्दिष्ट असतं... अपयशी प्रकल्पांवर तो खर्च होऊ नये.

याउलट, अपयशाची भरपूर शक्यता असली तरी एच.एच.एम.आय. नव्या वाटा धुंडाळायला आणि त्यातले धोके पत्करायला संशोधकांना प्रोत्साहनच देते. याकरता विशिष्ट प्रयोग/प्रकल्पावर लक्ष केंद्रित करण्याऐवजी ते वैयक्तिक संशोधकांवर लक्ष केंद्रित करतात. (आगामी संशोधनाचा प्रस्ताव मागविण्याऐवजी त्या संशोधकानं त्याआधी केलेल्या संशोधनाचा नमुना मागवतात.) एखाद्या क्रिएटिव्ह संशोधकाला तज्ज्ञांच्या मंडळापुढे समर्थन करावं लागता कामा नये- नव्या कल्पनांवर काम करणं त्याला सुलभ झालं पाहिजे, अशी यामागची विचारसरणी आहे. ज्यातून उत्तम फलित निघू शकेल, अशा प्रयोगाला सुरुवातीला पुरेसं समर्थन देता येत नाही, असं कधी कधी होतं.

कोणाचं संशोधन अधिक परिणामकारक झालं हे पाहण्याचा हेतूनं, काही वर्षांपूर्वी एम.आय.टी. आणि यू.सी.एस.डी. मधल्या अर्थशास्त्रज्ञांनी एन.आय.एच. आणि एच.एच.एम.आय.नं अनुदान दिलेल्या प्रयोगशाळांविषयक आकडेवारीचं विश्लेषण केलं. शक्य तितकी व्हेरिएबल्स लक्षात घेऊन त्यांनी दोन्ही संस्थांमधल्या संशोधकांचं काम पडताळून पाहिलं.

बायोमेडिकल क्षेत्रातल्या प्रत्येक बाबतीत एच.एच.एम.आय. अनुदानित संशोधकांचं काम एन.आय.एच.च्या तुलनेत अधिक महत्त्वाचं, इनोव्हेटिव्ह आणि परिणामकारक होतं. अनुदान अर्जाच्या वेळी एन.आय.एच. आणि एच.एच.एम.आय.च्या संशोधकांची शैक्षणिक पात्रता समान होती; पण एच.एच.एम.आय.च्या संशोधकांना सहापट जास्त पारितोषिकं आणि शिवाय दुप्पट सायटेशन्स मिळाली होती. एच.एच.एम.आय.च्या संशोधनामुळे शास्त्रीय परिभाषेत अधिक नव्या शब्दांची भर पडली होती. हा निकष म्हणजे दर्जेदार आणि अतिशय नावीन्यपूर्ण (ओरिजिनल) संशोधनाचं द्योतक मानलं जातं.

अर्थात, या क्रिएटिव्हिटीची किंमत मोजावी लागते. एन.आय.एच.च्या तुलनेत एच.एच.एम.आय.च्या ३५% जास्त शोधनिबंधांना कुठंच सायटेशन मिळालं नव्हतं.

म्हणजे कोणीच त्या निबंधांचा संदर्भासाठी वापर केला नव्हता. (हे पूर्णपणे असफल संशोधन होतं.) यावरून काय धडा घ्यायचा? एच.एच.एम.आय.चे संशोधक जास्त हुशार, क्रिएटिव्ह नव्हते; त्यांना जास्त अनुदान मिळालं होतं, असंही नाही. पण ते जास्त यशस्वी होऊ शकले, कारण अपयश पत्करायची त्यांची जास्त तयारी होती आणि तशी संधी त्यांना मिळाली होती.

खेळांच्या बाबतीत बिल जेम्स असाच मुद्दा मांडतात. अमेरिकन समाजाला ॲथलेटिक्सच्या बाबतीतले सुप्त गुण हुडकून, ते जोपासण्याचं तंत्र अवगत झालं आहे. ''एखाद्या खेळाडूला बक्षीस/पैसे द्यायला, त्यानं जागतिक पातळीवर उत्तम कामगिरी करेपर्यंत आपण थांबत नाही... उलट, 'पोटेन्शियल' असलेल्या सर्वांमध्ये आपण गुंतवणूक करतो.'' अर्थात, हे सगळं असं सुरळीत होतं, असं नाही. काही खेळाडू सुमार दर्जाचे ठरतात, तर काही खेळाडू भरपूर पैसे देऊनही निराशाजनक कामगिरी करतात. (थोडक्यात, ॲथलिट्स हे संशोधनाच्या अनुदानासारखे असतात.) असं असलं तरी ही पद्धत आवश्यक असते, हे व्यावसायिक संघांना माहीत असतं. यामुळे तरुण खेळाडूंना आपापल्या खेळाचा पाठपुरावा करायला प्रोत्साहन मिळतं आणि यशस्वी होण्याकरता आवश्यक वेळ ते देतात व परिश्रमही घेतात. प्रतिभावंतांचा 'सरप्लस' मिळवायचा हा एकमेव मार्ग आहे. म्हणूनच एच.एच.एम.आय.चं अनुकरण करणाऱ्या आणखी सरकारी आणि खासगी संस्थांची आपल्याला गरज आहे.

'संशोधन आणि इनोव्हेशनमधून प्राप्त झालेली फळं कशी सांभाळायची' यासंबंधी अखेरची मेटा-आयडिया आहे. ज्यांनी शोध लावला आहे, त्यांना तर त्याचा फायदा मिळाला पाहिजेच; पण याखेरीज मदत (अनुदान, इ.) मागणं आणि 'जुळवून घेणं' या गोष्टींनाही आपण प्रोत्साहन द्यायला हवं. सोळाव्या शतकात राणी एलिझाबेथनं पेटंट बहाल करायला सुरुवात केली, तेव्हापासून या दोन विरुद्ध संकल्पनांमध्ये 'तणाव' आहे. पेटंट हे उत्तेजनासाठी उत्तम हत्यार आहे (लिंकन म्हणाले होते– ''पेटंट यंत्रणा प्रतिभेच्या आगीत 'इंटरेस्ट'रूपी इंधन ओतते.''). असं असलं तरी पेटंट्समुळे एखाद्या विषयावर पुढचं काम करणं इतरांना खूप अवघड होऊन बसतं. याच कारणाकरता लोकमतापुढे झुकून, १६०१ मध्ये इंग्लिश सरकारनं काचेच्या बाटल्या आणि 'स्टार्च'वरची पेटंट्स रद्द ठरविली. कल्पनादारिद्र्य नैसर्गिक नसतं, हे राणीच्या लक्षात आलं. अर्थात, कल्पना कोणालाही विनामूल्य उपलब्ध झाल्या पाहिजेत, असं नाही. त्यांना आपण योग्य किंमत दिली पाहिजे, इतकंच.

आज दुर्दैवानं असं होत नाहीये. अलीकडच्या काळात अमेरिकेत अतिशय संशयास्पद ('व्हेग') पेटंट्सचं पेव फुटलं आहे आणि कॉपीराईटसंबंधित दावे सतत

लावले जात आहेत. यामुळे क्रिएटिव्हिटीला लगाम लागतोय. सन २००४ - २००९ च्या दरम्यान पेटंटभंगाच्या खटल्यांमध्ये ७०% वाढ झाली. लायसेन्सिंग फीचे अर्ज ६५०% वाढले! यातले अनेक खटले 'पेटंट-ट्रॉल्स'नी दाखल केलेले होते. ही मंडळी घाऊक प्रमाणावर पेटंट्स विकत घेतात आणि मग संभाव्य 'इंफ्रिजमेन्ट'च्या शोधात आपली सर्व शक्ती खर्ची घालतात. त्यांना त्या पेटंट्सचा उपयोग करायचा नसतोच. आता कॉपीराईटबद्दलची वस्तुस्थिती बघा. सर्वप्रथम १७९० मध्ये कॉपीराईट कायदे मंजूर झाले. त्या वेळी कॉपीराईट १४ वर्षांकरता दिलं जायचं. (लुईस हाईड म्हणतात, ''सर्व मानवनिर्मित गोष्टी सामान्य जनांच्या 'मालकीच्या' असाव्यात, असं या कायद्यांच्या जनकांना वाटायचं.''[५] सन १९६२ पासून मात्र अमेरिकन काँग्रेसनं कॉपीराईटचा कालावधी टप्प्या-टप्प्यानं अकरा वेळा वाढविला आहे. आज तो साधारणपणे ९५ वर्षं इतका आहे. या वाढीमुळे इनोव्हेशन करणारे नाउमेद होतात; कारण जुन्या गोष्टींची पुनर्रचना किंवा त्यात बदल करून काही तरी नवं सादर करणं अशक्य होऊन बसतं. बौद्धिक मालमत्ता सुरक्षित राहावी याकरता उद्योजकांची मजबूत लॉबी सतत प्रयत्नशील असणारच आहे. (१९९८ च्या 'कॉपीराईट एक्स्टेंशन लॉ'चं टोपण नाव होतं- मिकी माउस प्रोटेक्शन ॲक्ट.) याउलट, सर्वसामान्यांची कोणतीच लॉबी नसते, हे ध्यानात घ्यायला हवं. शेक्सपिअर जर आजच्या काळात लिहीत असता, तर त्याच्या नाटकांवर सतत खटले भरले गेले असते; कारण तो मार्लो, होलिनशेड, किड या सगळ्यांकडून चौर्यकर्म करायचा. संगीतातलं रिमिक्स असो किंवा सॅन होजेमधल्या गॅरेजमध्ये एखाद्या गॅजेटशी खुडबूड करणारा इंजिनिअर असो- लोक एकमेकांपासून स्फूर्ती घेऊ शकतील अशी व्यवस्था आपल्याकडे असायला हवी. सामान्यजनांचा समूह क्रिएटिव्हिटीचा उत्तम स्रोत म्हणून राहायलाच पाहिजे.

हा मुद्दा बॉब डिलननं 'क्रॉनिकल्स' या आत्मचरित्रात सुंदर प्रकारे मांडला आहे. स्वतःच्या सृजनप्रक्रियेचं वर्णन तो सतत 'प्रेम' आणि 'चौर्य' या दोन शब्दांत करतो. हृदयाला भिडणाऱ्या एखाद्या आवाजापासून किंवा स्वरापासून ही प्रक्रिया सुरू होते. मग तो आवाज का भावला, याचं विश्लेषण सुरू होतं. तो जेव्हा न्यूयॉर्क शहरातला

---

५. सुरुवातीच्या काळात अमेरिकेत फारशी 'युनियन-बाजी' (ट्रेड गिल्ड्स) नव्हती; आर्थिक भरभराटीला ते पोषक होतं. तांत्रिक माहितीचा प्रसार न होऊ देणं, हेच या 'गिल्ड्स'चं मुख्य काम असे. पण अमेरिकेत यांचा तितकासा प्रभाव नसल्याकारणानं तिथं कोणत्याही उपयुक्त माहितीचा/ज्ञानाचा प्रसार सहजगत्या होऊ शकला. सन १७२९ मध्ये बेन फ्रँकलिन जेव्हा 'फिलाडेल्फिया गॅझेट'चा प्रकाशक बनला, तेव्हा त्यानं त्याचं ध्येय जाहीर केलं, ते असं– 'हे वर्तमानपत्र कारखान्यांकरता आणि नवे शोध लावायला हातभार लावण्याकरता उपयुक्त माहितीचा प्रसार करेल.'

तरुण गीतकार होता, तेव्हा तो रॉबर्ट जॉन्सन, वुडी ग्रुथी आणि असंख्य इंग्लिश लोकगीतांच्या मेलडीतले बारकावे चक्क पाठ करायचा. (क्रॉनिकल्समध्ये तो लिहितो– 'या सर्व गाण्यांचे शब्द मी तंतोतंत म्हणून दाखवू शकायचो; इतक्या सफाईनं, की जणू मीच ते लिहिले आहेत.') पण डिलन केवळ कॉपी करत नव्हता. त्यानं बारकाव्यानं केलेला अभ्यास हा त्याच्या क्रिएटिव्ह प्रक्रियेचा अविभाज्य भाग होता. तो जुन्या गाण्याचा अभ्यास करतोय, म्हणजेच तो नवं गाणं लिहिण्याच्या उंबरठ्यावर आहे, असं समजावं. त्याच्या सुरुवातीच्या एका रेकॉर्डिंग सेशनबद्दल तो म्हणतो :

> ''माझ्याकडे फारशी गाणी नव्हती, पण मी जुन्या 'ब्ल्यू' कवनांच्या ओळींची पुनर्रचना करत होतो; इकडे-तिकडे एखादी नवी ओळ टाकत होतो. जे मनात येईल, ते टाकून त्यावर शीर्षक मारत होतो.''

'ब्लोइंग इन् द विंड'पासून 'द टाइम्स, दे आर अ-चेंजिंग'पर्यंत डिलनच्या पहिल्या सत्तर रचना सरळ सरळ कुठल्या तरी दुसऱ्या रचनेवर आधारित आहेत. यांतल्या अनेक रचनांनी सध्याच्या कॉपीराईट कायद्यांचं उल्लंघन केलं असतं. पण केवळ 'कॉपी' म्हणून आपल्याला यांच्याकडे दुर्लक्ष करता येत नाही. लोकसंगीतातल्या त्यांच्या मुळापासून डिलननं त्यांचं पॉप मास्टरपीसेसमध्ये रूपांतरित केलं. टी. एस. एलियटनं हे मार्मिकपणे मांडलंय- 'अपरिपक्व कवी अनुकरण करतात; परिपक्व कवी चोरी करतात!' एकविसाव्या वर्षी डिलन परिपक्व कवी होता आणि तो चोर तर झालाच होता!

या सर्व मेटा-आयडिया भूतकाळात चालून गेल्या. त्यांनी आपल्याला अनेक नाटककार आणि वैज्ञानिक दिले. पण मेटा-आयडियाजची ही यादी अपूर्ण आहे. ''नव्या कल्पनांना उत्तेजन देणारी पुढची नवी कल्पना काय असेल, हे आपण आज सांगू शकणार नाही,'' असं रोमर म्हणतात. म्हणूनच, भविष्यकाळात उपयुक्त ठरू शकतील अशा मेटा-आयडियाजचा शोध आपण चालूच ठेवला पाहिजे.

आपल्यापुढे येऊ घातलेल्या क्रिएटिव्ह समस्या अधिकाधिक अवघड होत जाणार आहेत, हे कटू सत्य आहे. जोपर्यंत आपण योग्य धोरणं आणि 'रीफॉर्म्स' योजत नाही, 'नोक्का'सारख्या आणखी संस्था निर्माण करत नाही, पेटंट कायद्यामध्ये सुधारणा करत नाही आणि होतकरू फुटबॉल खेळाडूंसारखं उत्तेजन नव्या संशोधकांना देत नाही, तोपर्यंत आपल्या समस्यांवर योग्य उपाय आपल्याला सापडणार नाहीत. आपल्याला मागं न ओढणारं वातावरण- कल्चर- निर्माण करायची वेळ आता आलेली आहे.

'सरप्लस जीनियस' असलेल्या काळाचा अभ्यास केल्यानं आपण स्वतःचं अवलोकन करू शकतो. प्लेटो, शेक्सपिअर किंवा मायकेल अँजेलो निर्माण करणाऱ्या समाजांच्या क्रिएटिव्ह गुपितांमधून काही तरी शिकू शकतो. मग आपण स्वतःला आरशात बघावं- आपण काय प्रकारची संस्कृती निर्माण केली आहे? एकमेकींशी जोडता येतील अशा कल्पनांनी (आयडियाज) आपलं जग समृद्ध आहे का? जोखीम स्वीकारायला तयार असणाऱ्यांना पाठिंबा द्यायला आपण तयार आहोत का? आपल्या शाळा सर्जनशील लोक तयार करतात का? आपल्याकडे हातमोजे बनविणाऱ्याचा मुलगा राणीसाठी नाटकं लिहू शकेल का? जीनियस बनणं सुकर करण्याची आपल्याला नितांत गरज आहे.

गोळाबेरीज

सन १९८१ च्या उन्हाळ्यात पेन आणि टेलर हे होतकरू जादूगार 'रेनेसाँ फेअर' जत्रांमध्ये लहान मुलांना जादूचे फुटकळ प्रयोग करून दाखवीत फिरत होते. काळ्या 'टाइट्स', जांभळे केप्स, खोट्या चामड्याचे जॅकेट आणि दोरीचे कंबरपट्टे असा त्यांचा विचित्र पोशाख असे. या सगळ्याला, सतत फिरण्याला ते कंटाळले होते. ''जादूगार होण्याचं स्वप्न मी सोडून द्यायच्या बेतात होतो,'' टेलर सांगतो. ''घरी परतून माध्यमिक शाळेत लॅटिनचा शिक्षक व्हावं, असं मी म्हणत होतो.''

या नैराश्याच्या गर्तेत असतानाच हायवेवरच्या एका उपाहारगृहात त्यांना ब्रेकथ्रू मिळाला. मागविलेलं खाद्य येईपर्यंत 'कप्स अँड बॉल्स' या जादूची थोडी प्रॅक्टिस करावी, असं टेलरच्या मनात आलं. हा जादूचा प्रकार पुरातन रोममधल्या जादूगारांपासून चालत आलेला होता. सुरुवातीला जादूगार तीन कपांखाली एक-एक चेंडू ठेवतो. मग एकापाठोपाठ हातचलाखी करत चेंडू कधी दृश्य, तर कधी अदृश्य करतो. 'चेंडू कुठे आहे' हे आपल्याला कळलंय, असं बघणाऱ्याला वाटतंय, तोच चेंडू दुसरीकडून बाहेर निघतो (चेंडू कपात असतो!). ही जादू जगभरचे जादूगार रस्त्यारस्त्यांवर करत असतात, असं पेन म्हणतो.

पण टेलर उपाहारगृहात होता. जादूची सामग्री असलेली पिशवी त्याच्याजवळ नव्हती. मग त्याने चेंडूऐवजी कागदाचे बोळे करून वापरले आणि प्लॅस्टिकचे पारदर्शक ग्लास घेतले. जादू करत असताना त्याला एकदम साक्षात्कार झाला. कप पारदर्शक असल्यामुळे चेंडू कुठे आहेत, हे दिसत होतं; पण तरीही लोकांच्या लक्षात मात्र ते येत नव्हतं! डोळ्यांना हाताच्या हालचाली दिसत होत्या, पण नेमकं काय चाललंय याचा मेंदूला बोध होत नव्हता. टेलरचे हात फारच वेगानं हलत

होते; त्यामुळे कप पारदर्शक असूनही जादूतली गम्मत कमी झाली नव्हती.

आता पेन आणि टेलरनं ही जादू त्यांच्या नेहमीच्या खेळात करायला सुरुवात केली आणि ती प्रचंड लोकप्रिय ('हिट') झाली. थोड्याच अवधीत हा पारदर्शक कपांचा खेळ 'लेटरमन' या टी.व्ही. शोमध्येही सादर होऊ लागला; तसंच न्यूयॉर्क मध्येही 'हाउसफुल' होऊ लागला. नंतरच्या दशकांमध्ये पेन आणि टेलरची गणना जगातल्या मोजक्याच, अत्यंत यशस्वी जादूगारांमध्ये होऊ लागली. आता वेगासमध्ये त्यांचं स्वतःचं प्रेक्षागृह आहे आणि नवनवीन जादूंचा 'रियाज' करण्यासाठी त्यांची एक गोपनीय जागाही आहे. (आता नवी कल्पना सुचायला त्याला उपाहारगृहात जावं लागत नाही, असं टेलर म्हणतो!) एवढी लोकप्रियता मिळूनही त्यांचं 'अवां-गार्द' चैतन्य कमी झालेलं नाही. आपली जादू कशी केली जाते, हे समजावून सांगण्याचा ते नेहमीच प्रयत्न करतात. उदाहरणाथ- त्यांच्या सध्याच्या शोमध्ये टेलर जादू करत असतानाच पेन त्याचं गुपित सांगून टाकतो. 'इथं फक्त न दिसणारा दोरा आहे' किंवा 'हा फक्त आरसाच आहे!' असं पेन अधूनमधून ओरडून सांगतो. या सगळ्याचं मूळ आहे ते उपाहारगृहात त्या दिवशी वापरलेल्या पारदर्शक ग्लासेसमध्ये. "ते पारदर्शक ग्लास म्हणजे आम्ही जे करण्याचा प्रयत्न करतो, त्याचं प्रतीक आहेत," असं टेलर म्हणतो. "आम्हाला त्या दिवशी उपाहारगृहात केलेली जादू एवढी आवडते, कारण बघणाऱ्याला सगळं उघड दिसत असूनही त्यातली 'जादू' कमी होत नाही. उलट, हे सगळं आणखी अर्थपूर्ण होतं; कारण तुमच्या लक्षात येतं की, या ग्लासांमध्ये विशेष काहीही नाहीये. जे आहे, ते आपल्या डोक्यातच आहे."

सर्जनशीलता या जादूसारखी आहे. मानवी इतिहासात 'कल्पनाशक्तीचा उगम मेंदूतल्या त्या विशाल न्यूरॉन्सच्या जाळ्यात कुठे होतो' हे आपल्याला पहिल्यांदाच कळायला लागलं आहे. पण हे कळल्यानं त्यातली विस्मयकारकता कमी होत नाही. 'इनसाईट'चा क्षण उजव्या मेंदूतल्या कुठल्या तरी भागात निर्माण होतो, हे माहीत असूनही शॉवरमध्ये कल्पना सुचल्यावर आपण रोमांचित होतोच. न्यूरॉन्सच्या आसपास काय रासायनिक घडामोडी घडतात, चालण्याचा वेग आणि पेटंट्सची संख्या यांच्यामधला परस्परसंबंध काय, वगैरे आपल्याला ठाऊक झालं असलं, तरी या सर्व प्रक्रियेची नवलाई काही कमी होत नाही. कल्पनाशक्ती ही चीज आपल्याला थोडी तरी विलक्षण वाटणारच आहे.

पण क्रिएटिव्हिटी थोडीशी जादुई आणि अनाकलनीय असली म्हणून ती वाढविण्याचा आपण प्रयत्न करायचा नाही, असं नव्हे. आधुनिक विज्ञानामुळे कळलेल्या गोष्टी आपण वैयक्तिक पातळीवर आचरणात आणू शकतो. कल्पनाशक्ती नेमकी कशी कार्यरत होते, हे आज आपण अभ्यासू शकतो. त्यामुळे अंधश्रद्धा आणि

दंतकथांवर विश्वास ठेवण्याऐवजी आपण डोपामिन, उजवा मेंदू वगैरे गोष्टींचा ऊहापोह करू शकतो. हे ज्ञान अत्यंत उपयुक्त आहे; क्रिएटिव्हिटीला पोषक काय आहे, हे कळल्यावर आपण योग्य दिशेनं आणि योग्य वेळी विचार करू शकतो, आपल्यातल्या या शक्तीचा योग्य वापर करू शकतो. (प्रत्येक कल्पनेचा जन्म कुठे होतो, हे कळण्याइतकं चांगलं दुसरं काय असू शकतं?) त्यामुळे, क्रिएटिव्हिटी जर वाढवायची असेल, तर या सर्व संशोधनाचा आपल्या आयुष्यात उपयोग करून घेतला पाहिजे. आपल्याला वाटतं त्यापेक्षा आपल्या कल्पनाशक्तीचा विस्तार खूप मोठा आहे.

ही प्रक्रिया त्या मांसाच्या गोळ्यात- आपल्या मेंदूत- सुरू होते. कल्पनाशक्तीला विविध पैलू असतात आणि ती वेगवेगळी रूपं घेते. कधी शॉवर घेणं गरजेचं असतं, तर कधी कॉफी ढोसणं. कधी आपण स्वतःला मोकळं सोडून द्यायची गरज असते, तर कधी आपल्याकडे असलेल्या ज्ञानाचा त्याग करावा लागतो. प्रत्येक प्रकारची विचारप्रक्रिया तिच्या योग्य ठिकाणी आणि योग्य वेळी वापरायची असते.

पण मेंदू ही या सगळ्याची फक्त सुरुवात आहे. लोक एकत्र आले कीदेखील क्रिएटिव्हिटी तिथं निर्माण होते, हे आपण पाहिलं आहे. इतरांबरोबर काम करताना आपण 'वेस्ट साईड स्टोरी'च्या कलाकारांप्रमाणे योग्य 'क्यू' साधायचा प्रयत्न केला पाहिजे. ब्रेनस्टॉर्मिंग कदाचित बरं वाटलं, तरी योग्य टीका ही अधिक चांगली, हे आपण लक्षात घेतलं पाहिजे. प्रत्येक कंपनीत 'पिक्सार'मधल्या बाथरूमसारखी कोणती तरी जागा असायला हवी, जिथं सगळे कर्मचारी गर्दीच्या शहराप्रमाणे एकमेकांशी संवाद साधू शकतील. आपल्या सर्वांमधली प्रतिभा दाबली जाणार नाही याची आपण काळजी घेतली पाहिजे. 'प्रतिभेचा अतिरेक' हे आपलं उद्दिष्ट असलं पाहिजे.

पण याबरोबरच आपण स्वतःशी प्रामाणिक असायला हवं. आपल्याला न्यूरॉन्स, शेक्सपिअर किंवा शहरांबद्दल कितीही कळलं; तरी सर्जनशीलतेची प्रक्रिया कधीच सोपी होणार नाहीये. आपले शोध हे नेहमीच अनिश्चिततेच्या छायेत वाढणार आहेत. मेंदूतल्या पेशी एकमेकींशी केव्हा आणि कशी नवी 'कनेक्शन्स' स्थापन करतील, याचा भरवसा नाही. कल्पनाशक्तीचं शास्त्र 'पॉवरपॉइंट' स्लाईड-शोच्या नीटस चौकटीत कधीच बसविता येणार नाही. एका 'सब-टायटल'मध्ये त्याचा सारांश मावणार नाही. क्रिएटिव्हिटी जर इतकी सोपी गोष्ट असती, तर पिकासो कधीच एवढा प्रसिद्ध झाला नसता. कितीही हुशारीनं अभ्यास केला आणि कितीही काटेकोरपणे प्रयोग केले, तरी आपल्या प्रतिभेचं गूढ कायम राहणार आहे.

आपल्या सभोवतालच्या जगातल्या गुण-दोषांचा आपल्या कल्पनाशक्तीवर परिणाम होत असतो; तिला उत्तेजन मिळत असतं. असं असूनही भौतिक जगाच्या पलीकडे आपण पोचू शकतो. ज्यांचं अस्तित्व फक्त मनातच आहे, अशा गोष्टींचाही

आपण विचार करू शकतो. जे अपूर्ण असतं, ते आपण पूर्ण करू शकतो. एखाद्या गोष्टीमधल्या उणिवा प्रकाशाचा स्रोत ठरू शकतात... म्हणून 'पोछा'चा 'स्वीफर' होतो, 'टिन पॅन अॅले'तनं एखादा बॉब डिलन निर्माण होतो आणि घासून गुळगुळीत झालेल्या शोकांतिकेतून 'हॅम्लेट'चा जन्म होतो. प्रत्येक क्रिएटिव्ह गोष्ट दुसरीपेक्षा वेगळी असते. तरीही सर्वांमध्ये एक साधर्म्य असतं- आधी काहीही नव्हतं, तिथं आता काही तरी आहे... आणि ही एक जादूच आहे!

◆